എടലാക്കുടി പ്രണയരേഖകൾ

edalakkudi pranayarekhakal
novel

•

k v mohankumar

•

first edition
march 2018

•

revised second edition
october 2018

•

third edition
april 2019

•

typesetting & published
chintha publishers, thiruvananthapuram

•

•

cover
vinod

•

illustration
karakkamandapam vijayakumar

•

വിതരണം

ദേശാഭിമാനി ബുക്ക് ഹൗസ്

H O തിരുവനന്തപുരം–695 035
phone: 0471-2303026, 6063026
www.chinthapublishers.com
chinthapublishers@gmail.com

ബ്രാഞ്ചുകൾ

ഹെഡ്ഡാഫീസ് ബ്രാഞ്ച് കുന്നുകുഴി • സ്റ്റാച്യു തിരുവനന്തപുരം • കെ എസ് ആർ ടി സി ബസ് സ്റ്റേഷൻ ആലപ്പുഴ • കെ എസ് ആർ ടി സി ബസ് സ്റ്റേഷൻ എറണാകുളം • മച്ചിങ്ങൽ ലെയ്ൻ തൃശൂർ • ഐ ജി റോഡ് കോഴിക്കോട് • മാവൂർ റോഡ് കോഴിക്കോട് • എൻ ജി ഒ യൂണിയൻ ബിൽഡിങ് കണ്ണൂർ • സെൻട്രൽ ബസ് ടെർമിനൽ കോംപ്ലക്സ് താവക്കര കണ്ണൂർ

CR - 2089 / 5009
ISBN - 978-93-86637-96-3

എടലാക്കുടി പ്രണയരേഖകൾ
(നോവൽ)

കെ വി മോഹൻകുമാർ

ചിന്ത പബ്ലിഷേഴ്സ്
തിരുവനന്തപുരം-695 035

കെ വി മോഹൻകുമാർ

കഥാകൃത്തും നോവലിസ്റ്റും. ആലപ്പുഴ ജില്ലയിലെ ചേർത്തല സ്വദേശി.

കൃതികൾ: *ഉഷ്ണരാശി, പ്രണയത്തിന്റെ മൂന്നാംകണ്ണ്, ശ്രാദ്ധശേഷം, ഹേ രാമ, ജാരനും പൂച്ചയും, ഏഴാമിന്ദ്രിയം, അലിഗയിലെ കലാപം* (നോവൽ) *അകംകാഴ്ചകൾ, ഭൂമിയുടെ അനുപാതം, ക്നാവല്ലയിലെ കുതിരകൾ, അളിവേണി എന്തു ചെയ്വൂ!, ആസന്നമരണൻ* (കഥാസമാഹാരങ്ങൾ) *ജീവന്റെ അവസാനത്തെ ഇല, റോമില ഒരോർമ്മച്ചിത്രം* (ഓർമ്മ), മനസ്സ് നീ ആകാശവും നീ (ലേഖന സമാഹാരം), ദേവരതി (യാത്രാനുഭവം) ഉൾപ്പെടെ 24 കൃതികൾ. *കേശു, മഴനീർത്തുള്ളികൾ, ക്ലിന്റ്* എന്നീ ചലച്ചിത്രങ്ങൾക്ക് തിരക്കഥയെഴുതി.

ജീവിത പങ്കാളി	:	രാജലക്ഷ്മി.
മക്കൾ	:	ലക്ഷ്മി, ആര്യ
വിലാസം	:	സോപാനം, നവമി ഗാർഡൻസ്, ശ്രീകാര്യം പി ഒ, തിരുവനന്തപുരം– 17
ഇ– മെയിൽ	:	kvmohankumar@yahoo.com

പ്രസാധകക്കുറിപ്പ്

എടലാക്കുടി ജയിലിൽ കഴിയവേ സഖാവ് പി കൃഷ്ണ പിള്ളയ്ക്ക് പുറംലോകവുമായി ബന്ധം സ്ഥാപിക്കാൻ കാല മൊരുക്കിവച്ച പാലമായിരുന്നു തങ്കമ്മ. രാജ്യത്തിന്റെ വിപ്ലവ പ്രതീക്ഷയും ഏവരുടെയും സഖാവുമായ ആ നേതാവ് തങ്ക മ്മയെന്ന പെൺകുട്ടിയിലൂടെ ലോകത്തോടും സഖാക്ക ളോടും സംസാരിച്ചു. തിരുവിതാംകൂറിന്റെ തെക്ക് തമിഴ്മൊ ഴിയും നാഞ്ചിനാടിന്റെ കാറ്റും ശുചീന്ദ്രം ക്ഷേത്രത്തിലെ മന്ത്രോച്ചാരണങ്ങളും കേട്ടുവളർന്ന തങ്കം എന്ന പതിനേഴു കാരി. വിപ്ലവത്തിനു സ്വയം സമർപ്പിച്ച സഖാവും അദ്ദേഹ ത്തിന്റെ ജീവിത സഖിയും തമ്മിലുള്ള ബന്ധത്തിന്റെ ആഴ മാണ് *എടലാക്കുടി പ്രണയരേഖകൾ* എന്ന കൃതിയിലൂടെ കെ വി മോഹൻകുമാർ വരച്ചിടുന്നത്.

ആദ്യ പതിപ്പിന് വലിയ സ്വീകരണമാണ് വായനക്കാരിൽ നിന്നും ലഭിച്ചത്. വിവാഹാനന്തരം കൃഷ്ണപിള്ള–തങ്കമ്മ ദമ്പതികളുടെ ജീവിതം എപ്രകാരമായിരുന്നു? ഇതിഹാസ തുല്യമായ സഖാവിന്റെ ജീവിതം വിഷംതീണ്ടി അസ്ത മിക്കുന്നതുവരെയുള്ള ജീവിത ചിത്രം എങ്ങനെ നാം വര ച്ചെടുക്കും? അനുവാചകരിൽ നിന്നുള്ള അന്വേഷണ ങ്ങൾക്കുള്ള മറുപടിയാണ് പരിഷ്കരിച്ച ഈ പതിപ്പ്. 12 അദ്ധ്യായങ്ങൾ കൂട്ടിച്ചേർത്ത് ഈ നോവൽ കൂടുതൽ സമ ഗ്രമാക്കിയിട്ടുണ്ട്. സ്വീകരിച്ചാലും.

ചിന്ത പബ്ലിഷേഴ്സ്

ആമുഖം

അവശേഷിച്ച ചുവന്ന പൂവിതളിന്റെ കഥ

ഉഷ്ണരാശിയുടെ രചനയ്ക്കിടയിലെ വായനയിലാണ് സഖാവ് പി കൃഷ്ണപിള്ളയുടെ തീക്ഷ്ണമായ ജീവിതത്തിലൂടെ ഞാൻ കടന്നുപോയത്. സഖാവ് കൃഷ്ണപിള്ള കേവലമൊരു വ്യക്തിയായിരുന്നില്ല. പീഡിതമായ അടിയാള–തൊഴിലാളി വർഗ്ഗ ജീവിതങ്ങളിൽ മാറ്റത്തിന്റെ കാറ്റുമായി വന്ന വിപ്ലവ ഇതിഹാസമായിരുന്നു. അർജന്റീനിയൻ വിപ്ലവ നക്ഷത്രം ചെഗുവേരയെപ്പോലെ കഷ്ടിച്ച് നാല് പതിറ്റാണ്ട് നീണ്ടുനിന്ന ആ ജീവിതത്തിനിടയിലാണ് കേരളത്തിൽ കമ്യൂണിസ്റ്റ് പ്രസ്ഥാനം പൊട്ടിമുളച്ചതും മാറ്റത്തിന്റെ തീക്കാറ്റായി കത്തിപ്പടർന്നതും. അതിന്റെ നേതൃനിരയിൽ നിന്നിരുന്നവരിൽ 'സഖാവ്' എന്ന ചുരുക്കപ്പേരിൽ തൊഴിലാളി–അടിയാളവർഗ്ഗം ആവേശത്തോടെ ഉരുവിട്ടിരുന്നത് ഒരേയൊരു നാമധേയമായിരുന്നു; സഖാവ് പി കൃഷ്ണപിള്ള.

മട്ടന്നൂർ, മൊറാഴ സംഭവങ്ങൾക്ക് ശേഷമാണ് കൃഷ്ണപിള്ള സഖാവ് വൈക്കത്തുനിന്ന് അറസ്റ്റിലാവുന്നതും തടവിലാവുന്നതും. നാഗർകോവിലിനടുത്ത് വധശിക്ഷയ്ക്ക് വിധിച്ചവരെ പാർപ്പിച്ചിരുന്ന എടലാക്കുടി ജയിലിലേക്ക് സഖാവിനെ മാറ്റിയത് നല്ല ഉദ്ദേശ്യത്തോടെ ആയിരുന്നില്ല. തടവറയിലെത്തിയ സഖാവിന്റെ വായനയോടും എഴുത്തിനോടുമുള്ള താല്പര്യം ജയിലധികൃതരിൽ മതിപ്പുളവാക്കി. അത് മുതലെടുത്ത് കേരളത്തിലെ സഖാക്കളുമായി ബന്ധപ്പെടുന്നതിന് പുറംലോകത്തേക്കൊരു പാലം പണിയുന്നതിനെക്കുറിച്ചായി സഖാവിന്റെ ആലോചന. ആ ശ്രമങ്ങളാണ് അവിചാരിതമായി സഖാവിന്റെ പ്രണയ ജീവിതത്തിലേക്കും വഴി തുറന്നത്. വൈക്കം മുഹമ്മദ് ബഷീറിന്റെ *മതിലുകളിൽ* പരസ്പരം കാണാതെ ശബ്ദത്തിലൂടെയാണ് തടവുകാരി നാരായണിയും ആഖ്യാതാവും തമ്മിലുള്ള പ്രണയം മുന്നേറുന്നതെങ്കിൽ സഖാവിന്റെ പ്രണയ ജീവിതം അന്യോന്യം കാണുകയോ കേൾക്കുകയോ ചെയ്യാതെ തട

വറയ്ക്ക് പുറത്ത് ജീവിച്ചിരുന്ന പതിനേഴുകാരി കൈമാറിയ ഹിന്ദി പുസ്തകങ്ങളിലൂടെയായിരുന്നു.

എടലാക്കുടി പ്രണയരേഖകൾ ചുരുൾ നിവർത്തുന്നത് വിപ്ലവത്തിന്റെ കനൽ വഴികളിൽ വിരിയുന്ന ആ പ്രണയകഥയാണ്. മരണത്തിന്റെ അഴിമുഖത്ത് കൊഴിഞ്ഞുവീണ ചുവന്ന പനിനീർപ്പൂവിൽ അവശേഷിച്ച ഒരിതളിന്റെ കഥ. ഈ കൃതിയുടെ രചനയിൽ എന്നെ സഹായിച്ച സുഹൃത്തുക്കളായ ഗോപി നാരായണൻ, കെ ശിവകുമാർ, കെ എസ് ടി എ ജനറൽ സെക്രട്ടറി കെ സി ഹരികൃഷ്ണൻ, ഡോ. രേഖ ആർ നായർ, ഡോ. സഹായദാസ്, ഡോ. ജാസ്മിൻ, ബി അബുരാജ്, ഡോ. പി പി പ്രകാശൻ, കാരയ്ക്കാമണ്ഡപം വിജയകുമാർ, 'സഖാവി'ന്റെ ജീവിതപങ്കാളിയായിരുന്ന തങ്കമ്മ വർഷങ്ങൾക്ക് മുമ്പ് ജനയുഗം വാരികയിലെഴുതിയ ഓർമ്മക്കുറിപ്പുകൾ കണ്ടെടുത്തു തന്ന തൃശൂർ അപ്പൻ തമ്പുരാൻ മ്യൂസിയത്തിലെ ഗൈഡ് മനീഷ എന്നിവരെ നന്ദിപൂർവ്വം ഓർക്കുന്നു.

എടലാക്കുടി പ്രണയരേഖകൾ രണ്ടാം പതിപ്പ് കൂടുതൽ അദ്ധ്യായങ്ങൾ ഉൾപ്പെടുത്തി വിപുലീകരിച്ചാണ് വീണ്ടും വായനക്കാരുടെ കൈകളിലെത്തിക്കുന്നത്.

ഒന്നാം പതിപ്പ് സഖാവ് പി കൃഷ്ണപിള്ളയും തങ്കമ്മയുമായുള്ള പ്രണയത്തിന്റെ പാരമ്യതയിൽ, ജയിലിറങ്ങി വന്ന സഖാവ് തങ്കമ്മയെ രജിസ്റ്റർ വിവാഹം കഴിച്ച് നാട്ടിലേക്ക് മടങ്ങുന്നതുവരെയുള്ള ചിന്തകളെ കേന്ദ്രീകരിച്ചായിരുന്നു. പാമ്പ് കടിയേറ്റ് മരണത്തെ കാത്തുകിടക്കുന്ന സഖാവിന്റെ മനസ്സിലൂടെ, പരസ്പരം കാണാതെയും കേൾക്കാതെയും രൂപപ്പെട്ടു വന്ന തങ്കമ്മയുമായുള്ള പ്രണയത്തിന്റെ ഓർമ്മകൾ കടന്നുപോകുന്ന രീതിയിലാണല്ലോ ഈ കൃതിയുടെ രചന. എന്നാൽ ഒന്നാം പതിപ്പ് വായിച്ച നിരവധിപ്പേർ സഖാവിന്റെ ചിന്തകൾ വിവാഹത്തിൽ അവസാനിപ്പിച്ചത് ഒരു പോരായ്മയായി ചൂണ്ടിക്കാട്ടി. സഖാവും തങ്കമ്മയുമായി ഏഴുവർഷം നീണ്ടു നിന്ന ദാമ്പത്യജീവിതത്തിലൂടെ നിർണ്ണായകവും വൈകാരികവുമായ ഒട്ടേറെ മുഹൂർത്തങ്ങൾ കടന്നുപോകുകയുണ്ടായി. ആ സംഭവങ്ങൾ കൂടി ഉൾപ്പെടുത്തിയാലേ സഖാവിന്റെ ചിന്തകൾ പൂർണ്ണമാവൂ എന്ന് ഈ കൃതിയെ ഗൗരവപൂർവ്വം സമീപിച്ച പല വായനക്കാരും അഭിപ്രായപ്പെടുകയുണ്ടായി. ഈ അവസരത്തിലാണ് 'ഓർമ്മകളുടെ ചെപ്പ്' എന്ന പേരിൽ വർഷങ്ങൾക്കു മുൻപ് *ജനയുഗം* വാരികയിൽ തങ്കമ്മ എഴുതിയ ആത്മകഥാപരമായ കുറിപ്പുകൾ എനിക്ക് ലഭിച്ചത്. തൃശൂർ അപ്പൻ തമ്പുരാൻ സ്മാരക മ്യൂസിയത്തിലെ ഗൈഡ് മനീഷയുടെ പരിശ്രമഫലമായാണ് മ്യൂസിയത്തിലെ പുരാരേഖാശേഖരത്തിൽനിന്ന് അവ കണ്ടെടുക്കാൻ കഴിഞ്ഞത്. തങ്കമ്മ സ്വന്തം വാക്കുകളിലൂടെ വരച്ചുകാട്ടിയ സഖാവുമായുള്ള ജീവിതത്തിന്റെ ഓർമ്മകൾ *എടലാക്കുടി പ്രണയരേഖകളെ* പുതിയൊരു തലത്തിലേക്ക് വികസിപ്പിച്ചെടുക്കാൻ സഹായിച്ചു. ഒന്നാം പതിപ്പ് വായിച്ച വായനക്കാർക്കുപോലും പുതിയൊരു വായനാനുഭവം നല്കാനും സഖാവിന്റെ പ്രണയജീവിതത്തിലൂടെ കടന്നുപോകാനും ഈ പരിഷ്കരിച്ച പതിപ്പ് ഉതകട്ടെ എന്ന് പ്രത്യാശിക്കുന്നു.

കെ വി മോഹൻകുമാർ

അവതാരിക

പ്രണയവും വിപ്ലവവും: ചരിത്രത്തിലെ ഇടപെടലുകൾ

'സഖാവി'ന്റെ സ്വകാര്യജീവിത ഏടുകൾ

ഡോ. എസ് രാജശേഖരൻ

കേരളവിപ്ലവബോധത്തിന്റെ എന്നും ജ്വലിക്കുന്ന പന്തമാണ് സഖാവ് പി കൃഷ്ണപിള്ള. 'സഖാവ്' എന്ന പദം കൊണ്ടു മാത്രം വ്യവഹരിക്കപ്പെടാൻ കഴിയുന്ന ഒരേയൊരാൾ. കമ്യൂണിസ്റ്റെന്നോ കമ്മ്യൂണിസ്റ്റ് വിരുദ്ധനെന്നോ ഭേദമില്ലാതെതന്നെ, എല്ലാവരും ആദരിക്കുന്നയാൾ. വിപ്ലവത്തിന്റെ കനൽവഴികളിലൂടെ നടന്നുവന്ന്, നാട്ടിൽ വിപ്ലവബോധം പടർത്തുയർത്തുന്നതിൽ മറ്റ് സഖാക്കളോടൊപ്പം മുന്നിൽവന്നു പ്രവർത്തിച്ച്, അതിൽത്തന്നെ മൺമറഞ്ഞ ധീരനേതാവ്. തൊട്ടു പിന്നാലെ വന്ന ചുവന്ന അമ്പതുകൾക്കും, അതിലൂടെ കൈവന്ന കേരളത്തിലെ കമ്യൂണിസ്റ്റ് ഭരണത്തിനും ആ പരിണാമത്തിലൂടെ നേടാനായ 'കേരളാ മോഡൽ' എന്ന വിശ്വമാതൃകയ്ക്കും വിത്ത് വിതച്ചയാൾ. കേരളത്തിലെ കമ്യൂണിസ്റ്റ് പാർട്ടിയുടെയോ സ. പി കൃഷ്ണപിള്ളയുടെയോ ജീവിതം പഠിക്കുന്ന ആരും ചെന്നെത്തുന്ന സാമാന്യമായ അറിവുകളാണ് ഇവ.

എന്നാൽ ആ കമ്യൂണിസ്റ്റുകാരന്റെ തീവ്രവും പരുക്കനുമായ വിപ്ലവ പ്രവർത്തനങ്ങൾക്ക് തീക്ഷ്ണ പ്രണയത്തിന്റേതായ ഒരു മധുരമുഖം കൂടിയുണ്ടെന്ന് ഏറെയാരുംതന്നെ അറിഞ്ഞിട്ടില്ല. ചരിത്രത്തിൽ വിസ്മരിക്കപ്പെടുകയും ചരിത്രരചനയിൽ അവഗണിക്കപ്പെടുകയും ചെയ്തുപോയ അങ്ങനെയൊരു പ്രണയപർവ്വത്തിലേക്കാണ് കെ വി മോഹൻകുമാർ *എടലാക്കുടിയിലെ പ്രണയരേഖ*കളിലൂടെ വഴി തുറക്കുന്നത്. പ്രണയവും വിപ്ലവവും ജീവിതവും ഒന്നായിത്തീരുന്ന അസാധാരണവും അതുല്യവുമായൊരു ജീവിതകഥയിലേക്ക്, പ്രണയകഥയിലേക്ക്.

വധശിക്ഷയ്ക്ക് വിധിക്കപ്പെട്ടവരെ മാത്രം പാർപ്പിച്ചിരുന്ന എടലാക്കുടിയിലെ പ്രത്യേക ജയിലിൽ അധികാരികൾ കൃഷ്ണപിള്ളയെ അടച്ചത് കഠിനമായ ദണ്ഡനങ്ങൾക്ക് വിധേയനാക്കുക എന്ന ലക്ഷ്യ

ത്തോടെയാണ്. എന്നാൽ എപ്പോഴും എഴുത്തിലും വായനയിലും മുഴുകുന്ന കൃഷ്ണപിള്ളയുടെ ശീലം ജയിൽ ജീവനക്കാരിൽ മതിപ്പുളവാക്കുകയാണ് ചെയ്തത്. ജയിലറയിലെ സ്വന്തം വിപ്ലവപ്രവർത്തന വഴിയായി എഴുത്തും വായനയുമെന്ന ശീലത്തെ കണ്ടിരുന്ന കൃഷ്ണപിള്ളയുടെ അന്വേഷണം തനിക്ക് വായിക്കാൻ കുറച്ച് ഹിന്ദിപ്പുസ്തകങ്ങൾ സംഘടിപ്പിക്കുക എന്ന ലക്ഷ്യത്തിലേക്കാണ് നീങ്ങിയത്. അത് അയ്യൻപിള്ളപ്പൊലീസ് വഴി തങ്കമ്മയെന്ന പതിനേഴുകാരിയിലെത്തി. ഏതോ ഒരാൾക്ക് വായിക്കാനൊരു പുസ്തകം കൊടുക്കുന്നു എന്ന നിസ്സംഗതയോടെയാണ് തങ്കമ്മ അയ്യൻപിള്ള വഴി കൃഷ്ണപിള്ളയുമായി ബന്ധപ്പെടുന്നത്. എന്നാൽ ആ തങ്കമ്മ, പിന്നീട് അദ്ദേഹത്തിന്റെ വിപ്ലവപ്രവർത്തനത്തിലെ സഹായിയെന്ന നിലയിലേക്കും സഖാവുമായുള്ള ഗാഢപ്രണയത്തിലും താനറിയാതെ തന്നെ എത്തിച്ചേരുകയായിരുന്നു. കൃഷ്ണപിള്ള ഹിന്ദിയിൽ കൊടുത്തുവിട്ട കുറിപ്പുകളും കത്തുകളും മലയാളത്തിലേക്ക് പരിഭാഷപ്പെടുത്തി നാട്ടിലെ താനറിയാത്ത വിപ്ലവനേതാക്കൾക്ക് അയച്ചു കൊടുക്കുകയെന്ന ദൗത്യത്തിലാണ് തങ്കമ്മ ഏർപ്പെട്ടത്. ആദ്യമൊക്കെ തെല്ലും താല്പര്യമില്ലാതെ, ഇത്തിരി ഈർഷ്യയോടെയാണത് ചെയ്തതെങ്കിലും, പിന്നീട് ആ ദൗത്യം പെൺകുട്ടിയെ ആകെ മാറ്റിത്തീർത്തു. സ്വയമറിയാതെതന്നെ അവൾ ആ വിപ്ലവബോധത്താൽ ഉദ്ദീപ്തയും വിപ്ലവപ്രവർത്തനങ്ങളിൽ പങ്കാളിയുമായി. വിപ്ലവ പ്രവർത്തനങ്ങളുടെയെന്ന പോലെ, വിപ്ലവകാരിയുടെയും പ്രണയിനിയായി. അങ്ങനെ പരസ്പരമിണങ്ങി ഒട്ടും ഭിന്നമല്ലാതായിത്തീർന്ന പ്രണയ വിപ്ലവ പ്രവർത്തനങ്ങളുടെ രാസപരിണാമത്തിന്റെ ആഖ്യായിക കൂടിയാണ് *എടലാക്കുടി പ്രണയരേഖകൾ*. ഒന്നുമറിയാത്തൊരു നാടൻ പ്പെണ്ണിനെ നിരന്തരമായ ഇടപെടലുകളിലൂടെ (രണ്ടു പേരും, സ്വയമറിയാതെ) തികഞ്ഞൊരു രാഷ്ട്രീയക്കാരിയും വിപ്ലവപ്രവർത്തകയും പ്രണയിനിയും വിപ്ലവകാരിയുടെ ജീവിതപങ്കാളിയുമാക്കിമാറ്റുന്ന തികച്ചും അസാധാരണമായൊരു പ്രണയകഥയായി കൃഷ്ണപിള്ളയുടെയും തങ്കമ്മയുടെയും ജീവിതം മാറുന്നു.

പ്രണയവും രാഷ്ട്രീയവും വിപ്ലവപ്രവർത്തനവും സാന്ദ്രമായി നിറഞ്ഞുനില്ക്കുന്ന ഈ നോവൽ കേരളത്തിലെ കമ്യൂണിസ്റ്റ് പാർട്ടിയിൽ ഒരു കാലത്ത് ഉയർന്നു വന്നിരുന്ന ചില സന്ദേഹങ്ങൾക്കുകൂടി മറുപടിയാകുന്നുണ്ട്. പ്രണയം വിപ്ലവബോധത്തിനും അതിനനുസരിച്ചുള്ള പ്രവർത്തനങ്ങൾക്കും വിഘാതമാണ് എന്നൊരു വാദമോ ധാരണയോ ചിലർക്കെങ്കിലുമുണ്ടായിരുന്നു. അങ്ങനെയൊരു സാഹചര്യത്തിൽക്കൂടിയാണ് 'പ്രേമം മധുരമാണ്, ധീരവുമാണ്' എന്ന് കാവ്യത്തിലൂടെയെന്ന പോലെ ജീവിതത്തിലൂടെയും പ്രഖ്യാപിക്കാൻ തിരുനല്ലൂരിനെപ്പോലുള്ളവർ മുന്നോട്ടു വന്നത്. എന്നാൽ കേരളം കണ്ട ഏറ്റവും വലിയ വിപ്ലവകാരിയുടെ ജ്വലിച്ചുനിന്ന വിപ്ലവപ്രവർത്തനങ്ങളുടെ ഒരു പ്രധാനമുഖം തന്നെ പ്രണയമായിരുന്നു എന്ന് വ്യക്തമാക്കിക്കൊണ്ട് ഈ ചരിത്ര

നോവൽ പ്രണയത്തിനും വിപ്ലവപ്രവർത്തനങ്ങൾക്കുമുള്ള പാരസ്പര്യം വ്യക്തമാക്കുന്നു. കെ പി ആർ ഗോപാലനെ തൂക്കിക്കൊല്ലാൻ വിധിച്ചതും ആലപ്പുഴയിൽ ടി വി തോമസ് തിരഞ്ഞെടുപ്പിൽ മത്സരിച്ചതുമെല്ലാമുൾപ്പെടെയുള്ള സമകാല സംഭവങ്ങൾ ആ പ്രണയകഥയിലെ വിങ്ങുന്ന തേങ്ങലുകളും ആവേശവുമൊക്കെയായി ഈ ചെറുനോവലിനെ രാഷ്ട്രീയ വ്യവഹാരനിർഭരവുമാക്കുന്നു. പ്രണയവും ജീവിതവും വിപ്ലവവുമെല്ലാം ജീവിതമുന്നേറ്റമെന്ന ഒന്നിന്റെതന്നെ പാഠഭേദങ്ങളാണെന്ന് അങ്ങനെ ഇത് കാട്ടിത്തരുകയും ചെയ്യുന്നു.

ചേർത്തലയിലെ ഒരു തൊഴിലാളിയുടെ വീട്ടിൽ ഒളിവിൽ കഴിഞ്ഞപ്പോൾ, അവിടെ വച്ച് പാമ്പുകടിയേറ്റ സഖാവിന്റെ അനുഭവങ്ങളിലൂടെയും ഓർമ്മകളിലൂടെയുമാണ് നോവൽ തുടങ്ങുന്നതും അവസാനിക്കുന്നതും. മരണത്തോടടുത്ത നേരത്ത് തന്റെ പ്രിയതമയെ കാണാൻ കൊതിച്ച കൃഷ്ണപിള്ളയുടെ ഓർമ്മകളായി, മനോഗതങ്ങളായി അനുഭവങ്ങളായി നോവൽ മുന്നേറുന്നു. ഭൂതകാലാനുഭവങ്ങളായി വാർന്ന്, അതിൽ രാഷ്ട്രീയവും പ്രണയവും ഇഴ പിരിയാതെ വഴിഞ്ഞൊഴുകുന്ന മട്ടിലുള്ള ആഖ്യാനം. മോഹൻകുമാറിന്റെ പ്രസിദ്ധമായ *ഉഷ്ണരാശി*യിലെ രചനാതന്ത്രത്തിന്റെ തന്നെ ചിമിഴിലൊതുക്കിയ മറ്റൊരു രൂപമാണ് *എടലാക്കുടി പ്രണയത്തിലും* കാണുന്നത്. *ഉഷ്ണരാശി*യുടെ രചനയ്ക്കിടയിലെ വായനയിലാണ് താൻ ഈ ജീവിതകഥയിലെത്തിച്ചേരുന്നതെന്ന് നോവലിസ്റ്റ് തന്നെ പറയുന്നുണ്ട്. അതുകൊണ്ടു തന്നെയാവാം, *ഉഷ്ണരാശി*യുടെ രചനാമികവിനെക്കുറിച്ച് പറഞ്ഞ ഒട്ടു മിക്ക വസ്തുതകളും ഈ ചെറുനോവലിനും അവകാശപ്പെട്ടതായിരിക്കുന്നു. ജന്മിവാഴ്ചയ്ക്കും മുതലാളിത്തത്തിനും തൂക്കുകയറിടാൻ പ്രതിജ്ഞാബദ്ധമായി, സ്വയം സന്നദ്ധമായി മുന്നോട്ടു വരുന്ന പ്രണയവേഗത്തിന്റെ രേഖകൾ കൂടിയാണ് എടലാക്കുടിയിലെ ഈ പ്രണയരേഖകൾ. മലയാളത്തിലെ പ്രണയകഥകൾക്ക് ചരിത്രത്തിന്റെയും വിപ്ലവത്തിന്റേതുമായ പുതിയൊരു മുഖം കൂടി.

ഒന്ന്

ചുവന്ന കാട്ടു ചെത്തിപ്പൂക്കൾ ഗാട്ട് നിന്ന ഊടുവഴികളിലൂടെ ഒരു സഖാവ് ഓടിക്കിതച്ചു വരികയാണ്.

മണി പത്തായിക്കാണും.

സൂര്യൻ കായലിനു മീതേ കത്തിക്കാളി.

കവുങ്ങിൻ പട്ടകളിൽ പാളിവീണ വെയിലിൽ കവളങ്കാളികൾക്കു കണ്ണു ചിമ്മി. തെങ്ങിൻ പൊത്തുകളിൽ ഇരതേടിയിറങ്ങിയ ഓലേഞ്ഞാലികൾ പാട്ടു നിർത്തി.

ചുവന്ന ചെത്തിപ്പൂക്കൾ ഉതിർന്നുവീണ ഊടുവഴികളിലൂടെ സഖാവോടുകയാണ്.

തോട്ടിറമ്പത്തെ ചായപ്പീടികയുടെ ചെറ്റയോട് ചേർന്ന് സദാനന്ദന്റെ തലവെട്ടം കണ്ടു. ഇറയത്തെ തടിബെഞ്ചിലിരുന്ന് പത്രം നിവർത്തിപ്പിടിച്ച് വായിച്ചു കേൾപ്പിക്കുകയാണ് സദാനന്ദൻ. ചുറ്റും ചായ കുടിക്കാൻ വന്ന സഖാക്കൾ.

"ഏയ് സഖാവേ, ഒന്നിങ്ങാട്ടോടി വന്നേ" സഖാവ് കിതച്ചു.

സദാനന്ദൻ തല പൊന്തിച്ചു നോക്കി.

തോട്ടിറമ്പത്ത്, തെങ്ങും തടിപ്പാലത്തിന്റെ അങ്ങേ വിളുമ്പത്ത് അറച്ചു നില്ക്കുകയാണ് സഖാവ്. മുഖത്ത് വല്ലാത്ത പരവേശം. എന്തോ പന്തികേടുണ്ട്. ദൂരത്തു മാറിനിന്ന് വിളിക്കണതതാണ്.

"ന്താ, സഖാവേ?", സദാനന്ദൻ കൈയിലിരുന്ന പത്രവുമായി ഓടിപ്പാഞ്ഞു വന്നു.

"നമ്മടെ രാമൻ സഖാവിനെ പാമ്പു കടിച്ചു."

"രാമൻ സഖാവിനെയാ?", സദാനന്ദൻ കിടുങ്ങിപ്പോയി. കൈയിലിരുന്ന പത്രക്കടലാസ് ഊർന്നു വീണു.

“നേരാണോ സഖാവേ, ഈ പറേണേ? നേരായിട്ടും കടിച്ചോ? ചെല്ലിക്കണ്ടത്തുങ്കേ നാണപ്പന്റെ വീട്ടീ ഒളിവീ ഇരിക്കുകല്ലായിരുന്നോ സഖാവ്?”

“ങാ”, അയാൾ വന്ന വഴിക്കു തിരിഞ്ഞു. “മിണ്ടീം പറഞ്ഞും നിയ്ക്കാൻ നേരവില്ല. വേഗന്ന് വാ.”

“എങ്ങാട്ട്?”

“ചെല്ലിക്കണ്ടത്തുങ്കേ നാണപ്പന്റങ്ങാട്ട്,” സഖാവ് തിരിഞ്ഞോടി.

ചുവന്ന കാട്ടു ചെത്തിപ്പൂക്കൾ ഉതിർന്നു കിടന്ന ഊടുവഴിയിലൂടെ അയാൾക്കു പിന്നാലെ സദാനന്ദനും ഓടി.

രണ്ട്

മെടവാതിൽ വഴി വെളിച്ചത്തിന്റെ ചീള് അകത്തേക്കിഴഞ്ഞു വീണു.

"സഖാവേ," മാധവൻ ആധിപിടിച്ചകത്തേക്കോടിപ്പാഞ്ഞു വന്നു. "എന്നാ പറ്റി സഖാവേ? ചേരപ്പാമ്പ് കടിച്ചാ? ദേ, നാണപ്പന്റമ്മ പറഞ്ഞല്ലാ."

"ചേരപ്പാമ്പല്ല," സഖാവ് വലത്തേ കൈമുട്ടിനു താഴെ അമർത്തിപ്പിടിച്ചു. തലപൊന്തിച്ചെണീക്കാനൊരുമ്പെട്ടു. പറ്റണില്ല.

"പിന്നെയാ? ദേ, കടിച്ച പാട്ടീന്ന് ചോര ഇറ്റണല്ലാ." മാധവൻ താങ്ങിപ്പിടിച്ചു.

"കലി കൂടിയ എനവാ സഖാവേ."

"എന്റയ്യോ! കലി കൂടിയ എനവാ? സഖാവ് കണ്ടാ? എന്നിട്ടെങ്ങാട്ടു പോയന്നേ? ഏതുപാട്ടിലേക്കാണന്നേ പോയേ?" മാധവൻ ഒറ്റശ്വാസത്തിലാണത്രയും ചാദിച്ചത്.

മാധവന്റെ മുഖത്തെ പകപ്പ് അരണ്ട വെട്ടത്തിലും കാണാം.

"സഖാവ് നേരായിട്ടും കണ്ടാ? എട്ടടിമൂർഖനാ, ചേനത്തണ്ടനാ? അതോ മോതിര വളയനാ? ഈ ജാതി മൂന്നെനവാ ഈ പാട്ടിലൊക്കെ കാണാറൊള്ളേ."

"ങും"

"സഖാവ് പത്തായത്തീ ചാരിയിരുന്ന് പത്രം വായിക്കണ കണ്ടേച്ചാണല്ലാ ഞാൻ ദേ അപ്പാട്ടീ വരയൊന്നു പോയേച്ചു വരാവന്നും പറഞ്ഞ് പോയേ? അതിനെടേ ഇതെന്നാ പറ്റിയന്നേ?"

നടന്നതൊക്കേം വിസ്തരിച്ചു പറയാൻ നാവ് വഴങ്ങുന്നില്ല. സഖാവ് ആഴയ്ക്കു നേർക്ക് കണ്ണയച്ചു.

മാധവൻ നോക്കി. കോണോട് കോൺ വലിച്ചുകെട്ടിയ ആഴ. മൂന്നാലു മുഷിഞ്ഞ ഉടുതുണികൾ. മടക്കിയിട്ട അരക്കൈയൻ ഉടുപ്പ്. ഉടുമുണ്ട്...

താഴെ കയറുവരിഞ്ഞ കട്ടിലിൽ സഖാവ്.

"ഓ, അത് നാണപ്പന്റമ്മ പറഞ്ഞന്നേ. ആഴേന്ന് തോർത്തെടുത്ത് മൊഖം തൊടയ്ക്കാൻ സഖാവെണീറ്റതും..."

"തോർത്തെടുക്കാൻ എണീറ്റു കൈനീട്ടിയതാ..." സഖാവ് കടിപ്പാടിൽ അമർത്തിപ്പിടിച്ചു. കഴപ്പ്. വല്ലാത്ത കടച്ചിൽ. സഖാവ് നിവർന്നിരുന്നു. "തല കീഴാട്ടിട്ട് അവനവടെ തക്കം പാർത്ത് കെടക്കുകേരുന്നു. കഴുക്കോലേ ചുറ്റിവരിഞ്ഞ്.... പത്തിനീർത്തി ചീറ്റും ഒറ്റക്കൊത്തും."

''അപ്പ കൈതമൂർഖനാ'' മാധവൻ കടിവായിലേക്കു നോക്കി. "ആണ്ടേ, രക്തം പൊടിയണൊണ്ടല്ലാ. പൊറകില മിറ്റത്ത് കൈതക്കാടിന്റ പറ്റേ ചൊരിമണലീ ദേ, ഈ വണ്ണത്തീ പൊളഞ്ഞ പാടു കണ്ടന്നേ. ദേ, ഞാനിപ്പ ഇങ്ങാട്ടു വരണ വഴി. എന്നുവച്ച് സഖാവാധി പേടിക്കണ്ടാ. വെള്ളശേരിയെ വിളിക്കാൻ നമ്മട നാരായണൻ സഖാവ് പോയിട്ടൊണ്ട്. ഹാ, നമ്മട വെള്ളശേരി വൈദ്യനേ..."

"ഓ," സഖാവ് കണ്ണടച്ചു കിടന്നു.

ഒന്നും മിണ്ടാനാവുന്നില്ല. നാവ് കുഴയുന്നു. പാതിയടഞ്ഞ കണ്ണുക ളിൽ പുക പരക്കുന്നു.

മൂന്ന്

കണ്ണടഞ്ഞതും ആ ചൊകപ്പ് പൂവ് തെളിഞ്ഞു വന്നു.

അതിന്റെ ഓരോ ഇതളും ഇറുന്നു വീഴുകയാണ്...

മരണം ഇതൾ കൊഴിയുന്ന ചൊകന്ന റോസാപ്പൂവാണോ?

മരണത്തിനു നിറവും മണവുമുണ്ടോ? ചുറ്റും ഇരുട്ടു വന്നു മൂടുമ്പോഴും ആ പൂവിനെന്തൊരു ചോരച്ചൊകപ്പ് തിളക്കം.

ശ്വാസം കിട്ടണില്ല. സഖാവ് മൂക്കു വിടർത്തി. അകത്തേക്കാഞ്ഞു വലിച്ചു.

കടിവായിലെ ചോരയുടെയും നാണപ്പന്റമ്മ തേച്ചേച്ചു പോയ ചുണ്ണാമ്പിന്റെയും മണം. മരണത്തിന്റെ ചൂര്. നാഡി ഞരമ്പുകളിലൂടെ ഇഴഞ്ഞു കയറുന്ന കടച്ചിൽ. കൂട്ടം പെഴച്ച കഴപ്പനെറുമ്പുകൾ...

മിറ്റത്ത് ആരാണ്ടടെയൊക്കെ കാല്പ്പെരുമാറ്റം. "കാല പാമ്പ്, കാല പാമ്പ്..." നാണപ്പന്റെ അമ്മ ചിലമ്പിച്ച ഒച്ചയിൽ പുലമ്പുന്നു.

ആ ചൊകന്ന ഇതളുകൾക്കിടയിൽ ഒളിച്ചിരിക്കുന്നതവനല്ലേ? കഴുക്കോലേ ചുറ്റിവരിഞ്ഞ് തക്കം പാർത്തു കിടന്നവൻ? രക്തധമനികളിലൂടെ പുളഞ്ഞ് പത്തിനീർത്തുകയാണവൻ. ഉച്ചിയിലവന്റെ ശീല്ക്കാരം. ആ കണ്ണുകളിലെ മഞ്ചാടിത്തിളക്കത്തിൽ ഏതോ ആജന്മ പകയുടെ തീ പാറുന്നത് കണ്ടു. വിന്റർ രാജധാനിയിലേക്ക് വിശന്നു വലഞ്ഞ് മാർച്ച് ചെയ്ത തൊഴിലാളികളുടെ നേർക്ക് നിർദ്ദയം നിറയൊഴിച്ച സാർ നിക്കളാസ്സിന്റെ കണ്ണുകളിൽ കണ്ടത്... പരാജയപ്പെട്ട വിപ്ലവത്തിൽ പിടിക്കപ്പെട്ട വിപ്ലവകാരികളെ ചുട്ടു കൊന്ന സാറിന്റെ പട്ടാളത്തിന്റെ കണ്ണുകളിൽ പാറിയത്....

വിപ്ലവത്തെക്കുറിച്ചുള്ള ലെനിന്റെ പുസ്തകം തുറന്നപാടെ ദൂരെ തെറിച്ചു വീണു കിടക്കുന്നു.

മെടവാതിൽ തൊറന്നാരാണ്ടും ഓടിപ്പാഞ്ഞകത്തേക്കു വന്നു.

“അല്ലാ, സഖാവിനിതെന്നാ പറ്റിയന്നേ?”

ഒച്ചകേട്ടപ്പഴേ മനസ്സിലായി. തങ്കപ്പൻ സഖാവാണ്. ഓടി വന്ന് കൈത്തണ്ടയിൽ പിടിച്ചു.

“അല്ലാ, പല്ലു രണ്ടും ആഴത്തീ പാഞ്ഞിട്ടൊണ്ടല്ലാ. രണ്ടും കല്പിച്ചു കൊത്തിയ മട്ടാണല്ലാ?”

“കടിച്ചതും സഖാവ് നാണപ്പന്റമ്മ മീനു കണ്ടിക്കണെ പിച്ചാത്തി മേടിച്ചങ്ങു വരഞ്ഞന്നേ. എങ്ങാണ്ടൂന്നും ഒരു ചരടെടുത്ത് മേപ്പാട്ട് വച്ചൊരു കെട്ടും കെട്ടി,” മാധവൻ പറയുന്നു.

“അതേതേലും നന്നായി. സഖാവിന്നലെ ഇവടം വിട്ട് പോകണ്ടതാരുന്നല്ലാ? വേറൊരു പാട്ടീ ഒളിവീ കഴിയാൻ ഷെൽറ്ററേർപ്പാടാക്കീന്ന് പറഞ്ഞതാണല്ലാ?”

“ആണന്നേ. എന്നുവച്ച് സഖാവിന്നല എസ് കുമാരൻ സഖാവിനൊരെഴുത്തു കൊടുത്തു വിട്ടന്നേ. സ്റ്റാലിൻ സഖാവിന്റെ പുസ്തകോം കൊറച്ചു കാശും വേണോന്നും പറഞ്ഞ്. അതിന്റ മറുപടി കണ്ടേച്ചു പോകാവന്നും പറഞ്ഞിരിക്കുവാരുന്നന്നേ?”

“ഇന്നലത്തന്ന പോയിരുന്നേ ഇന്നീ കാലപാമ്പ് കടിക്കുവാരുന്നാ”

“അതിപ്പ അങ്ങനെ ചോദിച്ചാ... അപ്പ പാമ്പ് മെനഞ്ഞാന്നു വന്നിരുന്നേലാ? അല്ലേ, ഇത് നല്ല കൂത്ത്...” മെട വാതില്ക്കൽ കണ്ണർകാട്ട് വാസൂന്റെ ഒച്ച.

സഖാവിന്റെ ചുണ്ടുകളിൽ അറിയാതൊരു തെളിച്ചം വിടർന്നു. മരണത്തിനും നർമ്മമുണ്ട്. അടഞ്ഞ കണ്ണുകൾക്കപ്പുറത്തെ തിരപ്പടത്തിൽ ആ കാഴ്ച തെളിഞ്ഞു. കണ്ണർകാട്ടെ ഷെൽട്ടറിലേക്കുള്ള വരവ്. എട്ടൊമ്പതു ദിവസം പോയതറിഞ്ഞില്ല. മാരാരിക്കുളം കളിത്തട്ടിനടുത്ത് കാറിൽ വന്നിറങ്ങിയത് മരണത്തിന്റെ ഷെൽറ്ററിലേക്കായിരുന്നോ? രാമൻ സഖാവെന്ന യു ജിയായി?

വാസുവും അതു തന്നെ ആലോചിക്കുകയായിരുന്നു.

ഓഗസ്റ്റ് പത്ത്. രാത്രി ഒമ്പതു മണി. മാരാരിക്കുളം പാലം. വാസുവും സദാനന്ദനും പാലത്തിനടുത്ത് കാത്തുനിന്നു. പാർട്ടിയുടെ രഹസ്യ കേന്ദ്രത്തിൽനിന്നാണ് കുറിപ്പ് കിട്ടിയത്.

“രാമൻ സഖാവ് വരുന്നു. കണ്ണിലെ കൃഷ്ണമണി പോലെ കാത്തു സൂക്ഷിക്കണം.”

നാടാകെ തീപിടിച്ച കാലമാണ്. കൽക്കട്ടാ തീസിസ് പാറിച്ച തീപ്പൊരി. പാർട്ടി കോൺഗ്രസ് കഴിഞ്ഞതും നെഹ്രു സർക്കാർ കമ്യൂണിസ്റ്റുകാരെ വേട്ടയാടാൻ തുടങ്ങി. രാജ്യവ്യാപകമായി നേതാക്കളെ അറസ്റ്റുചെയ്തു തുറുങ്കിൽ അടച്ചു. പാർട്ടി ആപ്പീസുകൾ മുദ്ര വച്ചു. കമ്യൂണിസ്റ്റുകാരെ പിടികൂടാൻ പട്ടം താണുപിള്ളേടെ പൊലീസും നാടുനീളെ തിരച്ചിൽ തുടങ്ങി. യു ജികളെ കണ്ടുപിടിക്കാൻ രഹസ്യ പൊലീസുകാർ ഓടി നടക്കുകയാണ്.

"ആരാണന്നേ ഈ രാമൻ സഖാവ്?" സദാനന്ദൻ അടക്കത്തിൽ ചോദിച്ചു. "ഇതുക്കു മുമ്പെങ്ങും കേട്ടിട്ടേയില്ലല്ലാ."

"എനിക്കറിയാമ്പാടില്ലെന്നേ" വാസു പറഞ്ഞു. "അറിഞ്ഞന്നു വച്ചാലും പറയാൻ പറ്റുകേലല്ലാ, പാർട്ടി സീക്രട്ടാണ് കേട്ടാ. ശരിക്കത്തെ പേരു വേറെയാണ്. ആളേതായാലും ചില്ലറക്കാരനാവാൻ വഴിയില്ല."

"ഉവ്വ്. അതു നേരാ." സദാനന്ദൻ ശരിവച്ചു.

രാത്രി ഒമ്പതര.

കളിത്തട്ടിനടുത്തൊരു കാർ കണ്ണു ചിമ്മി നിന്നു.

"ആ ഞെക്കു വെളക്ക് മൂന്നു വട്ടം കീപ്പാട്ട് ചിമ്മിക്ക്." വാസു നിർദ്ദേശിച്ചു. പനമ്പീകുമാരൻ സഖാവ് പ്രത്യേകം പറഞ്ഞേല്പിച്ച സിഗ്നലാണ്.

സദാനന്ദൻ കൈയിലിരുന്ന ഞെക്കു വിളക്ക് മൂന്നു വട്ടം മിന്നിച്ചു.

കാർ മുന്നോട്ടു വന്നു.

കാറിനകത്ത് മൂന്നു പെണ്ണുങ്ങളും ഒരു വയസ്സിത്തള്ളയും. അവർക്കിടയിൽ ഞെരുങ്ങിയിരുന്ന ഒരാൾ. കറുത്ത് മെല്ലിച്ച്, കരിമ്പടം പോലത്തെ നീളൻ കുപ്പായമിട്ട് അയാളിറങ്ങിയതും കാർ വിട്ടുപോയി.

മുടി ക്രോപ്പ് ചെയ്ത് മേൽ മീശ വച്ച്... ഒറ്റ നോട്ടത്തിൽ ആളെ തിരിച്ചറിയുന്നില്ല. എന്നാലും ആ കണ്ണുകളിലെ തിളക്കം കണ്ടിട്ട്...

"വാസുവാണോ?" വന്നയാൾ ചോദിച്ചു.

"അതേ. രാമൻ സഖാവാണാ?" വാസു ചോദിച്ചു.

"മേനോൻ എത്തിയോ?" മറുപടിക്കു പകരം ചോദ്യം.

"ഞാ, സഖാവിന്നലെ രാത്രിക്കേ എത്തി" വാസു പറഞ്ഞു.

"ബാക്കിയുള്ളവരൊക്കെയോ?"

"നാളേം മറ്റന്നാളുവായി വരുവെന്നാ പറഞ്ഞുകേട്ടേ" വാസു പറഞ്ഞു.

"കമ്മിറ്റി കൂടാനൊള്ള ഏർപ്പാടൊക്കെ എന്തായി?" എല്ലാം അറിയുന്ന മട്ടിലാണ് ചോദ്യം.

"അതൊക്കേം ഏർപ്പാടാക്കി."

വാസുവാണതിനും മറുപടി പറഞ്ഞത്.

"എവടയാണെന്റെ ഷെൽറ്റർ?" രാമൻ സഖാവ് തല ഉയർത്തിപ്പിടിച്ചു നിന്നു.

"കണ്ണാർകാട്ട്" വാസു നടന്നു. "ചെല്ലിക്കണ്ടത്തുങ്കേ നാണപ്പന്റെ വീട്. കയറ്റാപ്പീസിലാണ് പുള്ളിക്കാരനു പണി."

"അറിയാം. നമ്മടെ ദേശാഭിമാനി വായനശാലേടെ-" സഖാവ് ചോദിച്ചു.

"അതിന്റ പറ്റെത്തന്നെ." വാസു പറഞ്ഞു. "സീ ജി സദാശിവൻ സഖാവും കുമാരപ്പണിക്കരു സഖാവും ഇന്നല വര ഒളിവിലിരുന്നതവടയാണ്."

"എന്നിട്ടവരെങ്ങോട്ടു പോയി?"

"വേറൊരു പാട്ടിലേക്ക്."

"സഖാവേ, ആ സഞ്ചിയിങ്ങു തന്നേരേ" സദാനന്ദൻ രാമൻ സഖാ

വിന്റെ കൈയിലിരുന്ന സഞ്ചിയിൽ പിടിച്ചു. "ഞങ്ങ പിടിച്ചോളാവെന്നേ."

രാമൻ സഖാവ് തലവെട്ടിച്ചു നോക്കി. ആ ചുണ്ടത്തൊരു മിന്നായം. "സഖാവെന്നെ മൊതലാളനാക്കണ മട്ടൊണ്ടല്ലാ? മൊതലാളമ്മാർക്കല്ലേ ബാഗ് പിടിക്കാനും മുറുക്കാൻ ചെല്ലം പിടിക്കാനും കോണാന്റെ വാലു പിടിക്കാനും ആൾക്കാര്? നമ്മളക്കെ പാവപ്പെട്ട സഖാക്കളല്ലേ?"

സദാനന്ദന്റെ പിടി അയഞ്ഞു.

"നേരാണ് കേട്ടാ. ആള് ചില്ലറക്കാരനല്ല." രാമൻ സഖാവ് ബീഡി കത്തിക്കാൻ നിന്നതും സദാനന്ദൻ അടക്കത്തിൽ പറഞ്ഞു. വാസുവിനും തോന്നിയിരുന്നു. കാറിൽ വന്നിറങ്ങിയതും കാന്തത്തിലേക്ക് ഇരുമ്പിനെ വലിച്ചടുപ്പിക്കുന്ന മാതിരി ഒരു വലിച്ചിൽ. ആ കണ്ണുകളിൽ വല്ലാത്തൊരു ആജ്ഞാശക്തി.

"ആ പാട്ടിലെന്താ ഒരു മൂളിച്ച പോലെ." രാമൻ സഖാവ് ചെവി കൂർപ്പിച്ച് വലതു ഭാഗത്തേക്ക് തലവെട്ടിച്ചു.

വാസുവിനു കാര്യം പിടികിട്ടി.

തോട്ടിലെ ഒഴുക്കിന്റെ ഒച്ചയാണ്.

"പാലത്തിന്റ താഴെ വെള്ളം ഒഴുകിപ്പോകണ ഒച്ചയാണ്..." വാസു പറഞ്ഞതും സദാനന്ദൻ കൂട്ടിച്ചേർത്തു. "വയലാറേക്ക് പട്ടാള വണ്ടി വരാണ്ടിരിക്കാൻ മൂന്നു വട്ടം പൊളിച്ചിട്ട പാലവാണ്. നമ്മട ആറു സഖാക്കളെയാ അവമ്മാരു വെടിവച്ചു കൊന്ന് തോട്ടീത്താഴ്ത്തിയേ."

രാമൻ സഖാവ് ആ ഇരുട്ടിലേക്ക് നോക്കി നിന്നു. വലതുകൈ മുഷ്ടി ആകാശത്തിനു നേർക്കുയർന്നോ?

"സഖാവേ," വാസു കട്ടിലിനടുത്തേക്ക് വന്നു. "ഒന്നാലോചിച്ചാ മാധവൻ പറഞ്ഞേ നേരാ. ഇന്നലത്തന്ന അങ്ങാട്ട് പോയിരുന്നേ ഇന്നീ കാലക്കേട് വരുവാരുന്നാ?"

സഖാവ് സ്റ്റാലിന്റെ പുസ്തകം.

പത്തുരൂപ.

വാസുവിന്റെ ചോദ്യം.

മെടവാതിലിനു പുറത്ത് ആരോ പറയുന്നു. "വരാനൊള്ളത് വഴീ തങ്ങുകേല, സഖാവേ."

സഖാവിന്റെ ചുണ്ടിന്റെ കോണിലൊരു ഈറൻ ചിരി പൊടിഞ്ഞു. മരണത്തിന്റെ ഷെൽറ്ററിലേക്കായിരുന്നോ അന്ന് വാസു വഴി തെളിച്ചത്?

നാല്

മനസ്സിന്റെ തിരപ്പടത്തിൽ എന്തൊക്കെയോ കാഴ്ചകൾ മിന്നിമറയുകയാണ്.

വസൂരിക്കല പടർന്ന അമ്മ നടവഴികൾ താണ്ടി നടന്നു വരുന്നു. പാർവത്യാരു നാറാപിള്ള വാണ പറൂർ തറവാട്ട് പറമ്പിലെ പട്ടടയിൽ വസൂരി ചിതലരിച്ച മുഖം പൊന്തിച്ച് അമ്മ എത്തിനോക്കുന്നു. "പറക്ക മുറ്റാത്ത എന്റ മക്കളെ ഇട്ടേച്ച് അമ്മയ്ക്കൊരുപ്പോക്കു പോകണ്ടി വന്നല്ലോ?"

അമ്മയ്ക്കു വസൂരി പിടിപെട്ടതും തറവാട്ടിൽനിന്ന് മാറ്റിത്താമസിപ്പിച്ചതാണ്. മരിച്ചെന്നറിഞ്ഞിട്ടും തറവാട്ടു കാരണവർ കാണാൻ സമ്മതിച്ചില്ല. അമ്മുക്കുട്ടിപ്പാപ്പയും ഗൗരിപ്പാപ്പയും മുഖത്തോടു മുഖം നോക്കി. പത്തു വയസ്സുകാരൻ നാണപ്പൻ ചേട്ടനെ കെട്ടിപ്പിടിച്ചു കരഞ്ഞു. പതിമൂന്നു വയസ്സുകാരൻ ചേട്ടൻ ദൂരെ ആകാശത്തേക്കു നോക്കിയിരുന്നു.

സന്ധ്യ ഇരുണ്ടതും ആരും കാണാതെ പറൂർ തറവാട്ടിലേക്കു നടന്നു. ഒറ്റത്തായും മുഖപ്പും കനൽവെട്ടത്തിൽ ചുവന്നു. പട്ടടയിൽ കത്തിയെരിയുകയാണമ്മ.

തെക്കേ എറ വിളുമ്പത്ത്, ചിത കത്തിയമരും വരെ കണ്ണെടുക്കാതെ നോക്കിനിന്നു. പുറം വരാന്തയിലെ നെരപ്പലകയിൽ തലയും ചാരിയിരുന്നു. അമ്മ മരിച്ച് ഒരാണ്ട് തികയും മുമ്പേ അച്ഛനും –

ഗൗരിപ്പാപ്പ ആലപ്പുഴയ്ക്കു കൂട്ടിക്കൊണ്ടു പോയി.

പക്കർസേട്ടിന്റെ പാണ്ടികശാലയിൽ കണക്കപ്പിള്ളയായിരുന്നു അളിയൻ. കണിശക്കാരൻ. കയറ്റാഫീസിൽ പണിയേർപ്പാടാക്കിത്തന്നു. രണ്ടിടത്തു നിന്നു. രണ്ടും മടുത്തു. രായ്ക്കു രാമാനം ആലപ്പുഴ വിട്ടു. നാടായ നാടൊക്കെ അലഞ്ഞു വൈക്കത്തു തിരിച്ചെത്തി. പിന്നെ അലഹാബാദിലേക്ക് കള്ളവണ്ടി കയറി. തലമൊട്ടയടിച്ച്, പിൻകുടുമ വച്ച്, പൂണൂലിട്ടു

നടന്നു, കുറച്ചുകാലം. ഹരിദ്വാറിലെ ധർമ്മാലയങ്ങളിൽ ചക്കാത്തിനു ശാപ്പാട് തരപ്പെടുത്താൻ. അലഹബാദിലെ ഹിന്ദി സാഹിത്യ വിശാരദ് പഠന കാലം. പ്രേംചന്ദിന്റെ പുസ്തകങ്ങൾ കൂട്ടായി. "ഒരു പുതു യുഗത്തിന്റെ സൂര്യനിതാ ഉദിക്കുകയായി. അതിന്റെ പ്രകാശ ധോരണിയിൽ തൊഴിലാളിമുതലാളി വേർതിരിവില്ലാതെയാവും. മനുഷ്യരൊന്നാവും." പ്രേംചന്ദ് എഴുതിയ വരികൾ മനസ്സിൽ ഉരുവിട്ടു നടന്നു. നാട്ടിലേക്കുള്ള മടക്കയാത്രയിൽ പ്രേംചന്ദിന്റെ ഹുണ്ടികക്കാരുടെ സംസ്കാരവും കൂടെ കൊണ്ടുപോന്നു.

കോഴിക്കോട്ടെ ഖിലാഫത്ത് കടപ്പുറം. ഉപ്പുവെള്ളം പകർന്ന മൺ ചട്ടികൾക്കിടയിൽ തീ കൂട്ടി 'ജയ്' വിളിക്കുന്ന ദേശസ്നേഹികൾ. ഖാദിത്തൊപ്പി ചൂടി, കൈയിൽ മൂവർണ്ണക്കൊടിയുമായി അവർക്ക് കാവൽ നിന്നു. ചുട്ടുപൊള്ളുന്ന വെയിൽ. ആമു സൂപ്രണ്ട് ബൂട്ടിട്ട കാലുപൊക്കി ആഞ്ഞാഞ്ഞു ചവിട്ടിയിട്ടും കൊടിക്കമ്പ് മാറോട് ചേർത്ത് കമഴ്ന്നുകിടന്നു. ചോരയിൽ കുളിച്ച് കളക്ടറാപ്പീസിലേക്ക് വലിച്ചിഴച്ചപ്പോഴും മൂവർണ്ണ ക്കൊടി മാറോടു ചേർത്തു പിടിച്ചു.

തുക്ടി സായ്വിന്റെ കാൽച്ചുവട്ടിൽ വന്നു വീണപ്പോഴും കൊടിത്തണ്ട് മുറുകെപ്പിടിച്ചു.

"ആരടാ നായേ നീ?" ആമു സൂപ്രണ്ട് കുറുവടി ആഞ്ഞു വീശി ചെകിട് പൊട്ടിച്ചു.

ചോരയിറ്റുന്ന മുഖം പൊത്തിച്ച് മുഷ്ടി ചുരുട്ടി വീശി:

"ഭാരത് മാതാ കീ ജയ്!"

"യൂ ബാസ്റ്റാർഡ്," ആമു സൂപ്രണ്ട് അടിവയറ്റിൽ ആഞ്ഞു ചവിട്ടി. "യൂവാർ അണ്ടർ അറസ്റ്റ്." തുക്ടി സായ്വ് അമറി.

കോഴിക്കോട് സബ് ജയിലിലെ കൊടിയ മർദ്ദനം. പിറ്റേന്ന് പ്രത്യേക തീവണ്ടി കോച്ചിൽ കണ്ണൂർ ജയിലിലേക്ക്.

കേളപ്പൻ, മുഹമ്മദ് അബ്ദുറഹ്മാൻ, മൊയാരം, എ സി കണ്ണൻ നായർ, കൃഷ്ണസ്വാമി അയ്യർ, ആർ വി ശർമ്മ...

ഒറ്റക്കോണകമുടുത്ത് ഇരുട്ടറയിൽ.

വെന്തു ചീഞ്ഞ്, തടിയൻ പുഴുക്കൾ നുരയ്ക്കുന്ന പഴകിയ ചോറ് തട്ടിനീക്കിയ സഹതടവുകാരനെ തല്ലിച്ചതയ്ക്കുന്നത് കണ്ടുനില്ക്കാൻ കഴിഞ്ഞില്ല. "നിർത്തെടാ ചെറ്റകളേ," ജയിൽ സൂപ്രണ്ടിനെ നോക്കിയാ ണലറിയത്.

"ഇവനെ കോൽച്ചങ്ങലയിലിട്ട് തല്ലിച്ചതയ്ക്ക്," സൂപ്രണ്ട് അലറി പ്പാഞ്ഞു വന്നു. "ഇവനാണ് തിരുവിതാംകൂറീന്നു വന്ന കൃഷ്ണപിള്ള. രാജ്യദ്രോഹി."

രണ്ടുദിവസം ഇരുമ്പു ചങ്ങലയിലിട്ട് രാപകൽ മർദ്ദനം. മൂന്നാംനാൾ വെല്ലൂർ ജയിലിലേക്ക്. അവിടന്ന് സേലം ജയിൽ. വീണ്ടും കോൽച്ചങ്ങല യിൽ.

തടവിൽ ഒമ്പതു മാസം.

കാഴ്ചകൾ ഒന്നൊന്നായി അതിശീഘ്രം മിന്നിമായുകയാണ്, തിരപ്പടത്തിലെന്നപോലെ.

മരണമെത്തുന്ന നേരത്തങ്ങനെയാണ്.... കടന്നുപോയ ജീവിതത്തിലെ കാഴ്ചകൾ അകമനസ്സിൽ തെളിഞ്ഞു വരും... എവിടെയാണങ്ങനെ വായിച്ചത്? തങ്കമ്മ കൊടുത്തുവിട്ട ഏതോ ഹിന്ദി പുസ്തകത്തിലോ?

തങ്കമ്മ അടുത്തുണ്ടായിരുന്നെങ്കിൽ? തങ്കമ്മ എവിടെയാണ്? ഒളിവിൽ പോണതറിഞ്ഞതും ഹൃദയം പൊട്ടിയാണ് തങ്കമ്മ ചോദിച്ചത്... "ഇതക്കെ അറിഞ്ഞോണ്ടെന്തിനായിരുന്നു എട്ടും പൊട്ടും തിരിയാത്ത എന്നെ.....? ഊരും വീടും വേണ്ടന്നുവച്ചിറങ്ങിപ്പോന്ന ഞാനിനി എവിടയ്ക്കാണ് പോകണ്ടത്?"

"പാർട്ടി തീരുമാനമാണ് വലുത്." അതിനപ്പുറം ഒന്നും പറയേണ്ടതില്ലെന്നു തോന്നി. അതിനപ്പുറം ഒന്നും പറയാനുമില്ല, ഒരു സഖാവിന്.

തങ്കമ്മയെ വേർപിരിഞ്ഞിട്ട് മാസം ആറായി. ആലപ്പുഴയിലെ തിരഞ്ഞെടുപ്പ് കഴിഞ്ഞ് കണ്ടതാണ്. അവസാനമായി ഒന്നു കാണാൻ കഴിഞ്ഞെങ്കിൽ.

വാസുവിനോടോ മാധവനോടോ പറഞ്ഞാലോ?

"സഖാവേ..."

മാധവനെയാണ് വിളിച്ചത്.

സഖാവത് കേട്ട മട്ടില്ല. അതോ ഒച്ച വെളിയിലേക്കു വരണില്ലേ? തൊണ്ടക്കുഴിയിൽ നുരിയും പതയും കുമിയുകയാണോ?

വല്ല വിധേനയും തങ്കമ്മയെ വിളിച്ചു വരുത്തണം. തങ്കമ്മ... എവിടെയാണിപ്പോ? ഒളിവിൽ പോകാൻ നേരം എവിടേക്കാണവളെ പറഞ്ഞയച്ചത്? ഒന്നുമറിയില്ല. ഓർമ്മ വല്ലാതെ മങ്ങുന്നു.

"പ്യാരീ തങ്കം....
ക്യാ തും ജാൻതീ മേം തുമേ കിത് നാ ചാഹ്താ ഹും?"

പ്രിയപ്പെട്ട തങ്കം,
നിനക്കറിയില്ലേ, നിന്നെ ഞാനെത്രമാത്രം ഇഷ്ടപ്പെടുന്നുവെന്ന്?

"ഔർ മേം ഭീ..."

അടുത്തെവിടെയോ നിന്ന് തങ്കമ്മ പറയുന്നു.

എവിടെ? തങ്കമ്മയെവിടെ?

അഞ്ച്

"സഖാവേ,"

തങ്കമ്മ പിന്നിൽനിന്ന് വിളിച്ചു.

സഖാവ് തിരിഞ്ഞു നോക്കി.

വെയിലേറ്റ് കരുവാളിച്ച് തങ്കമ്മ. കയ്യിലിരുന്ന ലഘുലേഖകൾ നിവർത്തി തങ്കമ്മ വെയിലിനു മറപിടിച്ചു.

"സഖാവ് വല്ലാതെ ക്ഷീണിതനാണല്ലോ? നേരത്തും കാലത്തും വല്ലതും കഴിക്കുന്നൊണ്ടോ?"

"സഖാവിനതിനെവിടാ നേരം," ഒപ്പമുണ്ടായിരുന്ന പത്മനാഭൻ സഖാവാണ് പറഞ്ഞത്. "ജീവന്മരണ പോരാട്ടവല്ലേ? പാർട്ടി നിർത്തിയ സ്ഥാനാർത്ഥികളെയെല്ലാം ജയിപ്പിച്ചിട്ടേ സഖാവിനിനി ഊണും ഒറക്കവു വൊള്ളൂ."

"മഹിളാ സ്ക്വാഡിന്റെ പ്രവർത്തനം മുറപോലെ നടക്കണൊണ്ടല്ലാ അല്ലേ?" സഖാവ് ചുണ്ടത്തിരുന്ന തെറുപ്പു ബീഡി ദശ വറ്റിയ വിരലുകൾക്കിടയിൽ ഞെരടി.

"പൊരിവെയിലത്തും വീടും കുടിയുമുപേക്ഷിച്ച് ഞങ്ങളു പെണ്ണുങ്ങളു വീട് വീടാന്തരം കേറിയെറങ്ങണെ സഖാവ് കാണണില്ലേ?"

തങ്കമ്മ ലേശം ഈർഷ്യയോടെയാണത് പറഞ്ഞത്.

"കൺവെട്ടത്തു കാണണതിലല്ല കാര്യം, പെട്ടിയിൽ ഓട്ട് വീഴ്ത്തണം," സഖാവ് നേതാവിന്റെ ഗർവ്വോടെ പറഞ്ഞു. "തിരുവിതാംകൂറിലെ പ്രഥമ പൊതു തിരഞ്ഞെടുപ്പാണ്. ആലപ്പൊഴേന്ന് ടി വി തോമസ് ജയിക്കണം. പാർട്ടീട ആൾബലം തിരഞ്ഞെടുപ്പിലൂടെ വെളിവാകണം. കാലമതാണ്. കമ്യൂണിസ്റ്റ് പാർട്ടി ജനാധിപത്യത്തിലൂടെ അധികാരത്തിൽ വരണം."

തങ്കമ്മ ഒപ്പമുണ്ടായിരുന്ന മഹിളാ സമാജം സഖാക്കളെ നോക്കി മുഖം കോട്ടി. മഹിളാ സഖാക്കളുടെ ചുണ്ടുകളിൽ തെളിഞ്ഞുവന്ന ചെറിയൊരു ചിരി സഖാവിന്റെ മുഖത്തെ ഗൗരവം കണ്ടതും മിന്നിമറഞ്ഞു.

“ശരി, സ്ക്വാഡ് വർക്ക് കാര്യമായി നടക്കട്ടെ.” സഖാവ് തങ്കമ്മയുടെ ചുമലിൽ തട്ടി.

തങ്കമ്മയും കൂട്ടരും നടക്കാനൊരുമ്പെട്ടതും നേതാവ് തിരിഞ്ഞു നിന്നു.

തങ്കമ്മയെ നോക്കി സഖാവ് പറഞ്ഞു: “ആലപ്പൊഴേലെ വെയില് അസാദ്ധ്യ വെയിലാണ്. എടയ്ക്കെടയ്ക്ക് എവിടുന്നേലും ഇച്ചിരെ സംഭാരം കുടിക്കാൻ മറക്കണ്ട. ഇല്ലേ വാടിപ്പോം. ശീലവില്ലാത്തതല്ലേ.”

“ഓ, അതക്കെ തങ്കമ്മ സഖാവിനെപ്പഴേ ശീലവായി.” കൂട്ടത്തിലുണ്ടായിരുന്ന ദേവയാനി സഖാവ് പറഞ്ഞു. “മലബാറീന്നു പോന്നിട്ട് മാസം രണ്ടുമൂന്നായില്ലേ? മഹിളാ സമാജത്തെ ഒരു നെലയിലെത്തിച്ചില്ലേ?”

“അതു നേരാ...” പത്മനാഭൻ സഖാവ് ശരി വച്ചു. “മലബാറില തീയീ കുരുത്താ പിന്ന ഏത് നട്ട വെയിലത്തും വാടുകേലാ.”

തങ്കമ്മ തിരിഞ്ഞുനോക്കി. ചുണ്ടിന്റെ കോണിലൊരു ചിരി തെളിഞ്ഞു. അത് സഖാവിനു നേർക്കായിരുന്നു. ബീഡിക്കറ പിടിച്ച ചുണ്ടിലും. വെയിലിന്റെ വെള്ളായം.

“എന്നാ ശരി” തങ്കമ്മ കൈവീശി.

“ആട്ടെ,” സഖാവ് കൈ ചുരുട്ടി വീശി.

തങ്കമ്മയുടെ മുടിപ്പിണരുകൾക്കിടയിലൊരു ചൊകന്ന റോസാപ്പൂ. വെയിലേറ്റത് വാടിയിരുന്നു. മഹിളാ സഖാക്കൾക്കൊപ്പം മുന്നോട്ട് നടക്കുന്നതിനിടയിൽ തങ്കമ്മ തിരിഞ്ഞു നോക്കി. സഖാവ് നോക്കിയ പാടേ നില്ക്കുകയാണ്. തങ്കമ്മ കാറ്റല പോലെ നടന്നു.

സഖാവിന്റെ കണ്മുന്നിലന്നേരം ആ ചൊകന്ന റോസാപ്പൂ തെളിഞ്ഞു വന്നു.

ശുചീന്ദ്രം തെരുവ്.

എടലാക്കുടി ജയിലിറങ്ങി വന്ന് പിറ്റേന്ന്.

സബ് രജിസ്ട്രാർ നിവർത്തി വച്ച പേരേടിൽ കൈയൊപ്പ് വച്ചതും തങ്കമ്മ ഒളിപ്പിച്ചു വച്ചിരുന്ന ചൊകന്ന റോസാപ്പൂവെടുത്ത് നീട്ടി.

“ചിവപ്പ് റോജാ,”

തങ്കമ്മയുടെ ചുണ്ടിലന്നേരമൊരു തമിഴ്പ്പൂ വിരിഞ്ഞു.

ആറ്

ഒളിവിൽ കഴിയുന്നതിനിടെ, വൈക്കത്തുനിന്ന് അറസ്റ്റുചെയ്ത് തിരുവനന്തപുരം ജയിലിലേക്കാണ് കൊണ്ടുവന്നത്. രാത്രി കുടിച്ചു തിമർത്ത വാർഡന്മാർ കൈച്ചൊരുക്ക് തീർക്കാൻ ഡറ്റിന്യു തടവുകാർ കിടക്കുന്ന സെല്ലുകളിലേക്ക് വന്നു. തടവുകാർ വിരണ്ടെണീറ്റു.

കൂട്ടത്തിലേക്കും തടിമിടുക്കുള്ള ഒരുത്തനെ വാർഡന്മാർ വട്ടം പിടിച്ചു. തല കാല്മുട്ടുകൾക്കിടയിലാക്കി കുനിച്ചു നിർത്തി ഇടി തുടങ്ങി. രണ്ടാമത്തെ വാർഡൻ വേറൊരുത്തനെ മുടിക്കുത്തിനു പിടിച്ചു പൊക്കി. കാല്മുട്ടുയർത്തി നാഭിക്കൊരു താങ്ങ്. സെല്ലിന്റെ ചുമരുകളെ ഭേദിക്കുന്നതായിരുന്നു അവന്റെ നിലവിളി.

"നിർത്തടാ ചെറ്റകളേ," സെല്ലിന്റെ മൂലയിൽനിന്നായിരുന്നു ഇടിവെട്ടും പോലെ ആ അലർച്ച. വാർഡന്മാർ ഞെട്ടിത്തിരിഞ്ഞു നോക്കി.

ചുള്ളിക്കമ്പ് പോലൊരുത്തൻ.

പുതിയ തടവുകാരൻ.

"നായീന്റെ മോനേ, ആരടാ നീ?" വാർഡൻ കൈ വീശി ചീറിയടുത്തു.

"നായീന്റ മോൻ നിന്റെ തന്ത" അടിക്കാനാഞ്ഞ കൈത്തണ്ടയിൽ ഒറ്റപ്പിടുത്തം.

"നോക്കി നിക്കാണ്ട് കൂട്ടം ചേർന്നടിയടാ, ഈ ചെറ്റകളെ," പുതിയ തടവുകാരൻ ആജ്ഞാപിച്ചു. "മേലാൽ സെല്ലിനകത്തുകേറി ഇവമ്മാരു നെരങ്ങല്ല്. ഇതോടെ പഠിക്കണം."

തടവുകാരൊത്തുകൂടി. പൊരിഞ്ഞ അടി. വാർഡന്മാർ തടിയൂരി.

നേരം വെളുത്തതും ജയിലറും നാലഞ്ച് വാർഡന്മാരും ഈട്ടി റൂൾത്തടിയും ചക്കരക്കയറുമായി വന്നു.

ജയിലർ ബൂട്ടിട്ട കാലമർത്തിച്ചവിട്ടി. "പന്ന റാസ്കൽ. നീയാണോടാ

കമ്യൂണിസ്റ്റ് കൃഷ്ണപിള്ള? നീയെന്താടാ ജയിലിൽ വിപ്ലവം നടത്താവെന്നു കരുതിയോടാ നായേ? നോക്കിനിക്കാണ്ട് പിടിച്ചു കെട്ടടാ ഈ പന്ന കഴുവറടാ മോനേ."

സെല്ലിന്റെ അഴികൾക്കിടയിലൂടെ കൈ രണ്ടും പുറത്തേക്ക് വലിച്ചു നീട്ടി ചക്കരക്കയറിനു വരിഞ്ഞു കെട്ടി.

"അടിയടാ," ജയിലർ അലറി. "അവന്റെ ഒടുക്കത്തെ അഹന്ത ഒടുങ്ങും വരെ അടി. അങ്ങ് ഹജ്ജൂർ കച്ചേരി വരെ കേക്കണം അവന്റെ നെലോളി."

വാർഡന്മാർ മാറിമാറി അടി തുടങ്ങി.

എല്ലുപൊട്ടുന്ന ഒച്ച. കൈമുട്ടിലും കൈത്തണ്ടയിലുമാണടി.

സഖാവ് പല്ലു ഞെരടി. എല്ലു നുറുങ്ങുന്ന വേദന. കണ്ണുകളിൽ തീപാറി. കടിച്ചു പിടിച്ചു.

"ഇവനെത്ര തല്ലീട്ടും കൂസലില്ലേമ്മാനേ. കടിമൂത്ത എനവാണ്." വാർഡന്മാർ കുഴഞ്ഞു.

"ഇവനിവിടക്കെടന്നാ കൊഴപ്പവാണ്" ജയിലർ പല്ലിറുമ്മി. "ഇവനെ നാളത്തന്നെ എടലാക്കുടിക്ക് കെട്ടുകെട്ടിക്കണം. അവടാവുമ്പോ കൊലപ്പുള്ളികടെ കൂട്ടത്തിലിട്ട് പാണ്ടിപ്പൊലീസ് കൈക്കഴപ്പ് തീർത്തോളും. പന്ന റാസ്കൽ!"

ജയിലർ അഴിയുടെ നേർക്കാഞ്ഞു ചവിട്ടി.

ഏഴ്

എടലാക്കുടി.

ശുചീന്ദ്രത്ത് നിന്ന് ഒന്നര മൈൽ വടക്ക്, നാഗർകോവിലിലെത്തും മുമ്പ് ഒറ്റപ്പെട്ട കടലോരഗ്രാമം.

വധശിക്ഷയ്ക്ക് വിധിക്കപ്പെടുന്ന കൊടും കുറ്റവാളികളെ തൂക്കിലിടുന്ന ജയിൽ. ഉയരം കൂടിയ കരിങ്കൽ ഭിത്തികൾ. കട്ടിയുള്ള ഇരുമ്പഴികൾ. തൂക്കുമുറിയോടു ചേർന്നുള്ള സെല്ലിലാണടച്ചത്. ഇരുമ്പഴിയിട്ട ജനാലയ്ക്കരികെ പ്രായം ചെന്നൊരു ഞാവൽ മരം. നാലുപാടും ചിതറിക്കിടക്കുന്ന ഞാവൽപ്പഴങ്ങൾ. കാക്കകളും കവളംകിളികളും കൊത്തിപ്പെറുക്കുന്നു. തൂക്കുമുറി സദാ തഴുതിട്ടിരിക്കുകയാണ്. രാത്രി, ഒന്നുറങ്ങിക്കഴിഞ്ഞ് അകത്ത് അലർച്ച കേൾക്കാമെന്ന് സഹതടവുകാരിൽ ചിലർ പറഞ്ഞു. കൊങ്ങാക്കുഴിയിൽ കുരുക്കു മുറുകുമ്പോഴത്തെ അലർച്ച. തൂക്കിലേറ്റിയവനെ കുരുക്കഴിച്ച് നടുത്തളത്തിലെ കൊടുകാപ്പുളിയുടെ ചോട്ടിലാണ് പഴംപായ വിരിച്ച് മാനം നോക്കി കെടത്താറ്.

“തൂക്കുകയറു കിട്ടാനുമ്മാത്രം പണിയെടുത്തേച്ചാണോ ഇങ്ങോട്ടു പോന്നത്?” മാർത്താണ്ഡത്തുകാരൻ തടവുകാരൻ കുശലം ചോദിച്ചു.

“അല്ല, ജന്മിവാഴ്ചയ്ക്കും മുതലാളിത്തത്തിനും തൂക്കു കയറിടാൻ വന്നതാണ്,” സഖാവ് പറഞ്ഞു. അയ്യൻപിള്ളപ്പൊലീസ് അതുകേട്ട് ചിരിച്ചു.

അഞ്ചു രൂപാ പൊലീസ് അയ്യൻപിള്ള ശരിക്കുമൊരു പാവം പൊലീസുകാരനായിരുന്നു. പോക്കില്ലാഞ്ഞിട്ട് പൊലീസിൽ ചേർന്ന പാവത്താൻ. കൈത്തണ്ടയിലെയും മുട്ടിലെയും നീരു വറ്റാൻ നാഗർകോവിലീന്ന് രണ്ടു വട്ടമാണ് കാശൊന്നും വാങ്ങാതെ ഒടിവെണ്ണ കൊണ്ടത്തന്നത്.

ഉച്ചതിരിഞ്ഞ നേരം. അയ്യൻപിള്ള സെല്ലിന്റെ വാതില്ക്കലെ ബഞ്ചിൽ വന്നിരുന്നു. തൊപ്പിയൂരി വച്ച്, പട്ടീസു ചുറ്റിയ കാലിന്മേൽ കാൽ കയറ്റി

വച്ച് വെറ്റില ഞരമ്പ് കീറി വാസനച്ചുണ്ണാമ്പ് തേച്ചു.

"അല്ലാ, അയ്യൻ പിള്ളപ്പൊലീസേ," സഖാവ് നയത്തിൽ ചോദിച്ചു. "വായിക്കാനെന്തേലും ഹിന്ദിപ്പൊസ്തകം കിട്ടാൻ വഴിയൊണ്ടോ?"

അലഹബാദിൽ ഹിന്ദി വിശാരദിനു കൂടെ പഠിച്ചവരാരെങ്കിലും നാഗർ കോവിലിലോ ചുറ്റുവട്ടത്തോ കാണാതിരിക്കില്ല. അയ്യൻപിള്ള വഴി അവരിലാരെങ്കിലുമായി ബന്ധപ്പെടണം. പുറം ലോകത്തേക്കൊരു പാലം തീർക്കണം, നാട്ടിലുള്ള സഖാക്കളുമായി... അതായിരുന്നു ഉദ്ദേശം.

അയ്യൻപിള്ളപ്പൊലീസ് വെറ്റില ചുരുട്ടി അണയിലേക്കിട്ട് നിവർന്നിരുന്നു:

"അതിപ്പോ.. ഇന്ദീല കെടയ്ക്കെ ഏതാ വഴി ഇരുക്കാ...ചെന്തമിഴിലു കെടച്ചാ പോതുമാ?"

ഹിന്ദി വേണമെന്നെന്താ? നല്ല ചെന്തമിഴായാലോ? അയ്യൻപിള്ളയുടെ മറുചോദ്യം.

"അതു പോരാ, ഹിന്ദി തന്നെ വേണം."

"അതുക്കിപ്പോ... ഇന്ദി പഠിച്ചവങ്കയാരിരുക്കാ?" അയ്യൻപിള്ളപ്പൊലീസ് ആലോചിച്ചിരുന്നു.

"ഒരു....ഹിന്ദി പ്രചാരകൻ കൃഷ്ണദാസ്.... നാഗർ കോവിലിലെ വിടെയോ ... നേരത്തേ കേട്ടിരുന്നു."

"ഉങ്ക കൂട പഠിച്ചവങ്കളാ?"

"ഉവ്വ്,"

"ഓ അപ്പടിയാ" അയ്യൻപിള്ളപ്പൊലീസ് തൊപ്പിയെടുത്ത് തലയിൽ വച്ചെണീറ്റു. "നാൻ പാത്തിട്ടു വരട്ടാ?"

കൃഷ്ണദാസിനെ ബന്ധപ്പെടാനായാൽ നാട്ടിലെ വിശേഷങ്ങളറിയാം. ഹിന്ദിയിൽ അയാളുമായി കത്തിടപാട് നടത്താം. പുറത്തുള്ള സഖാക്കളുമായി അയാൾ വഴി ബന്ധപ്പെടാം. സഖാവ് കണക്കു കൂട്ടി.

മൊറാഴയിലും ചിറയ്ക്കലും തലശേരിയിലും പിന്നെ എന്തൊക്കെ നടന്നുവെന്നൊരെത്തും പിടിയുവില്ല. ഇ എമ്മെസ് സഖാവ് എവിടെയാണെന്നറിയണം. കൃഷ്ണപിള്ളയെ തിരുവിതാംകൂർ പൊലീസ് കൊന്നുകളഞ്ഞതായി വാർത്ത പ്രചരിക്കുന്നതായി അയ്യൻ പിള്ളയോടാരോ സി ഐ ഡി പറഞ്ഞത്രെ. മാതൃഭൂമി പത്രം അതേച്ചൊല്ലി ഉശിരനൊരു മുഖപ്രസംഗം എഴുതിയെന്നും. 'സഖാവ് കൃഷ്ണപിള്ളയെവിടെ?' എന്ന് ചോദിച്ച് നാനാ ദേശങ്ങളിലും ജാഥാകളും യോഗങ്ങളും നടക്കുന്നു. കയ്യൂരിൽ ജാഥ നടത്തിയ ചിരുകണ്ടൻ സഖാവിനേയും വേറേം നാലഞ്ചാളേം രാജ്യ രക്ഷാ റൂൾ പ്രകാരം അറസ്റ്റ് ചെയ്തെന്നൊരു കരക്കമ്പിയും കേട്ടു. കൃഷ്ണപിള്ള മരിച്ചിട്ടില്ല, ഇവിടെ എടലാക്കുടി ജയിലിലുണ്ടെന്ന് പുറം ലോകത്തെ അറിയിക്കണം. സഖാക്കൾക്കത് ഉശിരു പകരും. അതിനൊരു പാലം വേണം. അയ്യൻപിള്ളപ്പൊലീസ് കൃഷ്ണദാസിനെ തെരഞ്ഞു പിടിക്കും. ഹിന്ദി പുസ്തകം കൊണ്ടുവരും. ആ പുസ്തകത്തിന്റെ ചട്ടയ്ക്കകത്തൊളിപ്പിച്ച് പുറത്തേക്കയക്കാനുള്ള സന്ദേശങ്ങൾ ഇരു ചെവിയറിയാതെ കൃഷ്ണദാസ് വഴി കൈമാറണം.

എട്ട്

ശുചീന്ദ്രത്തെ ഹനുമാൻ പോറ്റീടെ കാപ്പി ശാപ്പാട് കടയിൽ നിന്നിറങ്ങി വരുമ്പോഴാണ് അയ്യൻപിള്ളപ്പൊലീസ് തങ്കത്തെ കൈയോടെ പിടികൂടിയത്. സത്യത്തിൽ പച്ചമഞ്ഞളരച്ചു നേർപ്പിച്ച തങ്കത്തിന്റെ സുന്ദരമായ മുഖമല്ല, പിടികിട്ടാപ്പുള്ളികളെപ്പോലെ മാറത്തൊളിച്ചിരുന്ന ഹിന്ദിപ്പുസ്തകങ്ങളാണ് അയ്യൻപിള്ളപ്പൊലീസിന്റെ കണ്ണിൽ പെട്ടത്. നാഗർകോവിലിൽ പോയി ഹിന്ദി പഠിച്ച് വീട്ടിലേക്കുള്ള മടക്കത്തിലായിരുന്നു തങ്കമ്മ. അപ്പാവുടെ കടയിലേക്കെത്തി നോക്കി വാഴയിലയിൽ പൊതിഞ്ഞു കെട്ടി വച്ചിരുന്ന രസവടപ്പകർച്ചയുമെടുത്ത് പുറത്ത് കാത്തു നിന്നിരുന്ന പെൺകുട്ടികൾക്കൊപ്പം തങ്കം നടന്നതും വാടിയ ജമന്തിപ്പൂ മണം ആവാഹിച്ച് അയ്യൻപിള്ളപ്പൊലീസ് പിന്നാലെ ചെന്നു. കുശലം ചോദിച്ച കൂട്ടത്തിൽ രാവിലെ ഒമ്പതിനാണ് നാഗർ കോവിലിലെ ഹിന്ദി ക്ലാസെന്നറിഞ്ഞു. റൂട്ടിലെ ഒരേയൊരു വണ്ടിയായ പയനിയർ മോട്ടോഴ്സിലാണ് യാത്ര.

പിറ്റേന്ന് കാലത്തു തന്നെ അയ്യൻപിള്ള പൊലീസ് ശുചീന്ദ്രം കവലയിലെത്തി. തിരുവനന്തപുരം – നാഗർകോവിൽ സിമന്റ് റോഡ്. പയനിയർ ഇതുവഴി പാഞ്ഞുവരും.

അയ്യൻപിള്ള പോലീസ് ചുറ്റും നോക്കി. കാര്യങ്ങൾ രഹസ്യമായിരിക്കണവല്ലോ? കൂട്ടുകാരി സരസ്വതിക്കൊപ്പം നാലഞ്ച് പുസ്തകം മാറോടു ചേർത്ത് തങ്കം മെല്ലെ വരുന്നു. സരസ്വതി കേൾക്കാതെ മാറ്റിനിർത്തി അയ്യൻപിള്ള പൊലീസ് ചോദിച്ചു.

“തങ്കം, ഏതാവത് ഇന്ദി പുത്തകം ഇരുക്കാ?”

“എതുക്ക്?”

“വാസിപ്പതർക്ക് ത്താൻ”

ആർക്ക് വായിക്കാനെന്ന് തങ്കം ചോദിച്ചില്ല.

കരുതിവച്ച പോലെ മാറത്തു ചേർത്തു വച്ചിരുന്ന പുസ്തകങ്ങൾക്കിടയിൽ നിന്ന് *ചന്ദ്രഗുപ്ത്* എടുത്തു കാട്ടി.

"ഇത് പോതുമാ?" ഇത് റൊമ്പ ഫേമസ് പുത്തകം. ജയശങ്കർ പ്രസാദിനെ കേക്കലെയാ?"

അയ്യൻപിള്ള പൊലീസ് പുസ്തകം വാങ്ങി തിരിച്ചും മറിച്ചും നോക്കി. ഒന്നും പിടികിട്ടിയില്ല. ജയശങ്കർ പ്രസാദ് ആരായാലെന്ത്?

"ഇത്ന്നാ ഇത്" അയ്യൻപിള്ള പൊലീസ് പുസ്തകം മുഷിഞ്ഞ കക്ഷത്തിൽ വച്ചു.

ജീവിതത്തിലിന്നേവരെ ഒറ്റ പുസ്തകം വായിച്ചിട്ടില്ല. വായിക്കുന്നവരെ അത്ഭുതത്തോടെയാണു അയ്യൻപിള്ള പൊലീസ് നോക്കാറ്. റൈട്ടർ ശുപ്പാമണി സ്വാമി റൂളും ചട്ടവും നിവർത്തി വച്ച് തല പുണ്ണാക്കുന്നതും ഇടക്കിടെ നെറ്റി ചുളിച്ച് ആലോചിച്ചിരിക്കുന്നതും കാണാം. റൂളും ചട്ടവും ആയാലും അതും വായന തന്നെ. എന്നാലും അതിലൊന്നും കിട്ടാത്ത എന്തോ ഒന്ന് തടവുകാരൻ കൃഷ്ണപിള്ളേപ്പോലെ പഠിപ്പൊള്ളവരു വായിക്കുന്ന ഇമ്മാതിരി പുസ്തകങ്ങളിലൊണ്ട്. അതെന്താണന്നൊരെത്തും പിടിയുമില്ല.

"അല്ലാ, അഞ്ചു രൂപാ പൊലീസെന്താ വാ പിളന്ത പോലെ നിയ്ക്കറാൻ?"

തങ്കം മുഖമുയർത്തി.

"ഏയ്, ഒണ്ണുമില്ലെ. ഏതാവത്..."

സരസ്വതി അതു കേട്ട് അടക്കത്തിൽ ചിരിച്ചു.

പയനിയർ ബസ് പൊടി പറത്തി പാഞ്ഞുവന്നു. ചന്ദ്രഗുപ്തനെ കസ്റ്റഡിയിലാക്കി അയ്യൻപിള്ള പൊലീസ് ആ പൊടിയിലാറാടി നിന്നു.

ഒൻപത്

ശുചീന്ദ്രം.

സ്ഥാണു മാലയപ്പെരുമാൾ അരിയിട്ടു വാഴുന്നയിടം.

ഗ്രാമത്തിലേക്കെത്തി നോക്കുന്ന നെടുങ്കൻ കിഴക്കേ ഗോപുരം.

സ്ഥാണു മാലയപ്പെരുമാൾ.

സ്ഥാണു. മാൽ. അയൻ.

ശിവൻ. വിഷ്ണു. ബ്രഹ്മാവ്.

ത്രിമൂർത്തികൾ.

മാർകഴിയിലെ ഒന്നാം ഉത്സവം. കൊടിപ്പട്ടം തോളിലേറ്റി രഥ വീഥികളിലൂടെ ഹനുമാൻ പോറ്റി പ്രദക്ഷിണത്തിനിറങ്ങും. ഇത്തിരിപ്പോന്ന രാമനെ കുമ്പിട്ടു നില്ക്കുന്ന പതിനെട്ടടി പൊക്കക്കാരൻ ഹനുമാന്റെ സ്വന്തം ശാന്തിക്കാരൻ. സാക്ഷാൽ ജനാർദ്ദനൻ പോറ്റി. പൂജ കഴിഞ്ഞാൽ ഗ്രാമത്തിലെ തിരക്കേറിയ കാപ്പി ശാപ്പാട് കടയിലെ പണപ്പെട്ടിക്കു മുന്നിൽ വന്നിരിക്കും. വൈകിട്ട് ചൂതുകളിഭ്രാന്തിലിറക്കാൻ കാശ് സ്വരുക്കൂട്ടാൻ. ഗ്രാമത്തിൽ ഒന്നല്ല, രണ്ടുണ്ട് പോറ്റിക്ക് സ്വന്തമായി ഹോട്ടൽ. പൊണ്ടാട്ടിമാരും രണ്ട്. കാപ്പി ശാപ്പാട് കട പോലെ രണ്ടും രണ്ടിടത്ത്.

പോറ്റി ഹോട്ടലിലെ നെയ്യിൽ മൊരിച്ചെടുത്ത ബോളി പേരുകേട്ടതാണ്. അഞ്ചു രൂപാ പൊലീസ് അയ്യൻ പിള്ളയ്ക്ക് വല്ലപ്പോഴും ഒന്നോ രണ്ടോ ബോളി ഹനുമാൻ പോറ്റി സൗജന്യമായിക്കൊടുക്കും. 'ഇന്നു രൊക്കം നാളെ കടം' എഴുതിയ പലക അന്നൊന്നും ശുചീന്ദ്രത്തെ കടകളുടെ മുന്നിലില്ല. കയ്യിൽ കാശില്ലെങ്കിലും അയ്യൻപിള്ള കുംഭ തടവി ഇറങ്ങാൻ നേരം പറയും, "ഇന്നേക്കുള്ളതും പറ്റിലേ ചേർത്ത്ക്കേ."

ഒരിക്കലും വീട്ടാത്ത പോലീസ് പറ്റുപടി.

ഹിന്ദി പാഠശാലയിൽ നിന്നു മടങ്ങി വരുന്ന വഴി തങ്കമ്മ ഇടയ്

ക്കൊക്കെ അപ്പാവുടെ കാപ്പിശാപ്പാട് കടയിലേക്കെത്തി നോക്കാറുണ്ട്. കടപ്പണ്ടം നിത്യേന പകർച്ചപ്പൊതി കെട്ടി വീട്ടിലേക്കു കൊണ്ടുവരുന്ന ഏർപ്പാട് അമ്മയ്ക്ക് പിടിത്തമില്ല. അതുകൊണ്ട് നേരിട്ടാവും ശാപ്പിടൽ. നല്ല ചൂട് വെങ്കായ ഊത്തപ്പം, സാമ്പാർ, ഇഡ്ഡലി, ദോശ, തൈരു സാദം അല്ലെങ്കിൽ കായ ബജി...രസ വട....

അമ്മനാടായ കുഴിത്തുറയിലാണ് തങ്കമ്മ പഠിച്ചത്. ഏഴാം തരം പാസായി വെർണാക്കുലർ സ്കൂൾ ലീവിങ് സർട്ടിഫിക്കറ്റ് നേടി. പിന്നെ പേട്ട പെൺ പള്ളിക്കൂടത്തിൽ ചേർന്നു. ഇടയ്ക്കു വച്ച് പേട്ടയിലെ പഠിത്തം മതിയാക്കി നാഗർകോവിലിലെ ഹിന്ദി പാഠശാലയിൽ ചേർന്നു.

കാപ്പി കുടിച്ചിറങ്ങിയതും എതിരെ അയ്യൻപിള്ള. കണ്ടതും തങ്കം ചോദിച്ചു.

"ആമാ...അന്ത ബുക്ക് യാരുക്കു വേണ്ടി കേട്ടീങ്കെ?"

"ആർക്കു വേണ്ടിയായിരുന്നു ആ പുസ്തകം?"

"അതാ,"അയ്യൻപിള്ള തല ചൊറിഞ്ഞു.

"ഉങ്കളുക്കല്ലെണ്ണു തെരിയും. വേറെ യാരുക്ക്?"

അയ്യൻ പിള്ളയ്ക്കല്ലെന്നെനിക്കറിയാം. പിന്നെയാർക്ക്?

തങ്കമ്മ തനിച്ചായിരുന്നു.

എന്നാലും തടവുപുള്ളിക്കാണെന്ന സത്യം എങ്ങനെ പറയും?

"അത്.. അന്ത കാൺഗ്രസുകാരൻ ഇരുക്കാൻലാ?...അന്ത എടലാക്കുടി ജയിലില... അവരുക്ക്..."

"ആമാ... കാൺഗ്രസുകാരനുക്ക്...അന്ത ജയിലില എന്ന വേല?"

"അവുങ്ക വന്ത്," അയ്യൻപിള്ള പതറി. "ങാ...ങാ... ചിറൈ കൈദി.... അന്ത ജയിലിലേ കെടക്കറവൻ താനെ..."

"ആമാ... തടവു പുള്ളിയാ...? കടവുളേ..."

തങ്കമ്മ അന്തം വിട്ടു.

അന്നു രാത്രി തങ്കമ്മ ഉറങ്ങിയില്ല. നാടിനു വേണ്ടി സമരം ചെയ്യുന്ന കോൺഗ്രസുകാരെക്കുറിച്ച് അച്ഛനു വലിയ മതിപ്പാണ്. എന്നുവച്ച് തടവു കാരനു പുസ്തകം കൊടുത്തെങ്ങാനും അച്ഛനറിഞ്ഞാൽ.... ജയിലിൽ കിട ക്കുന്നവരെ സഹായിക്കുന്നവർ പൊലീസിന്റെ നോട്ടപ്പുള്ളികളാവില്ലേ? അച്ഛനറിഞ്ഞാൽ അതോടെ നാഗർകോവിലിലെ ഹിന്ദിപഠിത്തം മതി യാക്കും. താഴെ ഒന്നും രണ്ടുമല്ല, നാലാണ് ഇളയത്തുങ്ങൾ, അവരുടെ കാര്യവും.

ആ തടവുപുള്ളി ആരായിരിക്കും? ഹിന്ദി പഠിച്ച ആളല്ലേ? കണ്ടാൽ ആരെപ്പോലിരിക്കും? പൊലീസ് അയാളെ ഒരുപാട് ഉപദ്രവിച്ചിട്ടുണ്ടാവില്ലേ? പാവം, നാടിനു സ്വാതന്ത്ര്യം കിട്ടാൻ വേണ്ടിയല്ലേ ഇത്രേം പഠിപ്പുണ്ടായിട്ടും ഈ കഷ്ടപ്പാടൊക്കേം സഹിക്കുന്നത്?

അഞ്ചാം നാൾ അയ്യൻപിള്ളപ്പൊലീസ് ബസ് സ്റ്റോപ്പിൽ കാത്തു നിന്ന് പുസ്തകം ഭദ്രമായി തിരികെയേല്പിച്ചപ്പഴാണ് ആശ്വാസമായത്.

തിരികെ നടക്കാൻ നേരം അയ്യൻപിള്ളപ്പൊലീസ് അടക്കത്തിൽ പറഞ്ഞു:

“തങ്കം, കൊഞ്ചം കൂട പെരിയ പുത്തകം വേണും. അവർ നിറയെ പഠിച്ചവർ പോലെ തെരിയുത്. എപ്പ പാത്താലും പേനാവും കൈയുമായ്ത്താൻ ഇരുക്കാര്.”

തങ്കമ്മയത് കേട്ടതായേ ഭാവിച്ചില്ല. ഒരു പുസ്തകം കൊടുത്തതിന്റെ ദണ്ഡം തീർന്നിട്ടില്ല. അതിനു മുൻപാണ് കൊഞ്ചം കൂട പെരിയ പുത്തകം!

വീട്ടിൽ വന്ന് വേഷം മാറി കട്ടിലിൽ കമഴ്ന്നു കിടന്നപ്പോൾ വെറുതേയൊരു കൗതുകം തോന്നി. പുസ്തകമെടുത്ത് തുറന്നു നോക്കിയ തങ്കമ്മ ഞെട്ടി.

"ആപ് കാ നാം ക്യാ ഹെ?"

തടവുകാരന്റെ ചോദ്യം.

റൂൾ പെൻസിൽ കൊണ്ടെഴുതിയ വടിവൊത്ത അക്ഷരങ്ങൾ മിഴിച്ചു നോക്കുന്നു. "നിന്റെ പേരെന്താണ്?"

തങ്കമ്മയ്ക്കാദ്യം അരിശമാണ് വന്നത്. പുസ്തകം കൊടുത്തു വിട്ടതാരെന്നെന്തിനറിയണം? എങ്കിലും ആ കൈപ്പടയുടെ വടിവിലും ഒഴുക്കിലും നോക്കിയിരുന്നു പോയി. നന്നായി ഹിന്ദി പഠിച്ചയാളാണ്. കൈത്തഴക്കം വന്ന എഴുത്ത്.

പുസ്തകം കൈമാറാൻ നേരം അയ്യൻപിള്ള പൊലീസ് പറഞ്ഞതോർമ്മ വന്നു: "അവർ നിറയെ പഠിച്ചവർ പോലെ തെരികിറത്. എപ്പ പാത്താലും പേനാവും കൈയുമാത്താനിരുക്കാര്."

"അയ്യൻപിള്ളപ്പൊലീസേ, അവുങ്ക വന്ത് തടവു പുള്ളി താൻ? തടവ് പുള്ളികൾ സർക്കാരിന്റെ നോട്ടപ്പുള്ളികളല്ലേ? അവർക്ക് പുസ്തകം കൊടുക്കുന്നത് സർക്കാർ അറിഞ്ഞാൽ?" പിറ്റേന്ന് അയ്യൻപിള്ളയെ വഴിയിൽ കണ്ടതും തങ്കമ്മ ചോദിച്ചു.

അയ്യൻപിള്ള പൊട്ടിച്ചിരിച്ചു. "ഇങ്കെ നാൻ താൻ സർക്കാര്. നാനില്ലാമെ വേറെ ഏത് സർക്കാര്? തങ്കം.. അത് നിനച്ച് കവലപ്പെടാതെ."

"ആമാ, ആനാ...," തങ്കമ്മ മടിച്ചു.

"അവരു റൊമ്പ കെട്ടിക്കാററില്ലയാ. എല്ലാവരുക്കും രൊമ്പ പിടിത്തവരില്ലയാ. പൊലീസുകാറർകൾക്കുംതാൻ.... മട്ടുമില്ലെ, നല്ല പടിത്തവരും കൂടെ. അവരു എഴുതത് പാക്കണം... മുത്തുപോലെ ഇരുക്കും."

"സരി, അപ്പടീണാ നാളെ ചായംകാലം വരേൻ..." തങ്കമ്മ പറഞ്ഞു.

"അപ്പോ നല്ല ഒരു പെരിയ പുത്തകം പാത്തു വയ്ക്കണം... പോയിട്ടു വരട്ടുമാ?"

അയ്യൻപിള്ള പൊലീസ് യാത്രപറഞ്ഞു നടന്നു.

എന്തു ചെയ്യണം? തങ്കമ്മ രാത്രി മുഴുവൻ അതു മാത്രമാണാലോചിച്ചത്. പുസ്തകം കൊടുത്താൽ... എന്നെങ്കിലും പിടിക്കപ്പെട്ടെന്നു വരാം. കൊടുക്കാതിരുന്നാൽ... ആ പാവം മനുഷ്യൻ... രാജ്യസ്നേഹിയായ ആ മനുഷ്യൻ... ഒന്നും ചെയ്യാനില്ലാതെ ആ തടവറയിൽ.... എത്രമാത്രം മുഷിച്ചിലാവും?

പിറ്റേന്ന് ഹിന്ദി പാഠശാലയിലെത്തിയതും വലിയൊരു പുസ്തകം തരപ്പെടുത്തി.

പ്രേം ചന്ദിന്റെ നോവൽ: *ഗോദാൻ.*

അയ്യൻപിള്ള വന്നു. പ്രേംചന്ദിനെ കക്ഷത്തിലൊതുക്കിപ്പോയി. നാലാം ദിവസം പത്രക്കടലാസിൽ ഭദ്രമായി പൊതിഞ്ഞ *ഗോദാനു*മായി അയ്യൻപിള്ള തിരികെ വന്നു.

"കൊഞ്ചം കൂട പെരിയ പുത്തകം ഇരുക്കുങ്കളാ?"

അയ്യൻപിള്ള ചോദിച്ചു.

അയ്യൻപിള്ള പോയതും തങ്കമ്മ ആകാംക്ഷയോടെ പൊതി തുറന്നു നോക്കി. അതിന്റെ പുറത്ത് പെൻസിൽ കൊണ്ടെഴുതിയ വടിവൊത്ത അക്ഷരങ്ങൾ.

"മേരാ നാം കൃഷ്ണപിള്ള ഹെ.

ആപ് കാ നാം ക്യാഹെ?"

അകത്തെ കയറു വരിഞ്ഞ കട്ടിലിൽ പുസ്തകം ചേർത്തു പിടിച്ച് ആ അക്ഷരങ്ങളിൽ കുറേനേരം നോക്കിയിരുന്നു. പിറ്റേന്ന് ഹിന്ദി പാഠശാലയിൽ നിന്നെടുത്ത പുസ്തകത്തിൽ നാലഞ്ച് ഏടുകൾക്കപ്പുറം ആരും കാണാതെ തങ്കമ്മ കുറിച്ചു:

"തങ്കമ്മ...മേരാ നാം...ഹെ."

പത്ത്

എടലാക്കുടി ജയിൽ.

കനത്ത കരിങ്കൽ ചുവരുകൾക്കകത്ത് കാലം അനക്കമില്ലാതെ കിടന്നു. അരണ്ട മണ്ണെണ്ണ വിളക്കിന്റെ വെട്ടത്തിൽ ചുമരിൽ ചാരി ഉറങ്ങാതെയൊരാൾ. പുറം വരാന്തയിൽ കവാത്ത് നടത്തുന്ന സെൻട്രിക്കാരൻ അക്ഷമയോടെ ഇടയ്ക്കിടെ ഇരുമ്പഴികൾക്കിടയിലൂടെ അകത്തേക്ക് നോട്ടം പായിക്കും. ഏതുനേരവും കുത്തിക്കുറിച്ചും വായിച്ചും ഇരിക്കുന്ന തടവുകാരൻ.

അയ്യൻപിള്ള കൊണ്ടുവന്ന പുസ്തകത്തിന്റെ ചട്ടയ്ക്കുള്ളിൽ ഒളിപ്പിച്ചു വച്ച ഹിന്ദിയിലെഴുതിയ കടലാസ് ചുരുൾ ഒന്നൂടെ പുറത്തെടുത്ത് കണ്ണോടിച്ചു.

തങ്കമ്മാ, സൗഖ്യമല്ലേ?

ഇവിടെ എനിക്കും ഒരു വിധം സൗഖ്യം തന്നെ.

പിന്നെ ജയിലിനുള്ളിലെ സുഖത്തെക്കുറിച്ച് ഞാൻ പറയാതെ തന്നെ തങ്കമ്മയ്ക്ക് ഊഹിക്കാനാവുമല്ലോ? മാസം രണ്ടു കഴിഞ്ഞു. ഞാൻ എടലാക്കുടി ജയിലിൽ വന്നിട്ട്. ഇനി എത്രനാൾ കിടക്കേണ്ടി വരുമെന്നൊരു നിശ്ചയവുമില്ല... പിന്നെ... ഞാൻ ജയിലിൽ വരാനുണ്ടായ സാഹചര്യം... അത് തങ്കമ്മ അറിഞ്ഞിരിക്കണമല്ലോ? അതുകൊണ്ട് വിസ്തരിച്ച് പറയുകയാണ്...

തങ്കമ്മ കേൾക്കാനിടയില്ല.

ചിറയ്ക്കൽ... മൊറാഴ... മട്ടന്നൂർ... തലശ്ശേരി... കയ്യൂർ... അങ്ങ് മലബാറിലാണ്... അവിടങ്ങളിലൊക്കെ പൊലീസിന്റെ പൈശാചിക വാഴ്ചയാണ്. അവിടെയായിരുന്നു ഞാൻ... ജന്മി വർഗ്ഗവും അവരുടെ ചട്ടമ്പിമാരും പാവപ്പെട്ട ജനങ്ങളെ ചവിട്ടി മെതിക്കുകയാണ്. അവരുടെ കൂട്ടത്തിലാണ് പൊലീസും. രാത്രി വീടു വീടാന്തരം കേറിയിറങ്ങി പരി

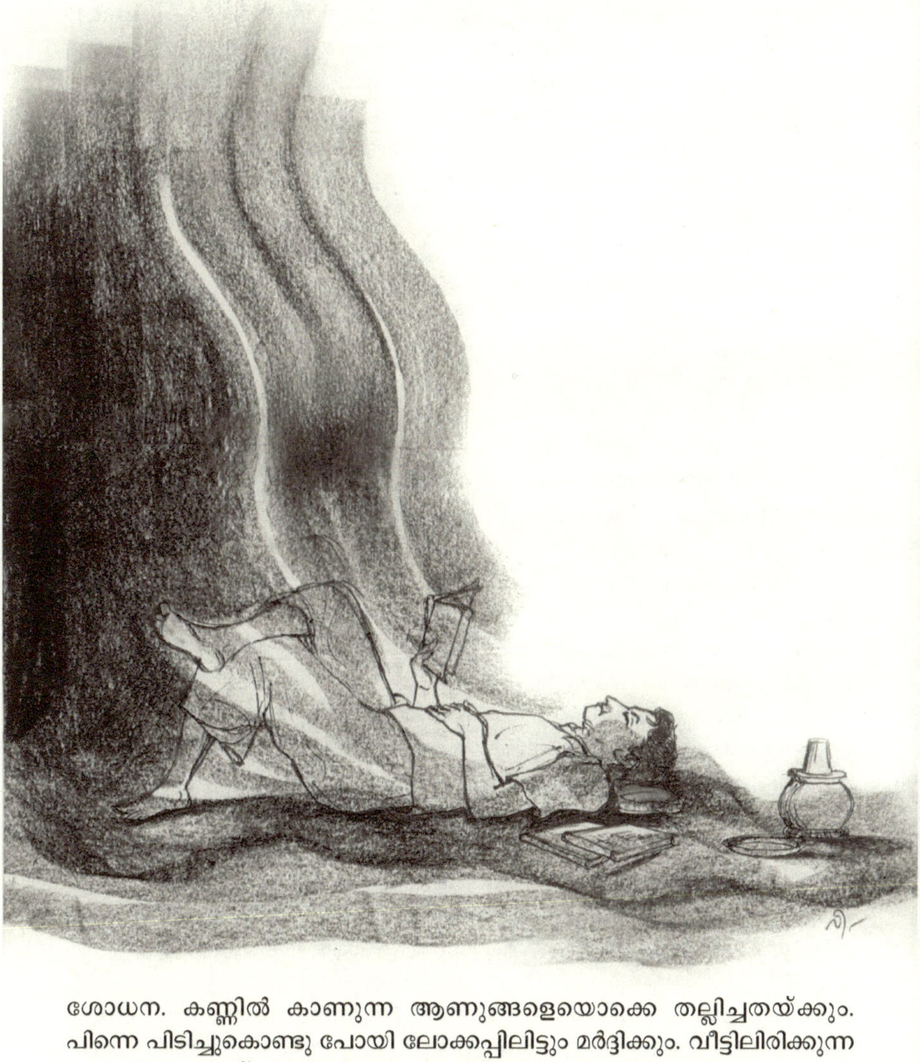

ശോധന. കണ്ണിൽ കാണുന്ന ആണുങ്ങളെയൊക്കെ തല്ലിച്ചതയ്ക്കും. പിന്നെ പിടിച്ചുകൊണ്ടു പോയി ലോക്കപ്പിലിട്ടും മർദ്ദിക്കും. വീട്ടിലിരിക്കുന്ന ചെറുപ്രായക്കാര് പെണ്ണുങ്ങളെ അച്ഛനമ്മമാരടേം കുഞ്ഞുങ്ങടേം മറ്റും കണ്മുമ്പിലിട്ടാ മാനം കെടുത്തുന്നെ. ഇതൊക്കെ എത്ര കണ്ടു സഹിക്കും? ഞങ്ങളൊക്കെ ഒളിവിലിരുന്നാണ് പ്രവർത്തനം. പാവങ്ങളുടെ നേർക്കുള്ള ഇത്തരം കൊടിയ മർദ്ദനങ്ങൾക്കെതിരെ പ്രതിഷേധിക്കാൻ ഞങ്ങൾ തീരുമാനമെടുക്കാനുണ്ടായ സാഹചര്യമതാണ്. ഇക്കഴിഞ്ഞ സെപ്തംബർ പതി

നഞ്ചിനായിരുന്നു. പാപ്പിനിശ്ശേരി എന്നൊരു സ്ഥലമുണ്ട്. അതിനടുത്ത് കീച്ചേരിയിൽ വച്ചായിരുന്നു. കർഷക സഖാക്കൾ പൊതിച്ചോറു പൊതി കെട്ടി ജാഥയായിട്ടാണ് വന്നത്. ആറോൺ മില്ലിലെ തൊഴിലാളി സഖാക്കളും ഖദറുടുപ്പിട്ട കോൺഗ്രസ് വാളണ്ടിയർമാരും കാൽനടയായി വന്നു. അപ്പോഴേക്കും പൊലീസ് വന്ന് വളഞ്ഞു. നിരോധനാജ്ഞ പ്രഖ്യാപിച്ചു. അപ്പോൾത്തന്നെ സഖാക്കളും കോൺഗ്രസ് വാളണ്ടിയർമാരും തൊട്ട പ്പുറത്ത് നിരോധനാജ്ഞ ഇല്ലാത്ത മൊറാഴയിലേക്ക് ജാഥയായിപ്പോയി. അഞ്ചാം പീടികയിൽ യോഗം ചേർന്നു. ചെങ്കൊടികളും മൂവർണ്ണക്കൊ ടികളും കൊണ്ടവിടം നിറഞ്ഞു. പൊലീസ് അവിടെയും വന്ന് വളഞ്ഞു. യോഗം നിരോധിച്ചതായി പ്രഖ്യാപിച്ചു. അതന്യായമല്ലേ? പറയാനുള്ള കാര്യങ്ങൾ സമാധാനമായി പറഞ്ഞിട്ട് പോകാവെന്നായി നമ്മുടെ സഖാ ക്കൾ. പൊലീസ് അതിനും സമ്മതിച്ചില്ല. പൊലീസിന്റെ ആജ്ഞയ്ക്കു മുന്നിൽ മുട്ടുമടക്കാൻ ജനങ്ങളും തയ്യാറായില്ല. എന്തുവന്നാലും യോഗം നടത്തുമെന്നായി. പിന്നത്തെ കാര്യം പറയേണ്ടല്ലോ. പൊലീസിന്റെ തേർ വാഴ്ചയായിരുന്നു. ജാഥാ ക്യാപ്റ്റൻ അറയ്ക്കൽ കുഞ്ഞിരാമനെ നിലത്തിട്ട് ചവിട്ടി. പട്ടിയെ തല്ലും പോലെ സഖാക്കളേം വാളണ്ടിയർമാരേം തല്ലിച്ചതച്ചു. യോഗ നടപടികൾ നോക്കി നടത്തിയിരുന്ന വിഷ്ണുഭാരതീ യനെ ഭീകരമായി മർദ്ദിച്ച് വലിച്ചിഴച്ച് പൊലീസ് വണ്ടിയിലിട്ടു പിന്നെയും ദ്രോഹിച്ചു.

അതേദിവസം തലശ്ശേരിക്കടുത്ത് മട്ടന്നൂരും കൂത്തുപറമ്പിലും ഇതേ മാതിരി സംഭവിച്ചു.. തലശ്ശേരി കടപ്പുറത്ത് ജനങ്ങളുടെ നേർക്ക് പൊലീസ് വെടിവച്ചു. ഉശിരന്മാരായ നമ്മടെ രണ്ട് സഖാക്കൾ... അബുവും ചാത്തു ക്കുട്ടിയും രക്തസാക്ഷികളായി.

അതിക്രമം അതിരു കടന്നാപ്പിന്നെ ആളുകൾ കൈയും കെട്ടി നിയ് ക്കുവോ? അവരും തിരിച്ചടിച്ചു. മൊറാഴയിലും തലശ്ശേരിയിലുമായി മൂന്ന് പൊലീസുകാർ സംഘർഷത്തിനിടയിൽ മരണപ്പെട്ടു. മലബാറിലെങ്ങും ഇപ്പോൾ പട്ടാള ഭരണം പോലെയാണ്. ഞാനുൾപ്പെടുന്ന കമ്യൂണിസ്റ്റ് പാർ ട്ടിയെ മുമ്പേ തന്നെ നിരോധിച്ചിരിക്കുകയാണ്. ജനങ്ങൾക്കൊരു സ്വസ്ഥ തയുമില്ല. പെണ്ണുങ്ങൾക്കും കുഞ്ഞുങ്ങൾക്കും വീട്ടിനു പുറത്തിറങ്ങി നട ക്കാൻ വയ്യ. വീട്ടിനകത്തും ഏതു നേരവും പൊലീസിന്റെ പരിശോധനയും തിരച്ചിലും. നാട്ടുകാർക്ക് മനസ്സമാധാനത്തോടെ കിടന്നുറങ്ങാൻ വയ്യാ തായി.

ഒരുവശത്ത് ബ്രിട്ടീഷ് സാമ്രാജ്യത്വം നമ്മുടെ സ്വാതന്ത്ര്യ പ്രസ്ഥാ നത്തെ അടിച്ചമർത്താൻ ഒരുമ്പെട്ടിറങ്ങിയിരിക്കുന്നു. മറുവശത്ത് സ്വന്തം നാട്ടുകാർക്കെതിരെ ജന്മി മുതലാളന്മാരും പൊലീസും. ഈ ഭ്രാന്തൻ നയങ്ങൾക്കെതിരായി ജാതി മത വർഗ്ഗ വ്യത്യാസമില്ലാതെ ജനങ്ങളെക്കൂട്ടി പ്രക്ഷോഭണം നടത്തി വരികയാണ് കമ്യൂണിസ്റ്റ് പാർട്ടി.

ഇതിനൊക്കെ ഒരറുതി വേണ്ടേ? മനുഷ്യരെപ്പോലെ എല്ലാവർക്കും ജീവിക്കണ്ടേ? ഈ ഭൂമി ജന്മിമാർക്കും മുതലാളന്മാർക്കും മാത്രമുള്ള

താണോ? ഇവിടെ ജനിക്കുന്ന എല്ലാവർക്കും ഈ ഭൂമിയിൽ തുല്യ അവകാശമില്ലേ? കുറച്ചാളുകൾ സമ്പത്ത് കൈയടക്കി വയ്ക്കുന്നതും പാവങ്ങളെ വരുതിയിലാക്കി മെക്കിട്ടുകേറുന്നതും ന്യായീകരിക്കത്തക്കതാണോ? ലോകത്താകമാനം വർഗ്ഗസമരത്തിലൂടെ സാമൂഹിക ജീവിതക്രമത്തിനു മാറ്റം വരുത്താനുള്ള യത്നത്തിലാണ് കമ്യൂണിസ്റ്റ് പ്രസ്ഥാനം. സോവിയറ്റ് റഷ്യയിൽ ബോൾഷെവിക് വിപ്ലവത്തിലൂടെ സാർ ഭരണത്തെ ഇല്ലായ്മ ചെയ്ത് സഖാവ് വ്ളാഡിമിർ ലെനിൻ അത് നടപ്പാക്കിക്കഴിഞ്ഞു. ലെനിന്റെ പുസ്തകങ്ങൾ ഹിന്ദിയിലുണ്ട്. *ലെനിൻ കി ജീവനി ഔർ ഉസ്കേ വിചാർ....* *ബോൾഷെവിക് ജാദുഗർ*. വേറെയുമുണ്ട്. *റോട്ടി കി സവാൽ....* എമിൽ ബേൺസിന്റെ *വാട്ടീസ് കമ്യൂണിസം* എന്ന പുസ്തകത്തിന്റെ ഹിന്ദി പരിഭാഷ. *കമ്യൂണിസം ക്യാഹേ?* തങ്കമ്മ അതൊക്കെ വായിക്കണം.

ജന്മിത്തം നശിക്കട്ടെ!

സാമ്രാജ്യത്വം തുലയട്ടെ!

വീണ്ടും അയ്യൻപിള്ള പൊലീസ് അടുത്ത പുസ്തകം എത്തിക്കും വരെ,

ലാൽ സലാം!

സ്വന്തം കൃഷ്ണപിള്ള.

സഖാവ് കത്ത് മടക്കി പുസ്തകച്ചട്ടയ്ക്കകത്തൊളിപ്പിച്ചു വച്ചു.

തങ്കമ്മയെ പാലമാക്കണം. പുറം ലോകത്തേക്കുള്ള പാലം.

സഖാവ് നിലത്തു വിരിച്ചിട്ട തഴപ്പായയിൽ മലർന്നു കിടന്നാലോചിച്ചു. തങ്കമ്മയുടെ മറുപടി എന്തായിരിക്കും? ഈ എഴുത്ത് വായിച്ചു തീരുമ്പഴേക്കും തങ്കമ്മയുടെ ഹൃദയം അലിയണം. മനുഷ്യസ്നേഹത്തിന്റെ തത്ത്വശാസ്ത്രമാണ് കമ്യൂണിസമെന്ന് തങ്കമ്മ തിരിച്ചറിയണം. തങ്കമ്മയെ പരുവപ്പെടുത്തിയെടുക്കാനായാൽ പുറത്തുള്ള സഖാക്കൾക്കുള്ള എഴുത്തുകുത്തുകൾ ഹിന്ദിയിലാക്കി തങ്കമ്മയ്ക്ക് കൊടുത്തുവിടാം. തങ്കമ്മയെക്കൊണ്ടത് മലയാളത്തിലാക്കി തപാലിൽ അയപ്പിക്കണം. തങ്കമ്മ മടിപറയാനിടയില്ല. എടലാക്കുടിയിൽ വന്ന ശേഷം മലബാറിലെ കാര്യങ്ങളൊന്നുമറിയുന്നില്ല. മൊറാഴയിൽ പിന്നീടെന്തുണ്ടായി? തലശ്ശേരിയിൽ, ചിറയ്ക്കൽ, മട്ടന്നൂരിൽ...

തോക്കേന്തിയ പാറാവുകാരൻ റോന്ത് ചുറ്റലിനിടെ ഇരുമ്പഴികൾക്കിടയിലൂടെ അകത്തേക്കെത്തി നോക്കി. കാലിന്മേൽ കാലുയർത്തി വച്ച് കൈ രണ്ടും തലയിണയാക്കി ആലോചിച്ച് കിടക്കുകയാണ് തടവുകാരൻ.

സഖാവ് തല പൊന്തിച്ചതും അയാൾ കണ്ടിട്ടില്ലെന്ന മട്ടിൽ വലിഞ്ഞു.

'നിറയെ പടിത്തവർ,' അയാൾ വിചാരിച്ചു കാണും.

പതിനൊന്ന്

ഗ്രാമത്തിലെ കുളപ്പടവിലിരുന്നാണ് തങ്കമ്മയത് വായിച്ചത്. താഴത്തെ പടവിനു മീതേ പാവാട വിരുത്തിട്ട്, പുസ്തകം മടിയിൽ നിവർത്തി വച്ച്.... സരസ്വതിയെങ്ങാനും വന്നാൽ കഥ വായിക്കുകയാണെന്ന് കരുതട്ടെ. നാലഞ്ചാവർത്തി വായിച്ചു. സഖാവ് അറസ്റ്റിലായതും എടലാക്കുടി ജയിലിലെത്തിയതുമൊഴിച്ച് ഒന്നും മനസ്സിലായില്ല.

പുസ്തകത്താളിനുള്ളിൽ കരുതി വച്ച കടലാസിൽ തങ്കമ്മ എഴുതി.

"ഞാനൊരു പൊട്ടിപ്പെണ്ണാണ്. രാഷ്ട്രീയത്തിന്റെ ഹരിശ്രീ അറിയാത്തവൾ. രാവിലെ എണീറ്റ് കുളിച്ച് അമ്പലത്തിൽ പോവും. പിന്നെ പയനിയർ മോട്ടോഴ്സിൽ ഹിന്ദി പാഠശാലയിലേക്ക്. വൈകിട്ട് മുടങ്ങാതെ ദീപാരാധന തൊഴും. ഹനുമാൻ സ്വാമിയുടെ നടയിൽ അച്ഛനുണ്ടാവും. നേദിച്ച അവിൽ തരും. രാത്രി അത്താഴം കഴിച്ചു കിടന്നുറങ്ങും. ഇടനേരങ്ങളിൽ കയ്യീ കിട്ടുന്നതെന്തും വായിക്കും. പിന്നെ കഥകളും നാടകങ്ങളുമാണ് കൂടുതലിഷ്ടം. ഇതക്കെ തന്നെ എന്റെ ജീവിതം. സത്യം പറയാല്ലോ... ഈ എഴുതുന്നതിൽ പാതിയും എന്റെ തലയ്ക്കു മീതേക്കൂടി പറന്നു പോവുകയാണ്. കമ്യൂണിസം, വിപ്ലവം, വർഗ്ഗ ശത്രു എന്നൊന്നും പറഞ്ഞാൽ എനിക്ക് മനസ്സിലാവില്ല. ഇന്ത്യൻ നാഷനൽ കോൺഗ്രസ്, സ്റ്റേറ്റ് കോൺഗ്രസ്, സോഷ്യലിസ്റ്റ് പാർട്ടി, കമ്യൂണിസ്റ്റ് പാർട്ടി... എന്തിനാണിത്രയേറേ പാർട്ടികൾ? ഇംഗ്ളീഷുകാർക്കെതിരെ സമരം ചെയ്യാൻ ഗാന്ധിജിയും കോൺഗ്രസ് പാർട്ടിയുമുണ്ടല്ലോ? പിന്നെന്തിനാ സോഷ്യലിസ്റ്റ് പാർട്ടീം കമ്യൂണിസ്റ്റ് പാർട്ടീമൊക്കെ?.. അയ്യയ്യോ..വെറുതെ ചോദിച്ചതാണേ. പൊട്ടത്തരമാണേൽ ക്ഷമിച്ചേക്കണേ. പറഞ്ഞല്ലോ ഞാനൊരു പുറം ലോകം കാണാത്ത പൊട്ടിപ്പെണ്ണാണ്."

ഒടുവിലത്തെ വരികളെഴുതിത്തീർന്നതും തങ്കമ്മയ്ക്കകമേ ചിരി പൊട്ടി.

ഉവ്വ്. എട്ടും പൊട്ടും തിരിയാത്തൊരു പതിനേഴുകാരിപ്പെണ്ണ്.

ആഴ്ചകൾ രണ്ടു കഴിഞ്ഞു. അയ്യൻപിള്ളയെക്കുറിച്ചൊരു അറിവുമില്ല. കൊടുത്തുവിട്ട പുസ്തകം തിരികെ എത്തിയതുമില്ല.

ഒരു ദിവസം നാഗർകോവിലിലേക്കുള്ള വണ്ടി വന്നു നിന്നപ്പഴാണ് കണ്ടത്. അകത്ത് അയ്യൻപിള്ളപ്പൊലീസ്. കച്ചേരി ഡ്യൂട്ടിക്ക് പോണ വഴിയാണ്. കൈയിലൊരു കനം തൂങ്ങുന്ന കായ സഞ്ചി. നാഗർകോവിലിൽ വണ്ടിയിറങ്ങിയതും അയ്യൻപിള്ളപ്പൊലീസ് ഒപ്പം വന്നു. സരസ്വതിയും കൂട്ടരും മുമ്പേ നടന്നു.

അയ്യൻപിള്ളപ്പൊലീസ് പതിവിലേറെ സന്തോഷത്തിലായിരുന്നു. കായസഞ്ചിയിൽ നിന്ന് പുസ്തകമെടുത്ത് കൈമാറുന്നതിനിടയിൽ പറഞ്ഞു.

"ഉന്നെപ്പറ്റി എപ്പോതും നിനൈപ്പാരു. എപ്പവും കേട്ട്പ്പാരു... നീ വെള്ളയാ കറുപ്പാ? നെറയെ മുടിയുണ്ടാ? എന്ന വയസ്സിരുക്കും? ആളു കെട്ടിക്കാരിയാ? കല്യാണം ആയാച്ചാ?

അവരുക്ക് ഒന്നെപ്പറ്റി എല്ലാമെ അറിയണും ന്ന് ആസൈ..."

നിന്നെക്കുറിച്ചാണ് അയാൾക്ക് ഏതു നേരവും ചിന്ത. നീ കറുത്തിട്ടോ വെളുത്തിട്ടോ? എത്ര വയസ്സുണ്ട്? കല്യാണ ആലോചന വല്ലതുമായോ?"

"അപ്പറം അയ്യൻപിള്ളപ്പൊലീസ് എന്നാ ശൊന്നാരു? എന്നപ്പാത്താ കൊരങ്ക് മാതിരീന്ന് ചൊന്നാരാ?"

തങ്കമ്മ പൊട്ടിച്ചിരിച്ചു.

"നീ അഴകിതാൻ.....ആനാ നീ അന്ത ടീ ആർ സുന്ദരത്തിൻ *മനോന്മണി*യില ടീയാർ രാജകുമാരി ഒണ്ണും ഇല്ലിയെ, ഹഹഹ!" അയ്യൻപിള്ളപ്പോലീസ് എന്തോ വലിയ നർമ്മം പറഞ്ഞ മട്ടിൽ പൊട്ടിച്ചിരിച്ചു.

ടീ ആർ സുന്ദരത്തിന്റെ തമിഴ് പടം 'മനോന്മണി' നാഗർകോവിലിലെ കൊട്ടകയിൽ രണ്ടാഴ്ചയായി കളിക്കുന്നു. കള്ളപ്പൊലീസത് കണ്ടിരിക്കുന്നു. പടത്തിലെ നായിക ടി ആർ രാജകുമാരിയോളം സുന്ദരിയല്ല താനെന്ന്. ആണെന്നാരു പറഞ്ഞു?

"നീ റൊമ്പ അഴകി താൻ, നാൻ ചൊൽറേൻ" അയ്യൻ പിള്ള ഗൗരവത്തിലായി.

"ഇത് വെറും പൊയ്താനെ," തങ്കമ്മ പറഞ്ഞു.

"ഇല്ല, ഉണ്മൈ താൻ."

"ഉണ്മൈയാ?" തങ്കമ്മയുടെ ഹൃദയം കുളിർത്തു.

ജീവിതത്തിലൊരിക്കൽ പോലും നേരിൽ കാണാത്തൊരു വലിയ മനുഷ്യൻ ശുചീന്ദ്രം തെരുവിലെ തങ്കമ്മയെന്ന സാധാരണക്കാരി പെൺകുട്ടിയെ സദാ ഓർത്തിരിക്കുന്നെന്നോ? തങ്കമ്മയ്ക്ക് വിശ്വസിക്കാനായില്ല. വിശ്വാസം വരാതെ തങ്കമ്മ അയ്യൻപിള്ളയുടെ കണ്ണുകളിൽ നോക്കി.

"ഇതിലെ കൊഞ്ചം ഇന്തിയിൽ എഴുതിയ പേപ്പറും ഇരുക്ക്. അത് നീ മലയാളത്തിലേ എളുതി വയ്ക്കണം." പുസ്തകം കൈമാറുന്നതിനിടയിൽ അയ്യൻപിള്ള പൊലീസ് പറഞ്ഞു. "എന്നിടം അതൊന്നും വാസിത്ത്

കഷ്ടപ്പെടണ്ടാണ്ണു ചൊന്നാരു."

അത് കേട്ടതും തങ്കമ്മയ്ക്ക് ചിരിവന്നു.

അതിനകത്ത് ഹിന്ദിയിലെഴുതിയ കുറെ കടലാസുകളുണ്ട്. അതൊക്കേം മലയാളത്തിലാക്കി വയ്ക്കണം. അയ്യൻപിള്ള അതൊന്നും വായിച്ച് മെനക്കെടണ്ടാന്ന് പറഞ്ഞത്രെ.

"അതുക്ക് അഞ്ചു രൂപാ പൊലീസുക്ക് ഇന്ദി തെരിഞ്ചാത്താനെ?"

അയ്യൻപിള്ളപ്പോലീസിനത് കേട്ട് ശുണ്ഠിവന്നു.

"തറുതലൈ ചൊന്നാ ശുശീന്ദ്രം പോറ്റിക്ക് മകളുണ്ണു നാൻ പാർക്ക മാട്ടേൻ." അയ്യൻപിള്ളപ്പൊലീസ് കൈയോങ്ങി.

വൈകിട്ട് വീട്ടിലെത്തിയാണ് ലക്കോട്ട് തുറന്നത്.

'പ്യാരീ തങ്കം,

........"

'എനിക്കൊരുപകാരം ചെയ്യണം. ഹിന്ദിയിലെഴുതിയ ഈ കുറിപ്പുകളൊക്കെയും മലയാളത്തിലാക്കണം.' അതോടൊപ്പം നാലഞ്ച് എഴുത്തുകളുമുണ്ട്. അവരുടെ മേൽവിലാസവും ചേർത്തിട്ടുണ്ട്..

തങ്കമ്മ താഴേക്കു നോക്കി.

കുളത്തുങ്കൽ പോത്തൻ, ആര്യാ പള്ളത്തിന്റെ മകൾ ദേവകി പള്ളം, ഹിന്ദി പ്രചാരകൻ കേശവൻ നായർ.....

തങ്കമ്മ കത്തുകളയച്ചു കാത്തിരുന്നു.

ഒന്നിനും മറുപടിയില്ല. 'വരും, വരാതിരിക്കില്ല,' ജയിലിൽ നിന്ന് പതിവ് പല്ലവി. തങ്കമ്മ പിന്നെയും കത്തുകളെഴുതി നാഗർകോവിലിലെ തപാൽ പെട്ടിയിലിട്ടു. ഒരു ദിവസം ഹിന്ദിപ്പുസ്തകത്തിന്റെ പുറംചട്ടയിലൊളിച്ചിരുന്നൊരു കുറിമാനം വന്നു. 'ഇതോടൊപ്പം മലയാളത്തിലെഴുതി ലക്കോട്ടിലാക്കി ഒട്ടിച്ചൊരു എഴുത്തുണ്ട്. സ്റ്റേറ്റ് കോൺഗ്രസ് നേതാവ് മാത്തൂർ താണുപിള്ളയ്ക്കുള്ളതാണ്. തങ്കമ്മയ്ക്ക് ഒക്കുമെങ്കിൽ മാത്തൂർ താണുപിള്ളയെ നേരിൽ പോയൊന്ന് കാണണം... അവിടെയടുത്ത് തിരുവട്ടാറാണ് വീട്. ഈ എഴുത്ത് നേരിൽ ഏല്പിച്ചാൽ ഉപകാരമായിരുന്നു..... മാത്തൂർ കുറച്ച് പുസ്തകങ്ങളും പത്ര മാസികകളും തന്നുവിടും. അത് അയ്യൻപിള്ള വശം കൊടുത്തുവിടണം....'

പന്ത്രണ്ട്

കുഴിത്തുറയിലെ അമ്മവീട്ടിലേക്കെന്നും പറഞ്ഞാണിറങ്ങിയത്. തിരുവട്ടാർ നാലും കൂടിയ കവലയിൽ കണ്ട മുറുക്കാൻ പീടികയിൽ താണുപിള്ളയുടെ വീട്ടിലേക്കുള്ള വഴി ചോദിച്ചറിഞ്ഞു.

താണുപിള്ളയും ഭാര്യ ശാരദയും അകത്തേക്കിരുത്തി. എഴുത്തുമായി അകത്തെ മുറിയിലേക്കു പോയ താണുപിള്ള കുറേ പുസ്തകങ്ങളും മാസികകളും പൊതിഞ്ഞു കെട്ടിയാണ് വന്നത്. അത് കൈമാറുന്നതിനിടയിൽ താണുപിള്ള പറഞ്ഞു: "തങ്കമ്മ ഭാഗ്യവതിയാണ്."

അന്തം വിട്ടുനിന്ന തങ്കമ്മയെ നോക്കി ശാരദ പറഞ്ഞു: "കൃഷ്ണപിള്ളയ്ക്കിഷ്ടം തോന്നിയത് തങ്കമ്മേടെ ഭാഗ്യം. അത്ര പെട്ടന്നാരോടും മനസ്സ് തുറന്നു കാട്ടുന്ന പ്രകൃതക്കാരനല്ലല്ലോ കൃഷ്ണപിള്ള."

മനസ്സ് തുറന്നെന്നാരു പറഞ്ഞു?

തങ്കമ്മ സ്വയം ചോദിച്ചു. മനസ്സ് തുറന്നോ? മാത്തൂർ നാരായണപിള്ളയതെങ്ങനെ ഗണിച്ചെടുത്തു?

മനസ്സ് തുറക്കാതെ? അയ്യൻപിള്ളപ്പൊലീസ് അകത്തെവിടെയോ ഇരുന്ന് ചോദിക്കുന്നു.

നീ വെള്ളയാ കറുപ്പാ? നെറയെ മുടിയുണ്ടാ?എന്ന വയസ്സിരുക്കും? ആളു കെട്ടിക്കാരിയാ? കല്യാണം ആയാച്ചാ?

ഒരു ചെറുപ്പക്കാരൻ ജീവിതത്തിലൊരിക്കൽ പോലും കണ്ടിട്ടില്ലാത്തൊരു പെണ്ണിനെക്കുറിച്ച് ഈ വകക്കാര്യങ്ങൾ ചോദിച്ചറിയുന്നത് പിന്നെന്തിനാണ്?

നേരോ? തങ്കമ്മ സ്വയം ചോദിച്ചു.

"എന്താ ആലോചിച്ചു നിന്നുപോയേ?" താണുപിള്ള ചാരുകസേരയിൽ വന്നിരുന്ന് മുറുക്കാൻ ചെല്ലമെടുത്തു.

"അല്ലാ, ആളെങ്ങനാ?" തങ്കമ്മ ശാരദയെ നോക്കി. "ഞാൻ ഒരു വട്ടം കൂടീം കണ്ടിട്ടില്ല."

"ഒരു വട്ടം കാണുമ്പഴേ തങ്കമ്മയ്ക്ക് ബോധിക്കും," താണുപിള്ള ചിരിച്ചു.

"കൃഷ്ണപിള്ളേക്കുറിച്ച് ഈ വന്ന കാലത്ത് ആരോടു ചോദിച്ചാലാ അറിയാത്തെ?" ശാരദയാണത് പറഞ്ഞത്. "അത്രയ്ക്ക് ഉശിരനല്ലേ ആള്!"

തങ്കമ്മ ഏതോ സ്വപ്നലോകത്തായിരുന്നു. തടവറയുടെ ഇരുട്ടിൽ നിന്ന്.. പുസ്തകങ്ങൾക്കുള്ളിൽ ഒളിപ്പിച്ചു വച്ച കത്തുകളിലൂടെ...

"മേരാ നാം കൃഷ്ണപിള്ള ഹെ....ആപ് കാ നാം ക്യാ ഹെ?..."

"തങ്കമ്മ... മേരാ നാം ഹെ..."

"തങ്കം... നല്ല പേര്." ശാരദ അടുത്തേക്കു വന്നു. നെറ്റിയിലേക്ക് മടിഞ്ഞു കിടന്നിരുന്ന മുടി നേരെയാക്കി. "കാണാനും നന്ന്.....എല്ലാം കൊണ്ടും നല്ല ചേർച്ച."

യാത്രപറഞ്ഞിറങ്ങാൻ നേരം താണുപിള്ള പറഞ്ഞു: "ആ പൊതിക്കകത്ത് നാലഞ്ച് *പ്രഭാതം മാസിക* വച്ചിട്ടൊണ്ട്. തങ്കമ്മയ്ക്ക് വായിക്കാനാണ്. കൃഷ്ണപിള്ള അക്കാര്യം എഴുത്തിൽ പ്രത്യേകം പറഞ്ഞിരുന്നു. തങ്കമ്മ അതൊക്കെ വായിക്കണം. ഇനിയുള്ള കാലം സഖാവിന്റ കൂടെ ജീവിക്കാനുള്ളതല്ലേ?"

"ങേ?" തങ്കമ്മ അന്തം വിട്ടു. "എഴുത്തിലെന്നെപ്പറ്റിയെന്താ പറഞ്ഞെ?"

താണുപിള്ളയതിനു മറുത്തൊന്നും ഉരിയാടിയില്ല. തങ്കമ്മ ചോദിച്ചത് താണുപിള്ള കേട്ടില്ലേ? അതോ, ഒച്ച ഒളിവിൽ പോയോ?

മാത്തൂരിനുള്ള എഴുത്തു മാത്രം മലയാളത്തിലെഴുതി ലക്കോട്ടിലാക്കി ഭദ്രമായി ഒട്ടിച്ചു വെച്ചതെന്തിനാവണം?

തിരുവട്ടാർ കവലയിൽ തങ്കമ്മ ആലോചിച്ചുനിന്നു. മടക്കയാത്രയ്ക്കുള്ള വണ്ടി വന്നു നിന്നതും പൊടി പറത്തി പോയതും തങ്കമ്മയറിഞ്ഞില്ല.

രാത്രി, മുറി അടച്ചിരുന്ന് ചിമ്മിനിവെട്ടത്തിൽ തങ്കമ്മയെഴുതി:

പ്യാരാ കോമ്രേഡ്,

ആപ് കേ മൻമേം ജോഹെ, അഭീ മുജേ പഥാ ചലാ...

വാസ്തവ് മേ, മേ ഭീ ഉസ്കീ പ്രതീക്ഷാമേം ഥീ...

പ്രിയ സഖാവേ,

അവിടത്തെ മനസ്സിലെന്താണെന്ന് ഇപ്പോഴാണെനിക്ക് മനസ്സിലായത്. സത്യത്തിൽ ഞാനുമത്...

തുറന്നിട്ട ജനൽപ്പാളി വഴി ഒരുപറ്റം ഈയലുകൾ മുറിക്കകത്തേക്ക് ഒളിച്ചു കടന്നു.

മഴയുടെ വരവാണ്.

പുറത്ത് മരങ്ങളിൽ കാറ്റ് മൂളുന്നു.

തങ്കമ്മ ആ വരികളിൽ നോക്കിയിരുന്നു.

പ്യാരാ കോമ്രേഡ്...

അക്ഷരങ്ങൾക്കിടയിൽ നിന്ന് ആ മുഖം തെളിഞ്ഞുവന്നു. നക്ഷത്രങ്ങൾ ഒളിപാർക്കുന്ന കുഞ്ഞു കണ്ണുകൾ.

വടിവൊത്ത മൂക്ക്. നിരപ്പൊത്ത പല്ലുകൾ. കറുത്ത ചുണ്ടുകൾ. തുറന്ന മന്ദഹാസം.

ആ മുഖത്ത് നിറഞ്ഞൊഴുകുന്ന ആത്മാർത്ഥത.

ഭൂമിയിലെ സകല ജീവരാശികളോടുമുള്ള കരുതൽ.

കിഴക്ക് ഉദിച്ചു വരാനിരിക്കുന്ന ചുവന്ന സൂര്യനെക്കുറിച്ചുള്ള പ്രതീക്ഷ, ആ മുഖമാകെ പ്രകാശമാനമാക്കുന്നു. അയ്യൻപിള്ള പറഞ്ഞറിയും മുമ്പേ, തങ്കമ്മയുടെ മനസ്സിന്റെ ആഴങ്ങളിൽ ആ മുഖമുണ്ടായിരുന്നു. തെല്ലും മേദസ്സില്ലാതെ, കാരിരുമ്പിന്റെ അച്ചിലിട്ട് വാർത്തെടുത്ത ഉടൽ. എണ്ണയ്ക്കും ചീപ്പിനും വഴങ്ങാത്ത, മുറ്റിത്തഴച്ച ചുരുളൻ മുടി. ആരുടെയും വരുതിക്കു വഴങ്ങാത്ത നിഷേധികളെപ്പോലെ, അത് നെറ്റിയിലേക്ക് മറിഞ്ഞു കിടക്കുന്നു.

താണുപിള്ളച്ചേട്ടനെ നേരിൽക്കണ്ട് ആ എഴുത്ത് കൈ മാറണമെന്നു പറഞ്ഞത് ഇതിനായിരുന്നോ? ഇനിയുള്ള കാലം സഖാവിന്റെ കൂടെ ജീവിക്കാനുള്ളതല്ലേ എന്നു പറഞ്ഞ് താണുപിള്ളച്ചേട്ടൻ *പ്രഭാതം* മാസികകൾ കൈമാറിയതും, സത്യം പറയട്ടെ, ഞാനാകെ ചൂളിപ്പോയി. 'തങ്കമ്മ ഇതൊക്കേം വായിക്കണം. കൃഷ്ണപിള്ള അക്കാര്യം എഴുത്തിൽ പ്രത്യേകം എഴുതീരുന്നു.' എന്നു പറഞ്ഞാണ് മാസിക തന്നത്. ഞാനതൊക്കെയും വീണ്ടും വീണ്ടും മറിച്ചു നോക്കി. എനിക്കൊന്നും ശരിക്കങ്ങട്ട് മനസ്സിലായില്ല. എങ്കിലും ഞാനതൊക്കെയും വായിക്കും. അവിടന്ന് ആജ്ഞാപിച്ചതല്ലേ?

പിന്നെ, ആ എഴുത്തിൽ എന്നെക്കുറിച്ചെന്തോ പറഞ്ഞിരുന്നു അല്ലേ? എത്ര ചോദിച്ചിട്ടും താണുപിള്ളച്ചേട്ടനതു പറഞ്ഞില്ല. പറയാനുള്ളത് എന്നോടു പറയാരുന്നില്ലേ?

എഴുതിയ വരികളിലൂടെ തങ്കമ്മ കണ്ണോടിച്ചു. വേണ്ട, മനസ്സങ്ങനെ തുറന്നു വയ്ക്കണ്ട. പറയാനുള്ളത് എപ്പോഴായാലും നേരിൽ പറയട്ടെ.

തങ്കമ്മ ആ കടലാസ് തുണ്ടം തുണ്ടമായി കീറി. ജനലഴികൾക്കിടയിലൂടെ ഊതിവിട്ടു. നിലാവിലത് ഈയൽച്ചിറക് വിടർത്തി പറന്നു.

പതിമൂന്ന്

ഇരുമ്പഴികൾക്കിടയിലൂടെ എത്തിനോക്കിയ സെൻട്രി പൊലീസു കാരൻ ആ കാഴ്ച കണ്ട് അന്തം വിട്ട് നിന്നുപോയി.

കരിവീട്ടി മാതിരി മനക്കരുത്തുള്ള ആ തടവുകാരൻ ചുമരിൽ ചാരി യിരുന്ന് വാവിട്ടു കരയുന്നു. കണ്ണു രണ്ടീന്നും മടുമടാന്ന് കണ്ണീരൊഴു കുകയാണ്. ഇതിനുമ്മാത്രം കണ്ണീരിതെവിടന്നാണ്? അന്തരാളം പൊട്ടി വരുന്ന കരച്ചിലാണതെന്ന് കണ്ടാലറിയാം. രാവിലെ അയ്യൻപിള്ളപ്പൊ ലീസ് നാഗർകോവിലീന്ന് വന്നപ്പോ ഹിന്ദു പത്രം കൊണ്ടുവന്ന് കൊടു ക്കുന്ന കണ്ടു. അത് നിവർത്തതും അകത്തെ താളിലേക്കുറ്റു നോക്കി അന്തം വിട്ടിരിക്കുന്ന കണ്ടു. പിന്നെ ഇരുന്നേടത്തു നിന്നെണീറ്റിട്ടില്ല. അതേ ഇരിപ്പാണിപ്പഴും.

സെൻട്രിക്കാരൻ അകത്തേക്കെത്തി നോക്കി രണ്ടു വട്ടം കാര്യം ചോദിച്ചു. കേട്ട മട്ടില്ല. അയ്യൻപിള്ളപ്പൊലീസ് വന്നു നോക്കി. പത്രം നിവർ ത്തിയ പാടേ മടിയിൽ വച്ച് ദൂരെ ആകാശത്തേക്ക് നോക്കിയിരിപ്പാണ്.

"സൊന്തക്കാരർ യാരാവത് ഇറന്തു പോനാങ്കളാ?"

മറുപടിയില്ല.

അയ്യൻപിള്ളപ്പൊലീസ് പത്രക്കടലാസിലേക്കു നോക്കി. കുറേ ഇംഗ്ലീഷ് അക്ഷരങ്ങൾ കെട്ടുപിണഞ്ഞു കിടക്കുന്നു? ഒരക്ഷരം മനസ്സിലാ വുന്നില്ല? എന്നാലും പത്രത്താളു കണ്ടിട്ട് ആരും മരിച്ച മട്ടില്ല.

"പത്രം പാർത്തിട്ട് യാരും ഇറന്തതാക തെരിയല്ലെ" അയ്യൻപിള്ള പ്പൊലീസ് സെൻട്രിക്കാരനോട് അടക്കത്തിൽ പറഞ്ഞു.

"ഉറ്റോരേം ഉടയോരേം വിട്ട് മാസം കുറേയായില്ലേ, ഇതിനകത്ത് കെട ക്കാൻ തുടങ്ങീട്ട്." സെൻട്രിക്കാരൻ തമിഴിൽ പറഞ്ഞു. "എത്രകാലവെന്നു വച്ചാ പിടിച്ചു നിക്കുക?"

"അത് ശെരി" അയ്യൻപിള്ളപ്പൊലീസ് ഒന്നൂടെ അകത്തേക്കെത്തി നോക്കി പുറത്തേക്ക് നടന്നു.

അയ്യൻപിള്ളപ്പൊലീസ് പോയതും അയാൾ എണീറ്റ് കട്ടിലിൽ ചുരുണ്ടു കൂടിയതാണ്. ഈ നേരമിതായിട്ടും ജലപാനമില്ല. പ്രാതൽ പോലും കഴിച്ചിട്ടില്ല. കാരിരുമ്പിനേക്കാൾ കരുത്തനെന്നു കരുതിയ മനുഷ്യനാണോ ഈ കെടപ്പ് കെടക്കുന്നത്? കാര്യമായിട്ടെന്തോ ദണ്ഡം തട്ടിയ മട്ടൊണ്ട്.

നേരം പരപരാ വെളുക്കും മുമ്പേ സെല്ലിനകത്ത് അരണ്ട വെളിച്ചം കണ്ടു. സെൻട്രിക്കാരൻ വന്നെത്തി നോക്കി.

ആളെണീറ്റല്ലോ? ചിമ്മിനി വിളക്കിന്റെ മഞ്ഞ വെട്ടത്തിൽ ചടഞ്ഞിരുന്ന് ഏതാണ്ടും കുത്തിക്കുറിക്കുവാണ്.

"അല്ലാ, ഇന്നലത്ത ദണ്ഡവും വയ്യാധീനവുവൊക്കെ മാറിയോ?" സെൻട്രിക്കാരൻ കുശലം ചോദിച്ചു.

സഖാവ് തലവെട്ടിച്ചു നോക്കി.

മുഖത്ത് പതിവ് ചിരിയില്ല.

വീണ്ടും കടലാസ് താളിനു നേർക്ക് കുനിഞ്ഞു.

"പ്യാരീ തങ്കം,

തും കൈസീ ഹോ?"...

എന്റെ എത്രയും പ്രിയപ്പെട്ട തങ്കം,

നിനക്ക് സുഖമല്ലേ?

ഇന്നലെ രാത്രി കാളരാത്രിയായിരുന്നു. ഒട്ടും ഉറങ്ങിയതേയില്ല.

രാവിലെ അയ്യൻപിള്ള നാഗർകോവിലീന്നു പുസ്തകവുമായി വന്നപ്പം കൂടെ ഹിന്ദു പത്രവും കൊണ്ടാണ് വന്നത്. അത് മറിച്ചു നോക്കിയതും തരിച്ചിരുന്നു പോയി...

എന്റെ തങ്കം, നിനക്ക് പറഞ്ഞാൽ മനസ്സിലാവില്ല എന്റെ മനോവേദനയുടെ ആഴം. മുമ്പൊരിക്കൽ നിനക്ക് ഞാനെഴുതിയിരുന്നല്ലോ, മലബാറിലെ മൊറാഴയിലും മട്ടന്നൂരും നടന്ന സംഭവങ്ങൾ. പൊലീസ് വന്ന് യോഗം തടഞ്ഞതും ജനങ്ങളോട് അതിക്രമം കാട്ടിയതും നമ്മുടെ സഖാക്കളെയും വാളണ്ടിയർമാരേം നിലത്തിട്ട് ചവിട്ടിയതും വലിച്ചിഴച്ചതും നിഷ്ഠുരമായി മർദ്ദിച്ചതുമെല്ലാം. സഹികെട്ടപ്പം ജനങ്ങളും ഏറ്റുമുട്ടി. അതിൽ ഒരു പൊലീസ് സബ് ഇൻസ്പെക്ടർ മരണപ്പെടാനിടയായ കാര്യം ഞാനെഴുതിയിരുന്നല്ലോ?

അതിന്റെ പേരിൽ എന്റെ നിരപരാധിയായ സഹപ്രവർത്തകൻ സഖാവ് കെ പി ആർ ഗോപാലനെ കോടതി നിർദ്ദയം തൂക്കിക്കൊല്ലാൻ വിധിച്ചിരിക്കുന്നു. ഞങ്ങൾ തമ്മിലുള്ള അടുപ്പം പറഞ്ഞറിയിക്കാൻ വാക്കുകളില്ല. സഖാവിനുണ്ടായ ദുർവ്വിധി... എനിക്ക് സഹിക്കാനാവുന്നില്ല തങ്കമ്മാ. സഖാവിനെ രക്ഷിക്കാനായി എനിക്കൊന്നും ചെയ്യാനാവുന്നില്ലല്ലോ എന്നുകൂടി ഓർക്കുമ്പോ....ഞാനീ വിധമൊരു ദു:സ്ഥിതിയിലായിപ്പോയില്ലേ?

മുന്നിലിരുന്ന കടലാസിൽ കണ്ണീരിറ്റി വീണു. അക്ഷരങ്ങൾ കുതിർന്നു.

എന്റെ സഹപ്രവർത്തകന്റെ മാനസികനില ഇപ്പോഴെന്തായിരിക്കും? തങ്കമ്മ ഒന്നാലോചിച്ചു നോക്കൂ. സഖാവ് ആരേയും കൊല ചെയ്തിട്ടില്ല. നാട്ടിലെ മർദ്ദിത ജനവിഭാഗങ്ങൾക്കു വേണ്ടി പോരാടിയതിന്റെ പേരിലാണ് സഖാവിനീ ദുർവ്വിധി നേരിടേണ്ടി വന്നത്. പൊലീസിന്റെ അതിക്രമങ്ങൾക്കെതിരെ പ്രതിഷേധിക്കാൻ ചേർന്ന യോഗമായിരുന്നല്ലോ അത്? മലബാറിൽ പലേടത്തും ജന്മി വർഗ്ഗത്തിന്റെയും പൊലീസിന്റെയും വിളയാട്ടത്താൽ കുഞ്ഞുകുട്ടി പരാധീനങ്ങൾ അനുഭവിക്കുന്ന കഷ്ടപ്പാടുകൾ തങ്കമ്മയെപ്പോലുള്ളവർക്ക് ഊഹിക്കാവുന്നതല്ല. അതിലും എത്രയോ മീതേയാണവിടെ നടമാടുന്ന അതിക്രമങ്ങൾ. സഖാവ് ഇ എം എസും എ കെ ജിയും ഞാനും കെ പി ആറുമെല്ലാം അതിനൊരറുതി വരുത്താൻ വേണ്ടിയാണല്ലോ യത്നിക്കുന്നത്? മനുഷ്യ ജന്മത്തിൽ ജനിച്ചവർക്കെല്ലാം ഈ ഭൂമിയിൽ മനുഷ്യരെപ്പോലെ ജീവിക്കാൻ അവകാശമില്ലേ?ആരും ആരുടെയും അടിമകളല്ലല്ലോ? ഏഴകളെയും ദരിദ്രരെയും സൃഷ്ടിക്കുന്നതാരാണ്? ഇവിടത്തെ ജന്മി മുതലാളി വർഗ്ഗങ്ങളും അവരുടെ ഏറാൻ മൂളികളായ അധികാരി വർഗ്ഗങ്ങളുമല്ലേ? പൊലീസും പട്ടാളവും അവരുടെ കുഴലൂത്തിനു വഴങ്ങി പാവങ്ങളെ നിർദ്ദയം തല്ലിച്ചതയ്ക്കുകയല്ലേ? തെരുവിലേക്ക് വലിച്ചെറിയുകയല്ലേ? ഇത്രകാലവും ആരും ചോദിക്കാനുണ്ടായിരുന്നില്ല. ഇന്നിപ്പോൾ കാലം മാറി. ഇവിടെ സമൂലമായൊരു മാറ്റമുണ്ടാകും. അനീതികളെയും അധർമ്മങ്ങളെയും എതിർക്കാൻ ജനമുന്നേറ്റമുണ്ടാവും. അതിന്റെ മുന്നണിപ്പോരാളിയാവാൻ തങ്കമ്മയും ഒപ്പമുണ്ടാവണം. തങ്കമ്മയ്ക്കതിനു കഴിയും. കഴിയണം.

ലാൽ സലാം.

അത്രയുമെഴുതിക്കഴിഞ്ഞ് സഖാവ് ചുമരിൽ ചാരിയിരുന്ന് അകലേക്ക് നോക്കി.

കിഴക്ക് കുറേശ്ശേ ചുവന്ന വെളിച്ചം തെളിഞ്ഞു വരുന്നു.

പതിനാല്

ശുചീന്ദ്രം

നാലും കൂടിയ കവല.

തെരുവിലേക്കു തിരിയുന്ന വഴിയിൽ അയ്യൻപിള്ള പൊലീസ് കാക്കി കളസത്തിന്റെ കീശയിൽ കൈ തിരുകി നില്ക്കുന്നു.

“തങ്കമ്മാ, നീ സൗഖ്യമാ?”, കണ്ടതും അയ്യൻപിള്ള പൊലീസ് കുശലം ചോദിച്ചു.

“എനക്കെന്ന സൗഖ്യം?” തങ്കമ്മ നിന്നു.

“ഉനക്കെന്നാ സൗഖ്യത്തുക്ക് കൊറവ്?”

“ഒണ്ണുമില്ലെ,” തങ്കമ്മ പറഞ്ഞു. “എന്ന സൗഖ്യം?”

പയനിയർ മോട്ടോഴ്സ് പതിവുപോലെ പൊടിപറത്തി പാഞ്ഞു വന്നു. അയ്യൻപിള്ള പെട്ടെന്ന് തലവെട്ടിച്ചു നോക്കി. വണ്ടിക്കകത്തു നിന്നൊരാൾ എത്തിവലിഞ്ഞു നോക്കുന്നു. വണ്ടി നൂറു വാര മുന്നിലായി നിർത്തി.

“യാരത്?” അയ്യൻപിള്ള പയനിയറിനു നേർക്ക് കണ്ണുരുട്ടി.

“എന്ന അയ്യൻപിള്ള അണ്ണാ, പ്രച്ചനൈ?”

തങ്കമ്മ മുഖം പൊന്തിച്ചു.

നാലഞ്ചാൾക്കാരിറങ്ങി. ആളെ കയറ്റി വണ്ടി മുന്നോട്ടെടുത്തു.

“ഒരുവൻ ഉന്നെയും എന്നെയും മൊറച്ച് പാക്കറാൻ”

അയ്യൻപിള്ള മീശ തിരുമ്മി.

“എന്നെയാ? യാരത്?” തങ്കമ്മ അമ്പരന്നു.

“ഉന്നെ മട്ടുമില്ലെ, എന്നെയും ഉന്നെയും മാത്തി മാത്തി.”

അയ്യൻപിള്ള വണ്ടിയുടെ നേർക്ക് ചൂണ്ടി. “ദോ, പാര്, അന്ത വണ്ടിയിലിരുന്ത്.”

പയനിയർ പറത്തിയ പൊടിപൂരത്തിൽ തങ്കമ്മയുടെ കാഴ്ച മറഞ്ഞു.

"അവൻ മൂഞ്ചിയെ പാത്താ ഏതോ കഷപ്പാ കുടിച്ച മാതിരി."

അയ്യൻപിള്ളയ്ക്ക് അരിശം വന്നു.

അവന്റെ മോന്ത കണ്ടിട്ട് കഷായം കുടിച്ച മാതിരി!

"യാരത്?"

"വെള്ള ഖദർ പോട്ട ഒരുവൻ. പാത്താ കാംഗ്രസ് മാതിരി തെരിയ റാൻ."

"അവർക്കെന്ന വയസ്സിരുക്കും?"

"പത്തു നാല്പത് പക്കത്തിലേ ഇരുക്കും," അയ്യൻപിള്ള പറഞ്ഞു. "എങ്കയോ പാത്ത മാതിരി.... ഉന്നൈ പാത്തതും മൂഞ്ചിയെല്ലാം ഇഴുത്ത് പിടിച്ച മാതിരി."

"അത് യാരപ്പാ?" തങ്കമ്മയ്ക്ക് തമാശയാണ് തോന്നിയത്. തന്നെ കണ്ടതും മുഖത്തെ ഞരമ്പെല്ലാം വലിഞ്ഞു മുറുകാൻ?

"തെരിയാത്" അയ്യൻപിള്ള അസ്വസ്ഥനായി.

"എന്നമോ പ്രച്ചനൈയിരുക്ക്."

"എന്ന പ്രചനൈ?" തങ്കമ്മ ആശ്വസിപ്പിച്ചു. "അയ്യൻപിള്ള അണ്ണനുക്ക് തോന്നിനതാ ഇരുക്കും."

"ഏയ്, എൻ ബുദ്ധി, പൊലീസ് ബുദ്ധി. അത് തപ്പാത്"

അയ്യപ്പൻപിള്ള ഊറ്റം കൊണ്ടു.

പൊലീസ് ബുദ്ധി പിഴയ്ക്കില്ല.

"ഏതാവത് സി ഐ ഡിയായിരിക്കുമാ?" തങ്കമ്മ സംശയിച്ചു.

"ഇന്ത ഊരില് അയ്യൻപിള്ളയ്ക്കു തെരിയാത സി ഐ ഡിയാ?" അയ്യൻപിള്ള രണ്ടു ചുവട് വച്ചു. "ഉന്നത്താൻ അന്താള് പാത്താൻ. കൂട എന്നയും."

നിന്നെത്തന്നെയാണയാൾ നോക്കിയത്. കൂട്ടത്തിൽ എന്നെയും.

"അപ്പടീനാ, ഇന്ത ദാവണിക്കാരിയെ പാത്തതായിര്ക്കും." തങ്കമ്മ ചിരിച്ചു. "ഇത് യാരപ്പാ വയലില് ബൊമ്മ വച്ച മാതിരി കൂടെ ഒരുത്തൻന്ന് പാത്തിരിപ്പാൻ?"

തങ്കമ്മ ചിരി നിർത്തിയില്ല.

അയ്യൻപിള്ള കൈയോങ്ങി: "വേണ്ട, വേണ്ട! അത്തനയ്ക്ക് നീ ആടാതെ."

അയ്യൻപിള്ളയ്ക്കും ചിരിപൊട്ടി. "എന്നപ്പാത്താൽ വയലിലെ ബൊമ്മ മാതിരി?"

"സെരി, സെരി" അയ്യൻപിള്ള ചിരിയൊതുക്കി. "നാൻ നാളേക്ക് കാലേല് എടലാക്കുടിക്ക് പോറേൻ. കൊണ്ടുപോകെ ഏതാച്ചും ഇരുക്കാ?"

എടലാക്കുടിക്കു കൊടുത്തു വിടാനെന്തിരിക്കുന്നു?

കൊടുത്തുവിട്ട *കർമ്മഭൂമി* ഇതേവരെ തിരികെത്തന്നില്ല.

മുൻഷി പ്രേംചന്ദിന്റെ നോവൽ.

ജയ്ശങ്കർ പ്രസാദിന്റെ *കാമായനി* നോക്കിവച്ചിട്ടൊണ്ട്.

അതിനുമുമ്പ് *കർമ്മഭൂമി* തിരികെ തരട്ടെ.

"അത് വന്ത് പെരിയ പൊത്തകം" അയ്യൻപിള്ള മനസ്സുവായിച്ചു. "സായന്തരം അന്ത പെരിയ കൊടുകാപുളി മരത്തുക്ക് കീഴേ ഉക്കാന്ത് താൻ പഠിക്കറേൻ. ജയിലിലേ എല്ലോർക്കും നല്ല മതിപ്പ് താൻ."

സഖാവിനെക്കുറിച്ചാണ് പുകഴ്ത്തൽ. വൈകുന്നേരങ്ങളിൽ കൊടുകാപുളിമരത്തിന്റെ ചോട്ടിലിരുന്നാണ് വായന. ജയിലിൽ എല്ലാവർക്കും നല്ല മതിപ്പായിരിക്കുന്നു.

"സെരി, സെരി" തങ്കമ്മ തലയാട്ടി. "*കർമ്മഭൂമി* മറക്കണ്ടാ. ദിവസം പത്തായി."

"സെരി പാക്കലാം" അയ്യൻപിള്ള കൈവീശി.

ഹിന്ദി പാഠശാലയിൽ പുസ്തകം തെരയുന്നതിനിടയിലാണ് *മധുശാല* കണ്ണിൽപ്പെട്ടത്. ഹരിവൻഷ്റായ് ബച്ചന്റെ കവിതകൾ. *കാമായനി* മുന്നേ നോക്കിവച്ചിരുന്നതാണ്. ജയശങ്കർ പ്രസാദിന്റെ മഹാകാവ്യം. "മരിക്കുന്നതിന് ഒരു വർഷം മുമ്പെഴുതിയത്," കൃഷ്ണപ്രസാദ് സാർ പറഞ്ഞു. *കാമായനി*യുമെടുത്ത് ഉച്ചതിരിഞ്ഞതും ഇറങ്ങി. കുഴിത്തുറയിലെ അമ്മവീട്ടിലേക്കെന്ന് സരസ്വതിയോടും കൂട്ടരോടും പൊളി പറഞ്ഞു. തിരുവട്ടാറിലേക്കാണ് പോയത്. *കർമ്മഭൂമി*യുടെ ചട്ടയ്ക്കുള്ളിൽ ഒളിപ്പിച്ചു വച്ചിരുന്ന കുറിപ്പിൽ പ്രത്യേകം എഴുതിയിരുന്നു: താണുപിള്ളയുടെ വീടു വരെയൊന്നു പോകണം.

ഒന്നു രണ്ടാഴ്ചയായി മനസ്സിനകത്ത് വല്ലാത്തൊരു വീർപ്പുമുട്ടൽ. തിരുവട്ടാറിൽ പോയതും താണുപിള്ളയെ കണ്ടതും എഴുതി അറിയിച്ച ശേഷം ഒന്നും സംഭവിക്കാത്ത മട്ടിലൊരു മറുപടിയാണ് വന്നത്. കമ്യൂണിസത്തെക്കുറിച്ച് കടുകട്ടി ഹിന്ദിയിലൊരു നീണ്ട കുറിപ്പ്. "തങ്കമ്മാ, ഇതത്രയും എത്രയും വേഗം മലയാളത്തിലാക്കണം." എന്നൊരു രണ്ടു വരി കത്തും. കമ്യൂണിസം പ്രായോഗിക കാഴ്ചപ്പാടിൽ – അതായിരുന്നു തലക്കെട്ട്.

മനുഷ്യസമൂഹം ഇന്നത്തെ നിലയിലെത്തിയതെങ്ങനെയാണ്? ഇനിയും എന്തെല്ലാം മാറ്റങ്ങളാണ് സംഭവിക്കാൻ പോകുന്നത്? മനുഷ്യസമൂഹത്തിൽ മാറ്റങ്ങൾ വരുത്താൻ ഉതകുന്ന അറിവ് നേടലാണ് മാർക്സിയൻ ലോകവീക്ഷണത്തിന്റെ കാതൽ. ഇന്ന് ലോകത്ത് നടമാടിക്കൊണ്ടിരിക്കുന്ന ദുരിതങ്ങളിൽനിന്നും മനുഷ്യസമൂഹത്തെ ആകമാനം മോചിപ്പിക്കാനും ഉയർന്ന സാമൂഹ്യ വ്യവസ്ഥയിലേക്ക് ആബാലവൃദ്ധം സ്ത്രീപുരുഷന്മാരേയും നയിക്കുവാനും മാർക്സിയൻ ദർശനത്തിനേ കഴിയൂ....

തിരുവട്ടാർ കവലയിൽ വണ്ടിയിറങ്ങി.

വെട്ടുവഴിയിലൂടെ നടന്നു.

താഴെ ആനച്ചവിട്ടടിയിൽ ഒളിച്ചിരുന്ന പുൽച്ചാടികൾ പുറത്തു ചാടി. മുളഞ്ചാടിപ്പുല്ലുകൾ വകഞ്ഞു മാറ്റി നടന്നു. നാടു ചുറ്റിയൊഴുകുന്ന പുഴയുടെ മൂളക്കം കാറ്റിലേറി വന്നു.

"വരിക വരിക സഹജരേ,
വരിക സഹന സമരമായ്...."

തെരുവപ്പുല്ല് പടർന്ന വേലിപ്പടർപ്പിനരികിലൂടെ താണുപിള്ളയുടെ വീടിന്റെ ഉമ്മറത്തെത്തി.

താണുപിള്ളച്ചേട്ടനും ശാരദച്ചേച്ചിക്കും വേറൊന്നും പറയാനുണ്ടാവില്ല. കൃഷ്ണപിള്ളയെക്കുറിച്ചു പറയുമ്പോൾ നൂറു നാവാണ്. സഖാവിനെക്കുറിച്ച് കേൾക്കുന്നതേ മനസ്സിനൊരു കുളിർമ്മയാണ്. മുറ്റത്ത് പവിഴമല്ലിപ്പൂക്കൾ ഉതിർന്നു കിടന്നിരുന്നു.

"ശാരദച്ചേച്ചി", തങ്കമ്മ വിളിച്ചു.

"ആരാ?" അകത്തു നിന്നൊരു പരുക്കൻ ഒച്ച.

"ഞാനാ", തങ്കമ്മ ഒതുങ്ങി നിന്നു.

"ആര്?" താണുപിള്ള വെളിയിലേക്കെത്തി നോക്കി.

ആ മുഖത്ത് കോപം ഇരച്ചു കയറിയോ?

"എന്താ വരവിന്റെ ഉദ്ദേശം?" താണുപിള്ള ഉമ്മറത്തേക്കു വന്നു.

"ഞങ്ങളെ ഒറ്റു കൊടുക്കാനാണോ?"

തങ്കമ്മ അന്തിച്ചു നിന്നു.

താണുപിള്ളച്ചേട്ടന് ആളു മാറിയോ?

"അല്ലാ, കൃഷ്ണപിള്ള പറഞ്ഞയച്ചിട്ട് വന്നതാണ്," തങ്കമ്മ പറഞ്ഞു.

"എന്ന ഓർമ്മേല്ലേ?"

"ഉവ്വ, ഉവ്വ," താണുപിള്ള അണയിൽ കിടന്ന വെറ്റിലക്കൊന്ത് തുപ്പി.

"വല്ല സാഹിത്യവും തരാനൊണ്ടേൽ തന്നേച്ചു പോ. ഇനി ഇക്കാര്യവും പറഞ്ഞ് ഇങ്ങോട്ട് വന്നേക്കല്ല്."

തങ്കമ്മ അറച്ചു നിന്നു.

നെഞ്ചുപൊട്ടി വന്ന കരച്ചിൽ ഉള്ളിലൊതുക്കി.

"ശരി, ഞാൻ സഖാവിനെഴുതിക്കോളാം," തങ്കമ്മ തിരിഞ്ഞു നടന്നു.

"സഖാവ്" താണുപിള്ള അരിശത്തോടെ വാതിൽ വലിച്ചടച്ചു. "കൃഷ്ണപിള്ള അറിയുന്നില്ലല്ലോ, ഈ സി ഐ ഡി പ്പണി."

രാത്രി

ഉറങ്ങാൻ കഴിയുന്നില്ല.

അടച്ചിട്ട മുറിയിലിരുന്ന് കുറേനേരം കരഞ്ഞു.

വീട്ടിലേക്കു വരുംവഴി അമ്പലക്കുളത്തിന്റെ താഴേ പടവിലിരുന്നു മുഖത്ത് വെള്ളം തെറ്റിച്ചും കുറേ കരഞ്ഞു.

താണുപിള്ള എന്തിനാണിത്ര ക്രൂരത കാണിച്ചത്?

മുൻപ് കണ്ട ആളേയല്ല.

ഓർക്കും തോറും തേട്ടിത്തേട്ടി വരികയാണ് കരച്ചിൽ.

ഇതിനെല്ലാം കാരണക്കാരൻ ഒരേയൊരാളാണ്.

ജയിലിൽ കിടക്കുന്ന ആ മനുഷ്യൻ.

ഇതിനാണോ തിരുവട്ടാറേക്ക് പറഞ്ഞയച്ചത്?

അരിശവും സങ്കടവും കൂടിക്കൂടി വരികയാണ്.

നോട്ടുപുസ്തകത്തിൽ നിന്നൊരു താൾ ചീന്തിയെടുത്തു.

ഇന്നിതേവരെ ഞാനുറങ്ങിയിട്ടില്ല. എന്റെ വിഷമം എന്നെ ഉറക്കുന്നില്ല. എന്തു തെറ്റാണ് ഞാൻ ചെയ്തത്?

താണുപിള്ള എന്നോടെന്തിനാണങ്ങനെ പെരുമാറിയത്?

ഇനി ഇത്തരം ജോലികളൊന്നും എന്നോട് പറയരുത്.

എനിക്കു വയ്യ. നിങ്ങളെ സഹായിക്കാൻ തുനിഞ്ഞതിനുള്ള ശിക്ഷയാണോ ഇത്?...

മൂന്നാം നാൾ മറുപടി വന്നു.

"തങ്കമ്മാ, നീയൊരു പാവമാണ്.

താണുപിള്ളയ്ക്കെന്തോ തെറ്റിദ്ധാരണ പിണഞ്ഞതാവാം.

തങ്കമ്മ പൊലീസിന്റെ ഏജന്റാണെന്ന് ധരിക്കാൻ ഏതെങ്കിലും നിമിത്തമുണ്ടായിക്കാണും. സത്യം എന്നായാലും അറിയുമല്ലോ?

അന്ന് താണുപിള്ള വന്ന് മാപ്പിരന്നോളും.

തങ്കമ്മ ധൈര്യമായിരിക്കൂ...."

തങ്കമ്മയുടെ അരിശം അപ്പോഴും ശമിച്ചിരുന്നില്ല.

പതിനഞ്ച്

അയ്യൻപിള്ളപ്പൊലീസ് ഈയിടെയായി ചായക്കാശ് ചോദിച്ചു തുടങ്ങി.

"ഇല്ല തങ്കമ്മാ, കാശ് എതാവത് കയ്യില ഇരുക്കിറതാ? ചായ കുടിക്ക കടമാക പോതും."

"പൊലീസുക്ക് കടം കൊടുക്ക മുടിയാത്." തങ്കമ്മ ഗൗരവം ഭാവിച്ചു. "കാശ് കൊടുത്തേണ്ണാ തിരുമ്പി കിടയ്ക്കാത്."

"അപ്പിടി യാരു ചൊന്നാ?"

"തിരുവള്ളുവർ" തങ്കമ്മ ചിരിച്ചു. "ഇപ്പ നാൻ ശൊൽറേൻ."

തിരുവള്ളുവർ അങ്ങനെ പറഞ്ഞിട്ടുണ്ടോ?

അയ്യൻപിള്ള പൊലീസിനു സംശയമായി.

ഒരു മാസത്തിനകം നാലാം വട്ടമാണു അയ്യൻപിള്ളപ്പൊലീസ് ചായക്കാശ് ചോദിക്കുന്നത്. തങ്കമ്മയ്ക്കതിന്റെ ഗുട്ടൻസ് പിടികിട്ടി. ആഴ്ചക്കൊരു ചായക്കാശ്. കത്തിടപാട് വകയിൽ കൈക്കൂലി.

"തങ്കമ്മാ, ഉനക്ക് നാൻ ഇവ്വളവ് ഉതവി ശെയ്ത് താറേനില്ലയാ? വല്ലപ്പോളും ചായെക്ക് കൊഞ്ചം കാശ് തന്താലും നഷ്ടമില്ലെ."

"അടടാ...എനക്കെന്ന ഉദവി?" തങ്കമ്മ ചൊടിച്ചു. "നീങ്ക താനെ ഇന്ദിപ്പുത്തകം കേട്ടുവന്തത്? നാൻ താനേ ഉദവി ചെയ്തത്?"

അയ്യൻപിള്ളപ്പൊലീസാണല്ലോ ഹിന്ദിപ്പുസ്തകം ചോദിച്ചു വന്നത്? ആ നിലയ്ക്ക് 'ഉദവി' ചെയ്തത് തങ്കമ്മയല്ലേ?

"അതിപ്പോ നീങ്ക ഇരണ്ടാളും നല്ല കൂട്ടാളികളായാച്ച്. അവുങ്ക പെരിയ ആളു. നീയൊരു ചിന്നപ്പൊണ്ണു. നീ കനവിൽ കാണുക്കൂടിയ കാര്യമാ നടന്തത്?"

"അതുക്ക് എന്ന നടന്തത്?" തങ്കമ്മ മുഖം കൂർപ്പിച്ചു.

"എല്ലാം നാൻ ചൊല്ലാമലെ ഉനക്ക് തെരിയും" അയ്യൻപിള്ള തല ചൊറിഞ്ഞു. "ആനാൽ..."

"ഉം... ചെരി, ചായംകാലം വാ."

"സെരി" അയ്യൻപിള്ള നടന്നു.

രണ്ടു ചുവടു വച്ചതും അയാൾ തിരിഞ്ഞു നിന്നു.

"ങാ, തങ്കമ്മാ... ഒരു കാര്യം ചൊല്ല വിട്ടു പോച്ച്. എൺപത് പക്കമുള്ള ഇരണ്ട് നോട്ടു പുത്തകം, ഒരു പെൻസിൽ, ഒരു റബ്ബർ... ഇവ്വളവും കൊണ്ട് വരണംന്ന് പ്രത്യേകമാ ചൊല്ലിയിരുക്കാങ്കെ."

"ഓ, എന്റെ കടവുളൈ!" തങ്കമ്മ തലയിൽ കൈവച്ചു. "ഞാനെന്താ സർക്കാരിന്റെ ഖജനാവോ?"

"നീ അരശാങ്കെ ഖജനാവ്!" അയ്യൻപിള്ള ചിരിച്ചു.

"ഉം, ശെരി. പോയിട്ടു വാ" തങ്കമ്മ തലയാട്ടി.

കൈയിൽ കരുതി വച്ചിരുന്ന കാശൊക്കെ തീർന്നു. മാർകഴി ഉത്സവ ത്തിനു വളയും മാലയും വാങ്ങാൻ കാശ് സൊരുക്കൂട്ടിവച്ചിരുന്ന കുടുക്ക ആരുമറിയാതെ പൊട്ടിക്കേണ്ടി വന്നു. കിടപ്പ് മുറിയുടെ കോണിൽ ചാണകം മെഴുകിയ തറ കുത്തിപ്പൊളിച്ചാണ് കുടുക്ക പുറത്തെടുത്തത്. രായ്ക്കുരാമാനം അവിടം ചാണകം മെഴുകി. നേരം വെളുത്തപ്പഴേക്കും മെഴുകിയ ഭാഗം ഉണങ്ങി.

കുടുക്കയിലെ കാശ് തീർന്നതോടെ സമീപത്തുള്ള കുട്ടികൾക്ക് ഹിന്ദി ട്യൂഷൻ തുടങ്ങി. കാശിനു വേറേ വഴിയില്ല. നാലഞ്ച് കുട്ടികൾ. മാസം രണ്ടു രൂപയാണ് ഫീസ്. കഷ്ടിച്ച് പത്തു രൂപ ഒപ്പിക്കാം.

ഈയിടെയായി ജയിലിൽ നിന്നു വരുന്ന കത്തുകൾ വായിച്ചാൽ അകത്തു കിടക്കുന്നയാൾക്ക് തങ്കമ്മയുടെ മേൽ എന്തോ അവകാശമു ള്ളതു പോലെയാണ്.

'തങ്കമ്മ എനിക്കൊരു ഉപകാരം ചെയ്യണം. അല്പം കാശ് ചെലവുള്ള കാര്യമാണ്. കുറച്ചധികം എഴുതാനുണ്ട്. ദിവസവും അയ്യൻപിള്ളേട കയ്യിൽ എൺപത് പേജിന്റെ ഒരു നോട്ട് പുസ്തകം വാങ്ങിക്കൊടുത്തയ് ക്കണം. വല്ലപ്പോഴും ഒരു റൂൾ പെൻസിലും. കാശിന്റെ കണക്കെല്ലാം കുറിച്ചു വച്ചേക്ക്. എന്റെ ആളുകൾ എപ്പഴെങ്കിലും വന്ന് വീട്ടിക്കോളും.'

കൊടുത്തയക്കുന്ന എൺപത് പേജിന്റെ നോട്ട് ബുക്ക് രണ്ടാം പക്കം അയ്യൻപിള്ളപ്പൊലീസ് എത്തിക്കും. "ഇന്റും ഇന്ദിയിലെ ഏരാളം എഴുതി വച്ചിരുക്ക്. എവ്വളവ് എഴുതിനാലും എഴുത എഴുത തീരല്ലെ." അയ്യൻപിള്ള ഇളിഭ്യച്ചിരിയോടെ പറയും.

"എത്ര എഴുതീട്ടും തീരാത്ത എഴുത്താണല്ലോ, തങ്കമ്മാ?"

നോട്ട് പുസ്തകം നിറച്ചും പ്രേമലേഖനമാണെന്നാവും അയ്യൻപിള്ള പ്പൊലീസിന്റെ ധാരണ.

അത് നേരാണെന്ന മട്ടിൽ തങ്കമ്മ അയ്യൻപിള്ളപ്പൊലീസിന്റെ നേർ ക്കൊരു ശൃംഗാര നോട്ടം പായിക്കും.

ഹിന്ദിയിൽ എഴുതി വിടുന്നതെല്ലാം മലയാളത്തിലേക്ക് പകർത്തി

യെഴുതാനുള്ള നിരോധിച്ച കമ്യൂണിസ്റ്റ് പാർട്ടിക്കാര്യങ്ങളും സഖാക്കൾക്കുള്ള കത്തുകളുമാണെന്ന് അയ്യൻപിള്ളപ്പൊലീസറിയരുതല്ലോ. പോലീസ് എത്ര വന്നാലും പൊലീസ് തന്നെ. ഏതുനേരത്താ തിരിഞ്ഞു കടിക്കുന്നതെന്ന് പറയാൻ വയ്യ. തങ്കമ്മയത് രഹസ്യമാക്കി വച്ചു.

അന്നു രാത്രി തങ്കമ്മ ജയിലിലേക്കെഴുതി.

'മാസം മൂന്നാലായല്ലോ, ആ പറഞ്ഞയാളുകൾക്ക് എഴുത്തയച്ചിട്ട്. ഇന്നേവരെ ഒന്നിനും മറുപടി വന്നില്ലല്ലോ?'

'വരും' സഖാവ് മറുപടിക്കത്തിലെഴുതി. ഒറ്റ വാചകത്തിൽ ആര്യാപള്ളത്തിനൊരു കത്തു കൂടി അയക്കണം. മേനവനെ പറഞ്ഞയക്കാൻ. മേനവൻ വരും. വന്നാലുടൻ തങ്കമ്മ മലയാളത്തിൽ പകർത്തിയെഴുതിയതെല്ലാം മേനവനെ ഏല്പിക്കണം.'

'മേനവനെ കണ്ടാലെങ്ങനെ തിരിച്ചറിയും?'

അതിനും മറുപടി വന്നു. മേനവന്റെ ഏകദേശ രൂപം. ആളെ കണ്ടാൽ തിരിച്ചറിയാനുള്ള അടയാളങ്ങളും.

വെളുത്ത് മെലിഞ്ഞ് പൊക്കം കൂടി ചാണയിലരച്ചെടുത്ത ചന്ദനത്തിന്റെ നിറമുള്ള ചെറുപ്പക്കാരൻ. കോളറുള്ള അരക്കൈയൻ ഖദറുടുപ്പും വേഷ്ടിയും. നടക്കുമ്പോൾ മുന്നോട്ടല്പം വളവുണ്ടാവും.

'ഒരുകാര്യം ചെയ്യണം. ഒന്നു രണ്ടാഴ്ച ഹിന്ദി പാഠശാലയ്ക്ക് ബസിൽ പോവണ്ട. ഒറ്റയ്ക്ക് നടന്നു പോയാൽ മതി. പകർത്തിയെഴുതിയ കടലാസുകളെല്ലാം സദാ കൈവശമുണ്ടാവണം.മേനവൻ വന്ന് കാണും. അതെല്ലാം ഭദ്രമായി കൈമാറണം. മേനവൻ തരുന്ന കടലാസുകൾ ഹിന്ദിയിലേക്ക് പകർത്തിയെഴുതി അയ്യൻപിള്ളയുടെ പക്കൽ കൊടുത്തു വിടണം.'

ശുചീന്ദ്രം മുതൽ നാഗർകോവിൽ വരെ തങ്കമ്മ നടന്നു. എതിരെ വരുന്ന അപരിചിതരായ വെളുത്ത് കൊലുന്നനെയുള്ള ചെറുപ്പക്കാരെ തങ്കമ്മ ഓട്ടക്കണ്ണിട്ട് നോക്കും. മേനവനെങ്ങാനുമാണോ?

ആറാം ദിവസമായിട്ടും മേനവൻ വന്നില്ല.

'നടന്ന് നടന്ന് കാൽ ചൊള്ളച്ചത് മിച്ചം,' തങ്കമ്മയെഴുതി.

'വരും. വരാതിരിക്കില്ല' സഖാവെഴുതി. 'മലബാറിലേക്കയച്ച എഴുത്തുകളിൽ ഒന്നെങ്കിലും മേൽവിലാസക്കാരനു കിട്ടിയാൽ ആൾ വരും. മേനവൻ അല്ലെങ്കിൽ വേറൊരാൾ. ഏതായാലും ഇത്രേം നടന്നില്ലേ? തങ്കമ്മ നാലഞ്ചു ദിവസം കൂടൊന്ന് നടന്നു പോയാട്ടെ, എനിക്കും നമ്മുടെ പ്രസ്ഥാനത്തിനും വേണ്ടിയല്ലേ?'

നമ്മുടെ പ്രസ്ഥാനം!

ആ വാക്കുകളിൽ നോക്കിയിരുന്നപ്പോൾ തങ്കമ്മയ്ക്ക് വല്ലാത്തൊരാവേശം തോന്നി.

'പ്രിയ സഖാവേ,' തങ്കമ്മയെഴുതി. 'ഇങ്ങനെ സംബോധന ചെയ്യുന്നതിൽ ഇഷ്ടക്കേടുണ്ടാവില്ലെന്ന വിശ്വാസത്തോടെ പറയട്ടെ, എന്നേ ഞാനും മനസ്സുകൊണ്ട് ആ പ്രസ്ഥാനത്തിന്റെ കൂടെയായിക്കഴിഞ്ഞെന്നോ?

നാലഞ്ച് ദിവസങ്ങളല്ല, സഖാവ് പറയുന്ന കാലത്തോളം ഞാനാ വഴി നടന്നു തന്നെ പൊയ്ക്കൊള്ളാം. വരുമെന്ന് പറഞ്ഞയാൾ എന്നെത്തുന്നുവോ അതുവരെ.'

എട്ടാം ദിവസം ആളെത്തി.

മേനവനല്ല. കാഴ്ചയിലൊരു നസ്രാണിത്തഞ്ചം. ഹിന്ദി പാഠശാലയിലെത്തിയതും ഒരാൾ കാത്തു നില്ക്കുന്നു.

"തങ്കമ്മയല്ലേ?" കണ്ടതും അയാൾ ചോദിച്ചു.

"ങും" തങ്കമ്മ രസിക്കാത്ത മട്ടിൽ മൂളി.

"കൃഷ്ണപിള്ള നിങ്ങളുടെ പക്കൽ കുറേ കടലാസ് ഏല്പിച്ചിട്ടുണ്ടെന്നറിയിച്ചു. അതക്കെ ഇങ്ങു തരണം."

"അതിനു നിങ്ങളാരാ?" തങ്കമ്മ ചോദ്യം ചെയ്തു.

"ഞാൻ കുട്ടൻ."

"മേനവനെവിടെ?"

"മേനോനു വരാൻ പറ്റിയില്ല."

"നിങ്ങൾ ആരാണെന്താണെന്ന് എനിക്കെങ്ങനെ അറിയാം?" തങ്കമ്മ അകത്തേക്കു നടന്നു.

"അപ്പപ്പിന്നെ ഞാനെന്താണ് വേണ്ടേ?" അയാളല്പം മയത്തിലായി.

തങ്കമ്മ തിരിഞ്ഞു നിന്നു. "ഞാനൊന്നന്വേഷിക്കട്ടെ."

പതിനാറ്

കുട്ടനെ കണ്ട കാര്യം അറിയിക്കാൻ ഹിന്ദിപാഠശാലയിലെ തടിയലമാര തെരഞ്ഞു വന്നപ്പോൾ കൈയിൽ തടഞ്ഞത് മൈഥിലീശരൺ ഗുപ്തിന്റെ *സാകേത്*. ഗദ്യകാവ്യം. വനവാസത്തിനു പോയ പ്രിയപ്പെട്ടവനെ വേർപിരിഞ്ഞ് ഏകാകിനിയായി ജീവിക്കേണ്ടി വന്ന ഊർമ്മിളയുടെ വികാര വിചാരങ്ങൾ. *സാകേത്* സഖാവിനിഷ്ടപ്പെടാതിരിക്കില്ല.

കുട്ടനെക്കണ്ട കാര്യം എഴുതി പുസ്തകച്ചട്ടയ്ക്കുള്ളിൽ ഒളിപ്പിച്ചു വച്ച ശേഷം അരപ്പായ കടലാസ് നെടുകെ കീറി തങ്കമ്മ കുറിച്ചു.

'സാകേത് കാ നവം സർഗ് ഊർമ്മിളാ കേ വിരഹ്‌വിഷാദ് കീ ചരം സീമാ ഹെ.

വഹ് അപ്നേ മൻ മന്ദിർ മേം പ്രിയ് കേ പ്രതി ജോ പ്യാർ ഹെ....'

സാകേതിന്റെ ഒമ്പതാം സർഗ്ഗം ഊർമ്മിളയുടെ വിരഹവിഷാദത്തിന്റെ പരമകോടിയാണ്. പ്രിയനോടുള്ള അവാച്യമായ പ്രണയം മനസ്സിൽ നിറച്ചുകൊണ്ട് അവനനുഭവിക്കാൻ കഴിയാതെ പോകുന്ന എല്ലാ ഭൗതിക സുഖങ്ങളേയും അവളും ത്യജിക്കുകയാണ്. ആ വരികൾ നോക്കിയാലും.

മനസ് മന്ദിർ മേൻ സതി, പതി കി പ്രതിമാ താപ്
ജലതി തി ഉസ് വിരഹ് മേൻ, ബനി ആരതി ആപ്.....

മൈഥിലീ ശരൺ ഗുപ്തിന്റെ *സാകേത*ത്തിനു മുന്നിൽ സാക്ഷാൽ *രാമചരിതമാനസ്* പോലും തോറ്റുപോകും.....

ഊർമ്മിളയുടെ കാര്യം എഴുതിവന്നപ്പോഴാണൊരു കാര്യം ഓർമ്മ വന്നത്. പറഞ്ഞാൽ പരിഹസിക്കുമോ?

ഹിന്ദി പാഠശാലയിൽ ഇന്നലെയൊരു കൈനോട്ടക്കാരൻ വന്നു. ഒറ്റ നോട്ടത്തിൽ ആളൊരു ദിവ്യനാണെന്നു തോന്നി. ത്രികാലജ്ഞാനി എന്നൊക്കെ പറയാറില്ലേ? സരസ്വതി നിർബ്ബന്ധിച്ചിട്ടാണു കൈ നോക്കി

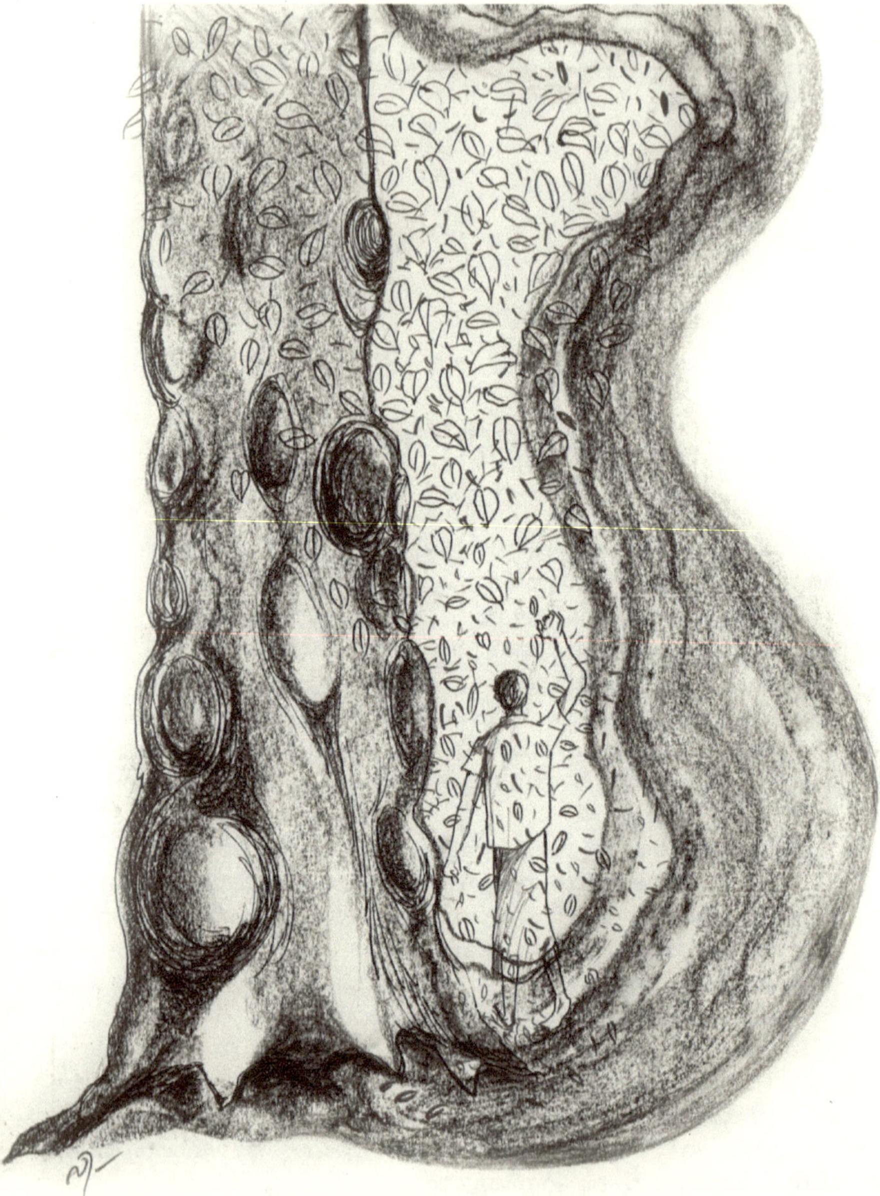

ച്ചത്. അതിശയിച്ചു പോയി. എത്ര അച്ചട്ടായായാണാ ദിവ്യൻ കാര്യങ്ങളൊക്കെ പറയുന്നതെന്നോ? എന്റെ കൈ കാണിച്ചതും ചോദിച്ചത് കേൾക്കണോ? അച്ഛൻ ഈശ്വരന്മാരാർക്ക് സേവ ചെയ്യുന്ന ആളല്ലേ? സ്വജാതിയിൽ ആദ്യമൊരു ഭാര്യയും അതിൽ സന്താനങ്ങളുമില്ലേ?.. അങ്ങനെയങ്ങനെ... സകല കാര്യങ്ങളും ഇങ്ങോട്ടു പറഞ്ഞു. ശരിക്കും ഞെട്ടിച്ചത് അതൊന്നുവല്ല. "നിങ്ങൾ ഒരു രാഷ്ട്രീയനേതാവുമായി അടുപ്പത്തിലാണെന്നും അയാളിപ്പോൾ തടവിൽ കഴിയുകയാണെന്നും നിങ്ങൾ തമ്മിൽ രഹസ്യമായി കത്തിടപാടുകൾ നടത്തി വരുന്നുണ്ടെന്നും പറഞ്ഞതാണ്. കൂട്ടത്തിൽ ഒരു കാര്യം കൂടി പ്രവചിച്ചു. അയാൾ വൈകാതെ ജയിലിറങ്ങി വരുമെന്നും വന്നാലുടൻ നിങ്ങൾ തമ്മിലുള്ള...." തങ്കമ്മയത് പൂരിപ്പിച്ചില്ല.

സാകേതം പിറ്റേന്ന് തന്നെ തിരിച്ചെത്തി.

'കത്തിൽ പറഞ്ഞ അടയാളങ്ങൾ വച്ചു നോക്കുമ്പോൾ ആ വന്നയാൾ പ്രമുഖനായൊരു പാർട്ടി സഖാവാണ്. തങ്കമ്മയൊരു കാര്യം ചെയ്യൂ... അയാളോട് നാളെ കാലത്ത് എട്ടു മണിയോടെ നാഗർകോവിലിലേക്കു പോകുന്ന വഴി റോട്ടിൽ ആനപ്പാലം എന്ന സ്ഥലത്തു വന്ന് നില്ക്കാൻ പറയൂ. പറളിയാറ്റിൽ കുളിപ്പിക്കാൻ തടവുകാരെ കൊണ്ടുവരുന്നതാ വഴിയാണ്. തങ്കമ്മയും വരണം. രണ്ടാളും അടുത്തടുത്ത് നിയ്ക്കണ്ടാ. ഇടം വലം പൊലീസുകാരു കാണും. അയാൾ പാർട്ടി സഖാവാണെങ്കിൽ കണ്ട പാടേ ഞാനയാളെ നോക്കി ചിരിക്കും.

പിന്നെ... ആ കൈനോട്ടക്കാരനെ സൂക്ഷിക്കണം. കേട്ടിടത്തോളം അയാളൊരു സി ഐ ഡിയാണ്.... ചുമ്മാതല്ല, നമ്മളയച്ച കത്തുകളെല്ലാം എത്തേണ്ടടത്ത് എത്താതെ പോയത്.

ഏതായാലും നമ്മളു തമ്മിലുള്ള ബന്ധത്തെക്കുറിച്ച് പൊലീസിനറിവ് കിട്ടിയിരിക്കുന്നു. ഞാൻ എഴുതി അയച്ചതൊന്നും ഇനി കൈവശം വച്ചേക്കരുത്. പകർത്തിയെഴുതിയതെല്ലാം നാളത്തന്നെ കുട്ടനെ ഏല്പിക്കണം. എന്റെ കൈപ്പടയിലുള്ളതെല്ലാം ഇന്നു തന്നെ കത്തിച്ചു കളഞ്ഞേക്കണം. ഒന്നും മിച്ചം വച്ചേക്കരുത്. തങ്കമ്മയുടെ പക്കലൊരു തെളിവുമുണ്ടാവരുത്. ആരെന്തു ചോദിച്ചാലും ഒന്നും അറിയത്തില്ലെന്നു പറയണം. ദൂരത്തു നിന്നാണെങ്കിലും നാളെ നമ്മൾ കാണാൻ പോകുകയാണല്ലോ. അതോർത്ത് ഇന്നെനിക്കുറക്കമില്ല.

ലാൽ സലാം!'

പതിനേഴ്

രണ്ടുനാൾ മുൻപ് ആനപ്പാലം വഴി നാഗർകോവിലിലേക്ക് നടന്നു പോകുന്നേരം പൊലീസ് അകമ്പടിയോടെ തടവുകാരെ പുഴയിലേക്ക് കൊണ്ടു പോകുന്നത് കണ്ടു. അതിൽ നടുവിൽ നടന്നു പോയ തലയെടുപ്പുള്ള ആളാവണം കൃഷ്ണപിള്ളയെന്ന് തങ്കമ്മ ഊഹിച്ചു. കാഴ്ചയിലൊരു അശു. നേതാവിന്റെ മട്ടും ഭാവവുമൊന്നുമില്ല. ലേശം ഇരുണ്ടിട്ടാണ്. ആളതു തന്നെയാവണം.

അതികാലത്തേ കുട്ടൻ ആനപ്പാലത്തിനു പറ്റെ റോഡ് വക്കത്ത് വന്ന് തെറുപ്പ് ബീഡിയും പൊകച്ച് നിന്നു. നാലഞ്ച് ബീഡി പൊകച്ചു കഴിഞ്ഞാണ് മാറത്ത് പുസ്തകം അടുക്കിപ്പിടിച്ച് തങ്കമ്മ വന്നത്.

"ആറ്റിലേക്ക് പോയിട്ടൊണ്ട്." തങ്കമ്മയെ കണ്ടതും കുട്ടൻ ചുണ്ടത്തിരുന്ന ബീഡി ആഞ്ഞൊന്നു വലിച്ചിട്ട് നിലത്തേക്കിട്ടു. "ആ അണക്കെട്ടിന്റെ പാട്ടിലേക്കാണു പോയത്."

"ഓ" തങ്കമ്മ മൂളി.

പിന്നെ അയാളെ ഗൗനിക്കാതെ ആറിന്റെ ഭാഗത്തേക്ക് നോക്കി നിന്നു. മനുഷ്യപ്പറ്റില്ലാത്ത മനുഷ്യനാണ്. ഇന്നലെ വന്നതും ചോദിച്ചതും... ആ രീതിയൊന്നും തങ്കമ്മയ്ക്കത്ര പിടിച്ചില്ല.

"അല്ലാ, നിങ്ങളു തമ്മീ കണ്ടിട്ടൊണ്ടാ?" കുട്ടൻ മൗനം മുറിച്ചു.

"ങാ," തങ്കമ്മ പുഴയുടെ ഭാഗത്തു നിന്ന് കണ്ണെടുക്കാതെ പറഞ്ഞു. "ഇന്നാളിതുവഴി നടന്നു പോയപ്പം ഒരു നെഴലു പോലെ. അതു തന്നാണോ ആളന്ന് ഇന്നു കണ്ടാലേ പറയാനൊക്കൂ."

"കൃഷ്ണപിള്ളയെഴുതിത്തന്ന കടലാസ് കൈയിലൊണ്ടാ?" കുട്ടൻ അക്ഷമനായി.

"ങാ" തങ്കമ്മ ഇത്തവണയും അയാളെ ഗൗനിച്ചില്ല.

"എങ്കിപ്പിന്ന കൈയോട തന്നേക്കന്നേ. സഖാവിപ്പ വരുവല്ലാ?"

തങ്കമ്മയ്ക്കരിശം വന്നു. ഇതെന്തോന്ന് ഭാഷ? ഏത് കോത്താഴത്തു കാരനിയാൾ?

"അതിനു സഖാവ് പറഞ്ഞയാള് നിങ്ങളാണോന്ന് എനിക്കെങ്ങനെ അറിയാം? കുളി കഴിഞ്ഞാളിങ്ങു വരട്ട്."

കുട്ടൻ മടിക്കുത്തിൽ നിന്നൊരു തെറുപ്പ് ബീഡി പുറത്തെടുത്ത് വിരലുകൾക്കിടയിൽ ഞെരടി. പിന്നെ വേണ്ടെന്നു വച്ച് ഉടുപ്പിന്റെ കീശയിലിട്ടു.

"ആണ്ടേ, വരണൊണ്ടല്ലാ" അയാൾ പുഴക്കടവിലേക്ക് നോക്കി.

ആറേഴു കറുത്ത തലകൾ

പുഴ കയറി വരികയാണ്.

"നിങ്ങളങ്ങാട്ട് മാറി നിയ്ക്ക്" കുട്ടൻ പറഞ്ഞു. "രണ്ടാളും കൂട നിന്നാ പൊലീസുകാരമ്മാർക്ക് സംശയം തോന്നണ്ടാന്ന് കരുതിയാണ്."

"ഓ" തങ്കമ്മ അകലേക്ക് മാറി ഒരു മരത്തിന്റെ മറവിൽ നിന്നു.

ആറേഴാളുകൾ പുഴകയറി വന്നു. തടവുകാർ. തോക്കേന്തിയ പൊലീസുകാരൻ. ലാത്തിപിടിച്ച് വേറെയും രണ്ടാൾ.

കുളി കഴിഞ്ഞ് തലതോർത്തിക്കൊണ്ടാണ് സഖാവിന്റെ വരവ്. ആരെയും കൂസാത്ത മട്ട്. കൂടെ പൊലീസുകാരുണ്ടെന്ന ഭാവമേയില്ല. ഇത് തന്നെയാള്. തങ്കമ്മ ഉറപ്പിച്ചു. തോർത്ത് തോളത്തിട്ട് ആനപ്പാലത്തിനു നേർക്ക് കണ്ണു പായിക്കുന്നൊണ്ട്. കുട്ടനെ കണ്ട മട്ടൊണ്ട്. എന്നിട്ടും പരതുന്നത് തന്നെക്കാണാനാണ്. തങ്കമ്മ മരത്തിന്റെ മറവിൽ നിന്ന് മെല്ലെ മുന്നോട്ട് നടന്നു. സഖാവ് കണ്ടു. കണ്ണെടുക്കാതെ നോക്കുകയാണ്. ആ മുഖത്തൊരു തെളിച്ചം കണ്ടു. തങ്കമ്മ മുഖം കുനിച്ച് ഏറുകണ്ണിട്ടു നോക്കി. സഖാവ് കുട്ടനെ നോക്കി പരിചയഭാവത്തിൽ ചിരിച്ചു. കുട്ടൻ പൊലീസു കാർ കാണാതെ ഞൊടിയിടയിൽ കൈ ചുരുട്ടി ഉയർത്തി. തങ്കമ്മ ആന പ്പാലത്തിനടുത്തെത്തിയതും തടവുകാർ മറഞ്ഞു.

"കണ്ടല്ലാ, സഖാവെന്ന നോക്കിച്ചിരിച്ചത്?" കുട്ടൻ ചോദിച്ചു.

തങ്കമ്മ തലകുലുക്കി.

"എന്നാപ്പിന്നത്തന്നേക്ക്" അയാൾ തിടുക്കം കൂട്ടി.

തങ്കമ്മ മാറത്തടുക്കിപ്പിടിച്ചിരുന്ന പുസ്തകത്തിനുള്ളിൽ നിന്ന് സഖാവ് ഏറ്റവുമൊടുവിൽ എഴുതാനേല്പിച്ചതിൽ നാലഞ്ച് കടലാസ് കൈമാറി.

കുട്ടൻ കടലാസുകൾ മറിച്ചു നോക്കി. "അല്ലാ, ഇതൊന്നും സഖാവിന്റ കൈപ്പടയല്ലല്ലാ?"

"അല്ല. ഒക്കേം എന്റ കൈപ്പടയാണ്" തങ്കമ്മ തല നീർത്തിപ്പിടിച്ചാ ണത് പറഞ്ഞത്. "സഖാവ് ഹിന്ദീലാണെല്ലാമെഴുതിയത്. ഞാനാണ തൊക്കേം മലയാളത്തിലാക്കിയത്."

കുട്ടനു ലേശം ബഹുമാനം തോന്നി.

"അപ്പം ബാക്കി കടലാസ്സുകളോ?"

“ഒരു ബേസ്പോഡ് പെട്ടി നെറച്ചൊണ്ട്. വന്നാ ചൊമന്നോണ്ട് പോവാം.” തങ്കമ്മ പറഞ്ഞു.

“എന്നാപ്പിന്നങ്ങനാവട്ടെ” കുട്ടൻ തിടുക്കത്തിൽ യാത്ര പറഞ്ഞു നടന്നു.

വൈകിട്ട് അയ്യൻപിള്ളപ്പൊലീസിന്റെ വരവും കാത്ത് ഞെരിപിരി കൊണ്ടാണിരുന്നത്. വന്നില്ല. പിറ്റേന്ന് കാലത്തും കണ്ടില്ല. സഖാവൊന്നും പറഞ്ഞില്ലല്ലോ? ദൂരത്തൂന്നല്ലേ കണ്ടത്? കണ്ടിട്ടെന്ത് തോന്നിക്കാണും? അതൊന്നറിയാഞ്ഞിട്ടൊരു വെപ്രാളം. വൈകിട്ടാണ് അയ്യൻപിള്ളപ്പൊലീസ് വന്നത്. പുസ്തകച്ചട്ടയ്ക്കകത്ത് ഒളിപ്പിച്ചു വച്ച കുറിപ്പ് തപ്പിയെടുത്തു.

‘പ്രിയപ്പെട്ട തങ്കമ്മ,

മാസങ്ങളായി നമ്മളു തങ്ങളിൽ പരിചയപ്പെട്ടിട്ടെങ്കിലും ഇന്നലെയാണൊരു നോക്ക് കാണാനായത്. തങ്കമ്മ കാണാൻ നല്ല ചൊവ്വൊള്ള പെൺകുട്ടി. ഞാനോ? വിരൂപനായ ഒരുത്തൻ. എന്നെ നിങ്ങൾക്കിഷ്ടമായോ എന്നെനിക്കറിയത്തില്ലല്ലോ. എന്നാലും മനസ്സിനകത്തുള്ളൊരാഗ്രഹം പറഞ്ഞോട്ടെ? എനിക്ക് നിങ്ങളെ വിവാഹം കഴിച്ചാൽ കൊള്ളാമെന്നുണ്ട്. തങ്കമ്മയ്ക്കെന്നെ ഇഷ്ടമായെങ്കിൽ മാത്രം.... പിന്നെ ഒരു കാര്യം ആദ്യമേ പറഞ്ഞോട്ടെ. സാധാരണ കല്യാണം കഴിച്ച് കുടുംബമായി ജീവിക്കുന്നതു പോലത്തെ കാര്യങ്ങളൊന്നും നമ്മുടെ ജീവിതത്തിൽ സാദ്ധ്യമായെന്ന് വരില്ല. അമ്മാതിരിയൊരു ജീവിതം തങ്കമ്മ എന്നിൽ നിന്നു പ്രതീക്ഷിക്കുകയും വേണ്ടാ. കാൾ മാർക്സിനേയും ജെന്നിയേയും പോലെ, എമിൽ ബേൺസിനേയും എലിനോറിനേയും പോലെ.... എന്നോടൊപ്പം ജീവിച്ച് എന്റെ പാർട്ടിക്കു വേണ്ടി പ്രവർത്തിക്കാനും കഷ്ടപ്പാടുകളും ത്യാഗവും സഹിക്കാനും തയ്യാറാണെങ്കിൽ എന്റെ ഭാര്യാപദം സ്വീകരിക്കാം. നന്നായി ആലോചിച്ച ശേഷം മറുപടി കുറിക്കുമല്ലോ?...

പിന്നെ ആ വന്നയാൾ (കുട്ടൻ) ആലപ്പുഴയിലെ സമുന്നതനായൊരു പാർട്ടി സഖാവാണ്. സി ഒ മാത്യു എന്നാണ് പേര്. മുപ്പത്തെട്ടിലെ പൊതു പണിമുടക്കത്തിന്റെ മുൻ നിരയിൽ നിന്നയാളാണ്... പുറമേക്ക് പരുഷമാണെന്നാകിലും ഉള്ളുകൊണ്ട് നല്ലവനാണ്. അലോഹ്യമൊന്നും കരുതേണ്ട കാര്യമില്ല.’

രാത്രി ഉറങ്ങാൻ കഴിഞ്ഞില്ല.

തങ്കമ്മ ആ കത്തെടുത്ത് നിവർത്തി പലയാവർത്തി വായിച്ചു.

ഒടുവിൽ പെൻസിലിന്റെ മുന കൂർപ്പിച്ച് ഒറ്റ വരിയിൽ ഹിന്ദിയിൽ മൃദുവായി കുറിച്ചു: ‘കബ്സേ മേയ്ൻ ചാഹ്തി ഹു!’

എനിക്കെന്നേ ഇഷ്ടമാണെന്നോ...

വേണ്ട. അങ്ങനെയൊരു മറുപടി എഴുതണ്ട.അല്ലാതെ തന്നെ മനസ്സ് വായിക്കട്ടെ!

തങ്കമ്മ ആ കടലാസ് ചെറു തുണ്ടുകളായി കീറി ജനലഴികൾക്കിടയിലൂടെ ഊതിവിട്ടു.

പതിനെട്ട്

സി ഒ മാത്യുവിനോട് ലേശം കലഹിക്കേണ്ടി വന്നു. മുഖം കറുപ്പിച്ചെഴുതേണ്ടിയും വന്നു. 'ഏല്പ്പിച്ച കാര്യം ചെയ്യാൻ കെല്പ്പില്ലെങ്കിൽ കൈയിൽ കിട്ടിയ കടലാസുകളുമായി ഉടനേ സ്ഥലം വിടുക. വേണ്ടാത്ത കാര്യങ്ങളിൽ ഇടപെടാനാരു പറഞ്ഞു? നാലഞ്ചു മാസത്തെ അനുഭവത്തിൽ നിന്നുടലെടുത്തതാണ് തങ്കമ്മയുമായുള്ള ആത്മബന്ധം. അത് ചോദ്യം ചെയ്യാൻ ആരേയും അധികാരപ്പെടുത്തിയിട്ടില്ല. ആരുടെയും ഉപദേശം ചോദിച്ചിട്ടല്ല ഈ ബന്ധം തുടങ്ങിയത്. ഇനിയൊട്ടത് ആവശ്യവുമില്ല. സഖാവ് സി ഒ മാത്യു ഇക്കാര്യത്തിൽ ഇടപെടേണ്ടതില്ല. വേഗം ഇവിടം വിട്ടു പോകുക.'

മൂന്ന് സംഗതികൾ മനസ്സിൽ കണ്ടാണ് കത്തയച്ച് വരുത്തിയത്. ആൾ സി ഒ മാത്യു ആണെന്ന് തിരിച്ചറിഞ്ഞതും തങ്കമ്മ വഴി കൊടുത്തയച്ച എഴുത്തിൽ പാർട്ടിക്കാര്യങ്ങളുടെ അടിയൊഴുക്കറിയാവുന്നൊരു സഖാവിനു മനസ്സിലാവുന്ന ഭാഷയിലത് ഗോപ്യമായി സൂചിപ്പിച്ചിരുന്നു. 'കുടുംബക്കാരണവന്മാർ പെണ്ണിനെ വീട്ടുതടങ്കലിൽ വച്ചിരിക്കുകയാണെന്നറിയാമല്ലോ? പെണ്ണിങ്ങനെ നിന്നാൽ നിന്നു പോകും. വീട്ടുകാരുടെ ഭാഗത്തുന്ന് ഉടനെയെങ്ങും ഒരു നീക്കുപോക്കുണ്ടാവുന്ന മട്ടില്ല. ആ നിലയ്ക്ക് കല്യാണം പെട്ടെന്ന് നടത്താൻ മൂന്ന് പോംവഴികളേയുള്ളു.

ഒന്ന്: പെണ്ണു കുളിക്കാൻ പുഴക്കടവിൽ പോകുന്ന നേരത്ത് ബലാല്ക്കാരമായി പിടിച്ചോണ്ടു പോരുക.

രണ്ട്: പാതിരാത്രി പെണ്ണു കിടക്കുന്ന ഉറക്കറയുടെ ഓടിളക്കി മാറ്റി അകത്തേക്കൊരു വടക്കയറിട്ട് കൊടുക്കുക. പെണ്ണു കയറിൽ പിടിച്ച് കേറി പുറത്തെത്തണ്ട താമസം ഇരു ചെവിയറിയാതെ രണ്ടാളും കൂടി പമ്പ കടക്കുക.

മൂന്ന്: പെണ്ണു കുളികഴിഞ്ഞ് വരുന്ന വഴി കാപ്പി കുടിച്ച് കൈ കഴുകുന്ന നേരം നോക്കി ബലാല്ക്കാരമായി പിടിച്ചിറക്കിക്കൊണ്ടു പോകുക.'

കത്തു വായിച്ച സി ഒ മാത്യു പകച്ചിരുന്നു പോയി. ഇതിനാണോ ഇത്രദൂരം വിളിച്ചു വരുത്തിയേ? ജയിലിൽ കിടക്കുന്ന സഖാവിന്റെ കല്യാണക്കാര്യം നടത്താൻ? ലോക പരിചയമില്ലാത്ത ആ പെണ്ണെങ്ങനെ സഖാവിനു ചേരും? ആ പെണ്ണിനെ താനെങ്ങനെ പിടിച്ചിറക്കി കൊണ്ടു വരും? ഈ ബന്ധം ശരിയാവുകേലാ. സഖാവ് ഇങ്ങനെയൊരു അബദ്ധത്തിൽ കുടുങ്ങുമെന്ന് കരുതിയില്ല. സംഭവിച്ച സ്ഥിതിക്ക് എത്രയും പെട്ടെന്ന് അതിൽ നിന്ന് പുറത്തു കടക്കണം. തങ്കമ്മയുമായുള്ള ബന്ധം ഉടനെ അവസാനിപ്പിക്കണം. പുറം ലോകവുമായി ബന്ധപ്പെടാൻ വേറെ മാർഗ്ഗങ്ങൾ കണ്ടെത്താം... മാത്യു ഏഴെട്ടു പേജിൽ ഇംഗ്ലീഷിലെഴുതിയ കത്ത് തങ്കമ്മയറിയാതെ ജയിലിലെത്തിച്ചു.

കത്തയച്ചു കഴിഞ്ഞ് രണ്ടാം വട്ടം ആലോചിച്ചപ്പോഴാണു അമളി പറ്റിയ കാര്യം പിടികിട്ടിയത്. സഖാവ് ഉദ്ദേശിച്ച കല്യാണം ജയിൽ മോചനമായിരുന്നില്ലേ? കുടുംബക്കാരണവന്മാർ തടങ്കലിൽ വച്ചിരിക്കുന്ന പെണ്ണു സഖാവ് തന്നെയല്ലേ? സഖാവിനെ ജയിലിൽ നിന്ന് രക്ഷപ്പെടുത്താനുള്ള മൂന്ന് ഉപായങ്ങളായിരുന്നില്ലേ രഹസ്യ ഭാഷയിൽ കത്തിൽ അക്കമിട്ട് പറഞ്ഞിരുന്നത്?

ഒന്ന്: പൊലീസ് അകമ്പടിയിൽ ആറ്റിൽ കുളിക്കാൻ കൊണ്ടു പോകും വഴി ബലം പ്രയോഗിച്ച് വിടുവിച്ച് കൊണ്ടുപോകുക.

രണ്ട്: പാതിരാത്രി ജയിലിന്റെ ഓടിളക്കി മാറ്റി അകത്തേക്കൊരു വടക്കയറിട്ടു കൊടുത്ത്....

മൂന്ന്: ആറ്റിലെ കുളി കഴിഞ്ഞ് ആനപ്പാലം കടന്ന് കാപ്പി കുടിക്കാൻ ചായക്കടയിൽ കേറുന്ന നേരത്ത്....

പിറ്റേന്ന് ഉച്ച തിരിഞ്ഞതും 'കുട്ടൻ' ശുചീന്ദ്രത്തെ വീട് തേടിപ്പിടിച്ചെത്തി. ഹനുമാൻ പോറ്റി വീട്ടിലില്ലാത്ത നേരം. തങ്കമ്മ നാലുപാടും കണ്ണു പായിച്ച് സഖാവിന്റെ കുറിമാനങ്ങളടങ്ങിയ കാർഡ് ബോർഡ് പെട്ടി കുട്ടനെ ഏല്പിച്ചു.

പോകാൻ നേരം തങ്കമ്മ ചോദിച്ചു: "കുട്ടൻ സഖാവിനു ഇംഗ്ലീഷിൽ നല്ല വ്യുല്പത്തിയുണ്ടല്ലേ? ജയിലിലേക്ക് കൊടുത്തയച്ച കത്ത് ഞാൻ വായിച്ചു."

സി ഒ മാത്യു വിളറി.

"ചേച്ചി എന്നോട് ക്ഷമിക്കണം. ഒന്നും വിചാരിക്കരുത്. സഖാവിനെന്തക്കെയോ ഞാൻ കുത്തിക്കുറിച്ചു പോയി."

"ഏയ്, അതിനൊന്നുവില്ല. ഞാനൊന്ന് സൂചിപ്പിച്ചെന്നേയുള്ളു." തങ്കമ്മ ചിരിച്ചു.

"ചേച്ചി ഇനിമുതൽ ഞങ്ങൾക്കെല്ലാം ചേച്ചിയാണ്." മാത്യു കൈ കൂപ്പി.

പത്തൊൻപത്

അപരിചിതനായൊരാൾ തങ്കമ്മയുടെ വീട് തെരഞ്ഞ് ഗ്രാമത്തിൽ വന്നതും ഒരു കെട്ട് കടലാസും ചുമന്ന് പോയതും നാട്ടിലാകെ കുശുകുശുപ്പായി. അത്താഴപൂജ കഴിഞ്ഞ് ഹനുമാൻ പോറ്റി വീട്ടിലേക്ക് വരുന്ന വഴിയാണു കണക്കെഴുത്ത് വെങ്കി സ്വാമി വഴിയിൽ തടഞ്ഞു നിർത്തി ചോദിച്ചത്. "ജനാർദ്ദനാ, അത് യാരു ഉൻ മകൾ തങ്കത്തെ പാർക്ക വന്തത്? നമ്മ ജാതിയില്ലെ. നായർ ജാതിയും ഇല്ലെ. ഒരു അട്ടൈപ്പെട്ടിയും തോളിൽ ചുമന്തുകൊണ്ട് താൻ പോനാൻ. കൊഞ്ചം കാലമാ നാൻ കവനിത്തുകൊണ്ടേ ഇരിക്കിറേൻ. ഒന്നുടെ മകളിൻ പോക്ക് ശെരിയില്ലെ. അന്ത അയ്യാപിള്ളപ്പൊലീസും അവളുടയ കൂട്ടുകാരന്താൻ. ശൊല്ല വേണ്ടിയയിടത്തിൽ ചൊല്ലിയുള്ളേൻ." വെങ്കി സ്വാമി ചുറ്റുമൊന്ന് കണ്ണോടിച്ച് അടക്കത്തിൽ പറഞ്ഞു. "നാൻ കേട്ടത് ശെരിയാകയിരുന്താൽ അന്ത ഏടലാക്കുടി ജയിലിൽ ഒരു രാജദ്രോഹി കൈദിയുമാകെ അവളുക്ക് കടിതം പോക്കുവരത്തുണ്ട്. ജാഗ്ഗിരതൈ!"

"രാജദ്രോഹിയാ?.....കടവുളൈ... ആഞ്ജനേയാ!" പോറ്റി ഞെട്ടി വിറച്ചു.

വഴിയിൽ നിന്നൊടിച്ചെടുത്ത വലിയൊരു പുളിയമ്മാറുമായാണു ജനാർദ്ദനൻ പോറ്റി വീട്ടിലെത്തിയത്.

"ലച്ച്മീ, അന്ത പൊണ്ണെങ്കേ? ആ മൂധേവി? അവളുക്ക് ജയിലിലെ കെടക്കും രാജദ്രോഹിയോട് എന്ന ഉറവ്? അവൻ അവളുക്ക് യാരു?"

അടുക്കളത്തളത്തിലൊളിച്ചിരുന്ന തങ്കമ്മയെ മുടിക്കുത്തിനു വലിച്ചിഴച്ച് വെളിയിലേക്കിട്ടു. "ചൊല്ലെടീ അവൻ നിനക്ക് യാരു?" പോറ്റി ഭ്രാന്തനെപ്പോലെ അലറി. പുളിവാറൽ നിർത്താതെ പുളഞ്ഞു. പുളിവാറലിന്റെ പുളച്ചിലും തങ്കമ്മയുടെ അലമുറയും കേൾക്കാൻ അയൽവാസികൾ വീടിനു ചുറ്റും കൂടി. വെങ്കി സ്വാമി ഒന്നുമറിയാത്ത മട്ടിൽ വെരുക് കണക്കെ

തെക്കു വടക്ക് നടന്നു.

തങ്കമ്മ വീട്ടുതടങ്കലിലായി.

അയ്യൻപിള്ളപ്പൊലീസിനെ കാണാനേയില്ല.

പാളയം ക്യാമ്പിൽ നിന്നു വന്ന രണ്ട് സി ഐ ഡി മാർ ഗ്രാമത്തിൽ ഒളിച്ചും മറഞ്ഞും പരതി നടന്നു.

നാലഞ്ചു ദിവസം കഴിഞ്ഞാണു കരക്കമ്പി കേട്ടത്. അയ്യൻപിള്ള പ്പൊലീസിന്റെ അഞ്ചു രൂപാപ്പൊലീസ് പണി പോയി. സർക്കിൾ ഇൻസ്പെ ക്ടർ അയാളെ വിളിച്ചു വരുത്തി നിന്ന നില്പിൽ മണിക്കൂറുകളോളം ചോദ്യം ചെയ്തു പൊരിച്ചു. അയ്യൻപിള്ള അതോടെ ഒളിവിൽ പോയ തായും അതല്ല പട്ടാളത്തിൽ ചേരാൻ നാടുവിട്ടതായും പല തരത്തിൽ പറഞ്ഞു കേട്ടു.

അയ്യൻ പിള്ള പണിപോയി നാടുവിട്ടെന്നറിഞ്ഞതോടെ ഹനുമാൻ പോറ്റിക്കയവു വന്നു. തങ്കമ്മ വീണ്ടും ഹിന്ദി പാഠശാലയിൽ പോയിത്തു ടങ്ങി.

ഹിന്ദിപാഠശാലയിലേക്കെന്നു പറഞ്ഞ് തങ്കമ്മ നേരേ പോയത് അയ്യൻപിള്ളയുടെ വീടന്വേഷിച്ചാണ്.

അയ്യൻപിള്ള ദാ പുറം തിണ്ണയിലിരിക്കുന്നു. കുറച്ച് ചെറുപ്പമായതു പോലെ.

"അയ്യൻപിള്ള അണ്ണാ, നാൻ എവ്വളവ് വേദനൈപ്പെട്ടേൻ. എങ്കെല്ലാം വിശാരിത്തുപ്പാർത്തേൻ?"

"ഞാൻ എന്തുമ്മാത്രം തീ തിന്നു. എവടെയെല്ലാം അന്വേഷിച്ചു."

തങ്കമ്മ നെഞ്ചത്തടിച്ചു.

അയ്യൻപിള്ള ചാടിയെണീറ്റ് ഭവ്യതയോടെ നിന്നു.

ആകെക്കൂടെ ഒരു പന്തികേട്.

തങ്കമ്മ ഉറ്റുനോക്കി.

അയ്യൻപിള്ള കൈകൂപ്പി പറഞ്ഞു: "നാൻ അയ്യൻപിള്ളൈ ഇല്ലൈ. അവനുടയ തമ്പി ചൊടലയാണ്ടി. അയ്യൻപിള്ളാണ്ണൻ എങ്ക പോയിരിക്ക റാന്ന് തെരിയാത്."

കാഴ്ചയിൽ അയ്യൻപിള്ളയുടെ തനിത്തഞ്ചം. തങ്കമ്മ അമ്പരപ്പോടെ നോക്കി. മട്ടും ഭാവവുമെല്ലാമതു തന്നെ. മീശയില്ലാത്ത അയ്യൻപിള്ള.

ചുടലയാണ്ടിയെങ്കിൽ ചുടലയാണ്ടി.

"ചുടലയാണ്ടീ, എനക്കൊരു ഉദവി ശെയ് വിയാ?" തങ്കമ്മ ചോദിച്ചു.

"എന്ന വിഷയം?" ചുടലയാണ്ടി തല ചൊറിഞ്ഞു.

"അന്ത എടലാക്കുടി ജയിലിലേ എന്നുടയ ഒരു സൊന്തക്കാരൻ ഇരുക്കറാൻ. അവുങ്കളുക്ക് ഒരു എഴുത്ത് കൊടുക്കണം."

"അതെപ്പടി? എനക്ക് ജെയിലിലെ യാരെയ്യുമേ തെരിയാത്" ചുടലയാണ്ടി കൈയൊഴിഞ്ഞു.

"അത്ക്ക് ഒരു വഴിയിരുക്ക്" തങ്കമ്മ പറഞ്ഞു.

തങ്കമ്മ വഴി പറഞ്ഞു കൊടുത്തു.

രാവിലെ ആറ്റിലെ കുളികഴിഞ്ഞ് പോകും വഴി തടവുകാരെ ആന

പ്പാലത്തിനടുത്തൊരു ചായക്കടയിൽ കാപ്പി കുടിക്കാൻ കൊണ്ടുപോകും. നീ രണ്ടു ദിവസം ആ സമയത്ത് കടയിൽ ചെല്ലണം. നിന്നെക്കണ്ടാൽ അയ്യൻപിള്ള മാതിരി ഇരിക്കുന്നതിനാൽ ആ തടവുകാരൻ നിന്നെ നോക്കും. കാപ്പി കുടി കഴിഞ്ഞ് കൈ കഴുകാൻ നേരത്ത് പൊലീസുകാർ കാണാതെ നീ അടുത്തു ചെന്ന് തങ്കമ്മ പറഞ്ഞു വിട്ട ആളാണെന്ന് പറയണം. ഞാനൊരു എഴുത്ത് തരും. അത് കൊടുക്കണം.

അഞ്ചു രൂപാ ഇനാം കൊടുക്കാമെന്നു പറഞ്ഞപ്പോൾ ചുടലയാണ്ടിക്ക് സമ്മതം.

“ശെരി നാളെ കാലെയിലെ നീ ബസ് സ്റ്റോപ്പുക്ക് വാ.”

ചുടലയാണ്ടിക്ക് ഒരു രൂപാ മുൻകൂർ കൊടുത്ത് തങ്കമ്മ പടിയിറങ്ങി.

നാലാം ദിവസം ചുടലയാണ്ടി ദൗത്യം നിറവേറ്റി.

അഞ്ചാം ദിവസം സഖാവിന്റെ കത്തുമായി വന്നു.

‘തങ്കമ്മയ്ക്ക്’ എന്ന് തലക്കെട്ടെഴുതിയ കത്ത്.

കാര്യങ്ങളെല്ലാം ഇത്രപെട്ടെന്ന് തലകീഴ് മറിഞ്ഞതിൽ സഖാവ് വല്ലാതെ അസ്വസ്ഥനായിരുന്നു. എങ്കിലും തങ്കമ്മയ്ക്ക് ധൈര്യം പകരാനായി അടിവരയിട്ടെഴുതിയിരുന്നു. ‘എല്ലാം ശരിയാവും. ധൈര്യമായിരിക്കൂ.’

‘തങ്കമ്മ പത്രത്തിൽ വായിച്ചു കാണുമല്ലോ? യുദ്ധം കൊടുമ്പിരിക്കൊള്ളുകയാണ്. ജപ്പാൻ സൈന്യം റംഗൂൺ കീഴടക്കി ഇന്ത്യയുടെ അതിർത്തിയിലേക്ക് അടുക്കുകയാണു. ഈ സാഹചര്യത്തിൽ സഖ്യകക്ഷികൾക്ക് ഇന്ത്യയുടെ ജനകീയ പിന്തുണ നേടിയെടുക്കാനുള്ള ശ്രമത്തിലാണു ബ്രിട്ടീഷ് സർക്കാർ. അതിനായി ഇന്ത്യൻ ഭരണഘടനാ ഭേദഗതി നിർദ്ദേശങ്ങളുമായി കോമൺ സഭയിലെ അംഗം സ്റ്റാഫോർഡ് ക്രിപ്സിനെ ഇന്ത്യയിലേക്കയക്കാൻ പ്രധാനമന്ത്രി വിൻസ്റ്റൺ ചർച്ചിൽ തീരുമാനിച്ചതായി ഹിന്ദു പത്രത്തിൽ വായിച്ചു....’

സോവിയറ്റ് യൂണിയനു നേർക്ക് നാസിപ്പട നടത്തിയ ആക്രമണത്തെക്കുറിച്ചും നാസിസ്റ്റ്ഫാസിസ്റ്റ് ശക്തികളെ ഈ ലോകത്തുനിന്ന് ഉന്മൂലനം ചെയ്യുക എന്ന ലക്ഷ്യത്തോടെ ഈ ജനകീയ യുദ്ധത്തെ പിന്തുണയ്ക്കാൻ ഇന്ത്യൻ കമ്യൂണിസ്റ്റ് പാർട്ടി തീരുമാനിച്ചതിനെക്കുറിച്ചും ലഘുവായൊരു വിവരണം. അതവസാനിച്ചത് സോവിയറ്റ് റഷ്യയിലെ കമ്യൂണിസത്തിന്റെ വളർച്ചയെക്കുറിച്ചും ഭാവിയിൽ റഷ്യ ലോകത്തിന്റെ അധീശസ്ഥാനത്തെത്തുന്നതിനെക്കുറിച്ചും അങ്ങനെ ലോകത്തെമ്പാടും കമ്യൂണിസത്തിന്റെ വിത്ത് മുളയ്ക്കുന്നതിനെക്കുറിച്ചും.....

അതിനൊടുവിലായി സഖാവെഴുതി.

വൈകാതെ നമ്മുടെ നാട്ടിലുമത് യാഥാർത്ഥ്യമാവും. നമുക്കൊരുമിച്ചതിനായി മുന്നേറണം.

തങ്കമ്മ ധൈര്യമായി കാത്തിരിക്കുക. വൈകാതെ ഞാൻ ജയിലിറങ്ങി വരും.

ചുവന്ന സൂര്യൻ കിഴക്കുദിക്കാറായി.

ലാൽ സലാം!’

ഇരുപത്

നാഗർകോവിലിലെ കൊട്ടകയിൽ തമിഴ് പടം *സാവിത്രി* ഓടിത്തുടങ്ങിയിട്ട് ആഴ്ച മൂന്നായി.

വെള്ളിത്തിരയിൽ ശാന്താ ആപ്തേ സാവിത്രിയായി ആടിയും പാടിയും തകർത്തഭിനയിക്കുകയാണ്. വൈ വി റാവു തന്നെ സത്യവാനും സംവിധായകനും. നാരദരായി വേഷമിട്ട എം എസ് സുബ്ബലക്ഷ്മി ചപ്ലാംകട്ട കൊട്ടി പാടിത്തകർക്കുന്നു. ചാരുബെഞ്ചിൽ ചാഞ്ഞിരുന്ന് സരസ്വതിയും മണി മാമയുമൊത്ത് പടം കാണുന്നതിനിടയിലാണ് കൊട്ടകയുടെ പാതി തുറന്ന പരമ്പ് വാതില്ക്കൽ ചുടലയാണ്ടിയുടെ തലവെട്ടം കണ്ടത്. ഒറ്റക്കുതിപ്പിനു ചുടലയാണ്ടി അകത്തുകയറി. അരണ്ട വെട്ടത്തിലൂടെ കണ്ണുപായിച്ച് ആരെയോ തപ്പുകയാണ് ചുടലയാണ്ടി. ഈ നേരത്ത് കൊട്ടകക്കയ്കത്തേക്ക് വന്നാരെ തപ്പാൻ? നാടു വിട്ടുപോയ അയ്യൻപിള്ളപ്പൊലീസെങ്ങാനും പാത്തും പതുങ്ങിയും വന്നകത്തിരിപ്പുണ്ടോ?

വെള്ളിത്തിരയിൽ സത്യവാന്റെ ഉയിരിനു വേണ്ടി പാശവുമായി പോത്തിന്റെ പുറത്തിരുന്നു വന്ന വി എ ചിന്നയ്യയോട് പാട്ടുപാടി കെഞ്ചുകയാണു സാവിത്രി. മറുപടിയായി യമധർമ്മന്റെ പാട്ട്. തങ്കമ്മയുടെ കണ്ണുകൾ നനഞ്ഞു. സിനിമ തീർന്നതറിഞ്ഞില്ല. വെളിയിലേക്കിറങ്ങിയതും വാതില്ക്കൽ ചുടലയാണ്ടി.

മണിമാമ കടയിൽ കേറി വരാമെന്നു പറഞ്ഞ് മുമ്പേ നടന്നു.

“ചുടലയാണ്ടീ, എന്ന വിഷയം? നീയാരെ തേടുകിറായ്?” കണ്ടതും തങ്കമ്മ അടക്കത്തിൽ ചോദിച്ചു.

“ഉങ്കളൈത്താൻ” ചുടലയാണ്ടി വേറാരും കേൾക്കാതെ പറഞ്ഞു.

“എന്ന കാര്യം?” തങ്കമ്മയുടെ അകമൊന്ന് കാളി.

“അന്ത ജയിൽ കൈദി ഉൻ വീട്ടിൽ വന്തിരുക്കാൻ. സായം കാലത്തി

ലിരുന്തേ ഉനക്കാക കാത്തിരുക്കറാൻ."ചുടലയാണ്ടി ഒറ്റ ശ്വാസത്തിൽ പറഞ്ഞു.

"ആര്? അന്ത...?"

"ആമാ... അവുങ്കതാൻ... ഇൻറ് സായം കാലം താൻ ജയിലിലിരുന്ത് വെളിയേ വന്തുള്ളാൻ. വന്തതും എന്നപ്പാർത്തതും ഉനത് വീട്ടൈ കാട്ടിത്തരുമാൻറു കേട്ടാൻ... ശീഘ്രം വീട്ടുക്ക് വാ" ചുടലയാണ്ടി തിടുക്കം കൂട്ടി.

"ഉണ്മൈയാ?"

"ആമാ" ചുടലയാണ്ടി ശീഘ്രം നടന്നു.

മറപ്പുരയിൽ ഒന്നിനു പോയ സരസ്വതി ഓടി ഒപ്പമെത്തി.

സഖാവ് കൃഷ്ണപിള്ള ജയിലിറങ്ങിയതും നേരേ തങ്കമ്മയെ കാണാൻ വന്ന് കാത്തിരിക്കുന്നു. ചുടലയാണ്ടിയെക്കൂട്ടി തങ്കമ്മയുടെ വീട് തെരഞ്ഞു കണ്ടുപിടിച്ച് വന്നിരിക്കുകയാണ്.

തങ്കമ്മയുടെ മനസ്സ് ചിറക് വച്ചു പറന്നു. ശുചീന്ദ്രം ഗോപുരത്തിന്റെ ഏഴുനിലകളും കടന്ന് നാഞ്ചിനാടിന്റെ നെറുകയിലെത്തി.

കന്യാകുമാരിയിൽ കടലുകൾ പുണരുന്നത് കണ്ടു. ഗ്രാമത്തിന്റെ അതിരുകൾക്കപ്പുറം പാടവരമ്പുകൾക്കു മീതേ ആകാശത്തേക്കുയരുന്ന പട്ടങ്ങൾ കണ്ടു. കർക്കാടിലെ ശിലകളിൽ കല്ലുളികളുതിരുന്ന സംഗീതം കേട്ടു.

മനസ്സിനകത്ത് മാർകഴി ഉത്സവത്തിന്റെ കൊട്ടും മേളവും. തെരുവുകളിൽ തേരോട്ടം. കാലുകൾ തേർചക്രങ്ങളായി... തെരുവിനുനേർക്കവ തങ്കമ്മയെയും വഹിച്ച് പാഞ്ഞു.

പയനിയർ മോട്ടോഴ്സ് പൊടിപറത്തിപ്പാഞ്ഞു വന്നു.

എടലാക്കുടിയിലെ വിശേഷങ്ങൾ അറിയാതായിട്ട് ദിവസങ്ങൾ കുറച്ചായി. ക്രിപ്സിന്റെ വരവിനു മുന്നോടിയായി ബ്രിട്ടീഷ് ഇന്ത്യയിലെ രാഷ്ട്രീയ തടവുകാരെയൊക്കെയും മോചിപ്പിക്കാൻ തീരുമാനമായതായി പത്രത്തിൽ വായിച്ചു. ജവഹർലാൽ നെഹ്രുവിനെയും മൗലാനാ അബ്ദുൾ കലാം ആസാദിനെയുമൊക്കെ ജയിൽ മോചിതരാക്കി. നാട്ടുരാജ്യങ്ങളിലെ ജയിലുകളിൽ കിടക്കുന്നവരേയും വിട്ടയച്ചു തുടങ്ങി. ദിവസം രണ്ടുമൂന്നായിട്ടും എടലാക്കുടിയിലെ വിവരങ്ങളൊന്നുമില്ലായിരുന്നു.

"അന്ത ആൾ അമ്മാവിടം എന്ന ചൊന്നാരു?" ബസ്സിറങ്ങിയതും തങ്കമ്മ ചോദിച്ചു. "അപ്പാ വീട്ടിലിരുന്താങ്കളാ?"

"അമ്മ അന്ത ആളെ പാർത്തവുടൻ നീങ്ക യാരു? എങ്കേയിരുന്ത്? എൻ റു കേട്ടാൾ." ചുടലയാണ്ടി പറഞ്ഞു.

"അവങ്ക എന്ന ചൊന്നാങ്കെ?"

"അന്ത ഇന്ദിപ്പള്ളിക്കൂടത്തിലെ ഉന്നുടെ തോഴിയിൻ അണ്ണൻ, ഒരു കാര്യം നേരിൽ പാർത്ത് പേശുവത്ക്കാഹെ എൻറ ചൊന്നാൻ."

ഹിന്ദി പാഠശാലയിലെ ഏത് തോഴിയുടെ അണ്ണൻ? തങ്കമ്മയ്ക്കുള്ളിൽ ചിരി പൊട്ടി.

"തങ്കമ്മ സിനിമ പാർക്ക പോയിരുക്കിറാൾ. വര നേരമാകുമ്ന്ന് ഉങ്ക അമ്മാ ചൊന്നാങ്കെ" ചുടലയാണ്ടി പറഞ്ഞു.

"എന്നിട്ടോ?"

"എവ്വളവു നേരമാനാലും പാർത്ത് വിട്ട് താൻ ശൊൽവേൻ എൻറു ചൊന്നാൻ."

എത്ര വൈകിയാലും തങ്കമ്മയെ കണ്ടിട്ടേ പോകൂ എന്ന് സഖാവ് പറഞ്ഞത്രെ!

"എന്നിടം സിനിമാകൊട്ടകയ്ക്ക് ചെൻറു ശീഘ്രം അഴൈത്തു വരുമാറു കൂറിനാൻ."

കൊട്ടകയിൽ പോയി വേഗം കൂട്ടിക്കൊണ്ടുവരാൻ ചുടലയാണ്ടിയെ പറഞ്ഞയച്ചതാണ്.

അമ്മയെങ്ങാനുമത് കേട്ടു കാണുമോ? അച്ഛനറിഞ്ഞോ?

"വീട്ടിലേ വേറേ പ്രച്ചന ഒണ്ണുമില്ലെ ഇല്ലയാ?" തങ്കമ്മയ്ക്ക് വേവലാതിയായി.

"വേറെ എന്നാ പ്രച്ചനൈ?" ചുടലയാണ്ടി കൈമലർത്തി.

ഇരുപത്തി ഒന്ന്

പുറം തിണ്ണയിലെ വിളക്കിന്റെ വെട്ടത്തിൽ അരമതിലിൽ ചാരിയിരിക്കുന്ന ആളെ തങ്കമ്മ ദൂരെ നിന്നേ കണ്ടു. നെഞ്ചിനകത്ത് നിലയ്ക്കാത്ത പാണ്ടിമേളം.

അമ്മയുമായി എന്തക്കെയോ കുശലം പറയുകയാണല്ലോ?

തങ്കമ്മ വന്നുകേറിയതും സഖാവിന്റെ മുഖത്ത് വെളിച്ചം പരന്നു. “ങാ, ആളെത്തിയല്ലോ? പടം എങ്ങനൊണ്ടായിരുന്നു?” എന്നും കണ്ട് നല്ല അടുപ്പമുള്ള പോലെയാണു ചോദ്യം.

“ങാ” തങ്കമ്മ ചിരിച്ചു. “ദാ, വരുന്നേ.”

അമ്മയും ഒപ്പം അകത്തേക്ക് വന്നു.” ആരാടീ ഇയാൾ?”

“ഹിന്ദിപാഠശാലയിലെ ഒരു കൂട്ടുകാരിയുടെ അണ്ണൻ” തങ്കമ്മ വേറൊരു ദാവണിയെടുത്ത് ചുറ്റി.

“നീ ഇയാളെ നേരത്തേ കണ്ടിരിക്കുന്നോ?”

“ങാ. ഒരിക്കൽ.”

“അയാളെന്തിനാ നിന്നെ കാണാൻ വന്നേ?”

അമ്മയുടെ പുരികം വളഞ്ഞു.

“ആഹ്,” തങ്കമ്മ അടുക്കളയുടെ നേർക്ക് നടന്നു. “ഒത്തിരി ദൂരം യാത്ര ചെയ്ത് വന്നതല്ലേ, ഞാൻ കാപ്പിയിടാം. അമ്മ ദോശ ചുട്.”

“ദോശേം കാപ്പീം ഞാനുണ്ടാക്കിക്കോളാം. നീ അച്ഛൻ വരുന്നേനു മുൻപയാളെ പറഞ്ഞു വിട്.”

അമ്മയ്ക്ക് തിടുക്കം.

അച്ഛന്റെ മുൻ ശുണ്ഠി അറിയാമല്ലോ?

തങ്കമ്മയുടെ തലവെട്ടം കണ്ടതും പുറത്തു നിന്ന് ചോദ്യം.

“അന്ന് നമ്മളയച്ച കത്തുകൾക്ക് പിന്നെ വല്ല മറുപടീം വന്നോ?”

അമ്മ പല്ലിറുമ്മി. “ആർക്കാടീ എഴുത്തയച്ചെ?”

തങ്കമ്മ വാതില്ക്കൽ വന്ന് പാതി മറഞ്ഞു നിന്നു.

ആര്യാ പള്ളത്തെക്കുറിച്ചും ചേർത്തലയിലെ പാർട്ടി സഖാവ് സി ജി സദാശിവന്റെ സഹോദരി വിധുമതിയെക്കുറിച്ചുമായി സംസാരം.

അമ്മ ദോശയും കാപ്പിയും കൊണ്ടുവന്നു. സഖാവ് കഴിച്ചു തുടങ്ങി.

“ഇന്ന് വൈകിട്ടാണെന്നെ ജയിലീന്ന് വിട്ടെ. ഇന്നു വിടുമെന്നൊട്ടും പ്രതീക്ഷിച്ചിരുന്നില്ല. വെളിയിലിറങ്ങിയതും നേരേ ഇങ്ങോട്ടാ പോന്നേ” സഖാവ് തങ്കമ്മയെ നോക്കി.

“കടവുളേ, നാൻ എന്ന കേട്ക്കിറേൻ!” അകത്ത് അമ്മയുടെ വേവലാതി.

“ജയിലിൽ കിടക്കുന്ന എല്ലാവരെയും വിട്ടുകാണും. എന്നെ കാത്തിരിക്കുകാവും അവരെല്ലാം. നാളത്തന്നെ തിരുവനന്തപുരത്തിനു പോണം. തങ്കമ്മയുടെ തീരുമാനം അറിയാനാണ് ഞാൻ വന്നത്. കൂട്ടത്തിൽ അമ്മയോടും അച്ഛനോടും സംസാരിച്ചുറപ്പിക്കാനും...”

“കടവുളേ,” അമ്മ നെഞ്ചത്ത് കൈവച്ചു.

സഖാവെണീറ്റ് കൈകഴുകി.

“അച്ഛൻ അമ്പലത്തിലുണ്ടാവുമല്ലോ? ഞാൻ ചെന്ന് കണ്ട് പറയാം.”

സഖാവ് അമ്മയെ നോക്കി. “തങ്കമ്മയെ എനിക്കിഷ്ടമാണ്. തങ്കമ്മയ്ക്കിങ്ങോട്ടും. തങ്കമ്മയെ വിവാഹം കഴിക്കാൻ ഞാൻ ആഗ്രഹിക്കുന്നു. അത് പറയാനാണു വന്നത്. തുടക്കത്തിൽ ചെറിയൊരു കള്ളം പറയണ്ടി വന്നു. പൊറുക്കണം.”

അമ്മയും അനിയത്തിമാരും അന്തം വിട്ട് നില്ക്കുകയാണ്.

“ഞാനെന്താടീ ഈ കേക്കണേ?” അമ്മ ഇളയത്തുങ്ങളെ ചേർത്തു പിടിച്ചു. “എന്നെക്കുറിച്ച് നീയോർത്തില്ലേലും ഇതുങ്ങളെയോർത്തോ?”

തങ്കമ്മ വിങ്ങിപ്പൊട്ടി.

വീട്ടിലൊരു അഗ്നിപർവ്വതം പുകയുകയാണ്. അച്ഛൻ വരുന്നതും അത് പൊട്ടിത്തെറിക്കും.

സഖാവ് അടുത്തേക്കു വന്നു. തോളത്ത് കൈവച്ചു. “ധൈര്യമായിരിക്കൂ. എല്ലാം ശെരിപ്പെടും. തങ്കമ്മ ഒന്നുമോർത്ത് വിഷമിക്കരുത്. നാളെ ഉച്ചയോടെ തിരുവനന്തപുരത്തിനു തിരിക്കണം. രജിസ്റ്റർ വിവാഹത്തിനു സമ്മതമെങ്കിൽ ഒരുങ്ങി നിയ്ക്കുക. കാലത്ത് ഒൻപത് മണിയോടെ ഞാൻ വരും.”

ആരോടും യാത്ര പറയാതെ സഖാവ് പടിയിറങ്ങി.

നേരേ ശുചീന്ദ്രം കോവിലിലേക്കാണു പോയത്. പോറ്റി പുറത്തേക്കു വന്നു.

"നീങ്കെയാരു? തെരിയല്ലെ."

"ഞാൻ കൃഷ്ണപിള്ള. തങ്കമ്മയെ എനിക്കിഷ്ടമാണ്. തങ്കമ്മയ്ക്ക് എന്നെയും. തങ്കമ്മയെ വിവാഹം കഴിക്കാൻ ഞാൻ ആഗ്രഹിക്കുന്നു. അത് പറയാനാണു വന്നത്." സഖാവ് മുഖവുരയില്ലാതെ പറഞ്ഞു.

ഇരുപത്തി രണ്ട്

അതിരാവിലെ ശുചീന്ദ്രത്തെത്തി.

പൂജ കഴിഞ്ഞ് അച്ഛൻ പോറ്റി എത്തിയപ്പോഴേക്കും വെയിലിനു ചൂടേറിയിരുന്നു.

"ഇന്നലെ പറഞ്ഞ കാര്യത്തിന്റെ തീരുമാനമറിയാനാണു വന്നത്," മുഖവുരയില്ലാതെ പറഞ്ഞു.

''അതൊക്കെ പിന്നീട് ആലോചിച്ച് തീരുമാനിക്കാം,'' പോറ്റി മുഖത്തേക്ക് നോക്കുന്നില്ല. "ഇപ്പോ നിങ്ങൾ പൊയ്ക്കോ. മേൽവിലാസം തന്നാൽ വഴിയേ വിവരമറിയിക്കാം."

അയാൾ ഒഴിവ് കഴിവ് പറയുകയാണ്.

അകത്ത് തങ്കമ്മ നോക്കിയപാടേ നില്ക്കുന്നു.

"തങ്കം എന്തു പറയുന്നു?"

അവളുടെ മുഖത്ത് ഭീതി ഇരച്ചു കയറുന്നതായി തോന്നി.

തിരിഞ്ഞു നോക്കിയത് പോറ്റിയുടെ ദഹിപ്പിക്കുന്ന നോട്ടത്തിലേക്കാണ്. അവൾ എന്തോ പറയാൻ തുനിഞ്ഞതായിരുന്നു.

''എനിക്കിവിടെ അധികനേരം ആലോചിച്ചു നില്ക്കാനാവില്ല. പാർട്ടിക്കാര്യങ്ങൾ പലതുമുണ്ട്. തിരുവനന്തപുരത്ത് സഖാക്കൾ കാത്തു നില്ക്കുകയാണ്. ഉച്ചയ്ക്കു മുൻപ് സ്ഥലം വിടണം."

അച്ഛൻ പോറ്റിക്ക് മിണ്ടാട്ടമില്ല. തങ്കമ്മ എന്തോ പറയാനുറപ്പിച്ച് നില്ക്കുകയാണെന്നയാൾക്കറിയാം. അവളെക്കൊണ്ട് മിണ്ടാതിരിപ്പിക്കുകയാണയാളുടെ അടവ്.

"എന്താണു തങ്കത്തിന്റെ തീരുമാനം?," എണീറ്റ് വാതിൽപ്പടിയുടെ അരികിലേക്ക് ചെന്നു. "എനിക്കതു മാത്രമറിഞ്ഞാൽ മതി."

"എനിക്ക് ഈ ഒരാളേയുള്ളു ഇനി ജീവിതത്തിൽ," അവൾ ആരേയും

നോക്കാതെയാണത് പറഞ്ഞത്." "നടന്നതൊക്കെ നാലാളറിഞ്ഞു. ഇനി വീട്ടുകാരറിഞ്ഞ് ഞങ്ങളുടെ വിവാഹം രജിസ്റ്റർ ചെയ്തു തരണം. ഇല്ലേൽ ഈ നില്ക്കുന്ന മനുഷ്യന്റെ കൂടെ എനിക്കിറങ്ങിപ്പോകണ്ടി വരും."

"അതിനിയാൾക്ക് വീടുണ്ടോ? വീട്ടാരുണ്ടോ? തൊഴിലുണ്ടോ?," അച്ഛൻ പോറ്റിക്ക് വീറു കൂടി. "പോരാത്തതിനു എവിടന്നോ വന്ന് ജയിലിൽ കിടന്നവൻ."

അയല്ക്കാർ നാലഞ്ചുപേർ അകത്തേക്ക് വന്നു. "അങ്ങനെ ചോദിച്ചാൽ പട്ടം താണുപിള്ള ജയിലീ കിടന്നിട്ടില്ലേ?," കൂട്ടത്തിലൊരാൾ ചോദിച്ചു. "മഹാത്മാ ഗാന്ധി ജയിലീ കിടന്നിട്ടില്ലേ?"

"അതിനു ഇയാളാര്? മഹാത്മാ ഗാന്ധിയാര്? പട്ടം താണു പിള്ളയാര്?", അച്ഛൻ പോറ്റി പുച്ഛത്തോടെ ചിരിച്ചു.

"ആരുമാകട്ടെ, അയാൾ മാനമായിട്ടല്ലേ വന്ന് പെണ്ണു ചോദിച്ചത്? സമ്മതത്തോടെ ഇറക്കി വിട്ടാൽ അഭിമാനം കാക്കാം. ഇല്ലേൽ, പെണ്ണു കൂടെ എറങ്ങിപ്പോയന്നു വരും. അത് നാണക്കേടാവും, പറഞ്ഞില്ലെന്നു വേണ്ടാ.."

"ങും, നടക്കട്ടെ," അച്ഛൻ പോറ്റി കൈകൂട്ടിത്തിരുമ്മി. "രണ്ടും കല്പ്പിച്ചെറങ്ങിത്തിരിച്ചതല്ലേ?"

"എന്നാപ്പിന്നെ സബ് രജിസ്ട്രാറെ ഇങ്ങോട്ടു വിളിപ്പിച്ചാലോ?"

"ങും," പോറ്റി മൂളി.

"എന്നാപ്പിന്നെ എലേ വെളമ്പാൻ നാലഞ്ച് കൂട്ടം ഒരുക്കിക്കോളൂ. ചെറിയൊരു സദ്യവട്ടമാകാം," വന്നവരിൽ അതുവരെ ഒന്നുമുരിയാടാതെ നിന്നയാൾ പറഞ്ഞു. "അതാണല്ലോ അതിന്റെ ഒരു രീതി."

ഇരുപത്തിമൂന്ന്

നാഗർകോവിലിൽനിന്ന് തിരുവനന്തപുരത്തേക്കായിരുന്നു യാത്ര.

തങ്കമ്മ പുറംകാഴ്ചകൾ നോക്കിയിരുന്നു.

"ലോകത്തെ ആദ്യമായി കാണുന്ന പോലെ," തങ്കമ്മ പറഞ്ഞു. "പുതിയൊരു ലോകം."

സഖാവിന്റെ ചുണ്ടുകൾ വിടർന്നു. "നമ്മുടെ സ്വപ്നമതാണല്ലോ? നമുക്കത് കെട്ടിപ്പടുക്കാം. തങ്കം എന്നും കൂടെയുണ്ടാവണം."

"ഞാനെന്നുമുണ്ടാവുമല്ലോ," തങ്കമ്മ ചിരിച്ചു.

"പറയും പോലെ അതത്ര എളുപ്പമല്ല," സഖാവ് വിദൂരതയിലേക്ക് നോക്കി.

"ഇത്രയും നാളത്തെ എഴുത്തുകുത്തിൽനിന്ന് കാര്യങ്ങൾ ഏതാണ്ടൊക്കെ തങ്കത്തിനു പിടികിട്ടിക്കാണുവല്ലോ? പാർട്ടി കെട്ടിപ്പടുക്കുകയാണ് പ്രധാനം. ബാക്കി കാര്യങ്ങളെല്ലാം അതു കഴിഞ്ഞിട്ടേ കണക്കാക്കാനാവൂ. തിരുവനന്തപുരത്ത് പാർട്ടി സഖാക്കൾ കാത്തു നില്പൊണ്ട്. അവടെ ചെന്നിട്ടു വേണം കാര്യങ്ങൾ ആലോചിക്കാൻ. തങ്കം വിചാരിക്കും പോലെ ഒന്നിച്ച് കൊട്ടകേപ്പോയി സിനിമ കാണാനൊന്നും കഴിഞ്ഞെന്നു വരുകേല. എപ്പഴും കൂടെ ഇരിക്കാവെന്നു മോഹിച്ചിട്ടും കാര്യവില്ല. ചെല ദിവസങ്ങളിൽ തമ്മീ കാണാനേ പറ്റിയില്ലാന്നു വരും...."

തങ്കമ്മ കേട്ടിരുന്നതേയുള്ളു.

മോഹന വാഗ്ദാനങ്ങൾക്കു പകരം... ഇവിടെയിതാ.. ഒരാൾ...

"തങ്കം അതൊന്നുമോർത്ത് മനസ്സ് ദണ്ഡിക്കരുത്," സഖാവ് പറഞ്ഞു. "കല്യാണം കഴിഞ്ഞപ്പോ ഇഷ്ടം കുറഞ്ഞു എന്നൊന്നും തോന്നുകയുമരുത്."

"എനിക്കൊന്നും വേണ്ട. എന്നും ഈ സ്നേഹം ഉണ്ടായാ മതി,"

തങ്കമ്മ വലത്തേ കൈത്തണ്ടയിൽ തടവി.

"ഒരുപാട് കഷ്ടപ്പാടുകൾ സഹിക്കണ്ടി വന്നേക്കും," തങ്കമ്മയുടെ വെളുത്ത്, വെണ്ണപോലെ മൃദുലമായ കൈത്തലം എടുത്ത് മടിയിൽ വച്ചു. "നമ്മളു കൊറേ കഷ്ടതകൾ സഹിച്ചാലല്ലേ ലോകത്തിനെന്തെങ്കിലും ഗുണം ചെയ്യാനൊക്കൂ. നമ്മളു മാത്രം ജീവിതത്തിൽ സുഖം അനുഭവിച്ചി ട്ടെന്ത് കാര്യം?നമ്മട ചുറ്റുവട്ടത്തും ഇത്രമാത്രം ആൾക്കാർ കഷ്ടതകളിൽ കഴിയുമ്പോ?"

"അതക്കെ നേരാണ്," തങ്കമ്മ ശരി വച്ചു. "എന്നാലും എപ്പഴും എന്റ കൂടെ വേണം... എനിക്ക് ചിന്തിക്കാനേ വയ്യാ, ഒരു നേരം പോലും പിരിഞ്ഞിരിക്കണ കാര്യം."

''എവടെയക്കെ ചുറ്റിക്കറങ്ങണ്ടി വന്നാലും കറങ്ങിത്തിരിഞ്ഞ് ഞാനെന്റെ തങ്കത്തിനടുത്ത് തന്നെ വന്നു ചേരുവല്ലോ?" തങ്കമ്മയെ ആശ്വസിപ്പിക്കാനാണങ്ങനെ പറഞ്ഞത്.

ഒളിവിലും തടവിലും പോകാതെ ഒരു കമ്യൂണിസ്റ്റുകാരനെങ്ങനെ ജീവിക്കാനാവും?

"മതി, അതു മതി," തങ്കമ്മ വീണ്ടും കൈത്തണ്ടയിൽ മുറുകെപ്പിടിച്ചു. "എനിക്കിനി വേറെയാരുവില്ലെന്നോർമ്മ വേണം. എല്ലാം ഇട്ടെറിഞ്ഞേച്ചു പോന്നവളാണു ഞാൻ."

തങ്കമ്മയുടെ ഒച്ചയിടറി.

"എന്റെ തങ്കത്തിനു ഞാനില്ലേ?," തോളത്തൂടെ കൈ ചുറ്റി ചേർത്തു പിടിച്ചപ്പോൾ അവളൊരു വെള്ളരിപ്രാവിനെപ്പോലെ ഒട്ടിയിരുന്നു.

സഖാവ് കുറച്ചു നേരത്തേക്കൊന്നും ഉരിയാടിയില്ല.

പുറത്ത് നിരത്തിലൂടെ ഖാദിതൊപ്പി ചൂടി, വെളുത്ത ഖദർ ധരിച്ച ഒരു പറ്റം ആൾക്കാർ 'ഭാരത മാതാ കീ ജയ്'വിളിച്ച് പോകുന്നു. കൈകളിൽ നേർത്ത കമ്പുകളിൽ ചുറ്റിയ മൂവർണ്ണക്കൊടികൾ പാറുന്നു. ജയിൽ മോചിതരായവർക്ക് അഭിവാദ്യങ്ങൾ നേർന്നുകൊണ്ട് ജാഥ നാല്ക്കവല മുറിച്ചു കടന്നു.

തങ്കമ്മയുടെ ഉള്ളിൽ ദേശാഭിമാനം നുരഞ്ഞു പൊന്തി. അടുത്തിരി ക്കുന്നയാളോട് എന്തെന്നില്ലാത്ത ആദരവ് തോന്നി. മെല്ലെ ആ തോളി ലേക്ക് തല ചേർത്തു.

സഖാവ് ഇടം കൈ ഉയർത്തി ചുമലിലൂടെ ചുറ്റി.

"ഒരു കാര്യം പറയട്ടെ? പാർട്ടി കഴിഞ്ഞാൽ പിന്നെ എനിക്കേറ്റവും പ്രിയം എന്റെ തങ്കത്തിനെയാണ്. എന്നുമത് ഓർമ്മ വേണം... ആത്മാർത്ഥമായാണ് ഞാനിത് പറയുന്നത്."

സഖാവിന്റെ വാക്കുകളിടറിയോ?

തങ്കമ്മ ആ കൈത്തണ്ടയിൽ മുഖമമർത്തി.

മതി. എനിക്കീ വാക്കുകൾ മാത്രം മതി. മനസ്സ് നിറഞ്ഞു.

എന്നുമീ സ്നേഹം എന്നോടൊപ്പമുണ്ടായിരുന്നാൽ മതി.

വണ്ടി ബാലരാമപുരം കടന്നു.

“ഇനി കഷ്ടിച്ച് അരമണിക്കൂർ. തിരുവനന്തപുരം എത്താറായി,” സഖാവ് പറഞ്ഞു.

“ഈ വഴിയൊക്കെ എനിക്കറിയാം. പേട്ട പെൺപള്ളിക്കൂടത്തിലല്ലേ ഞാൻ കുറച്ചു കാലം പഠിച്ചെ,” തങ്കമ്മ പറഞ്ഞു.

“അപ്പോ കുഴിത്തുറേലോ?,” സഖാവ് നോക്കി.

“വെർണാക്കുലർ സർട്ടിഫിക്കറ്റ് കഴിഞ്ഞ് അവിടന്ന് പോന്നല്ലോ? പിന്നെ പേട്ട പെൺ പള്ളിക്കൂടത്തിലായിരുന്നു. വല്യമ്മേടെ മക്കടെ കൂട്ടത്തിൽ നിന്നാ പഠിച്ചെ. അന്നേ ഞാനൊരു ദേശാഭിമാനിയായിരുന്നു,” തങ്കമ്മ ചിരിച്ചു.

“ഉവ്വോ?”, സഖാവ് അമ്പരപ്പോടെ നോക്കി.

“തെരുവിലൂടെ കൊടിയും പിടിച്ച് ജാഥകളു പോകുന്നത് നോക്കി നിയ്ക്കുവായിരുന്നു. ശുചീന്ദ്രത്താവുമോ പ്രായമായ പെൺകുട്ടികൾ വീടിന്റെ ഉമ്മറത്തു പോലും നില്ക്കാൻ പാടില്ലായിരുന്നു. അമ്പലത്തീ പോണതു പോലും വെളുപ്പാൻ കാലത്ത് ആരും കാണാതെ വേണം. ഇവിടെ വന്നപ്പോ അങ്ങനേന്നും ഇല്ല. അന്നൊക്കെ തിരുവനന്തപുരത്തെ വീരാംഗന അക്കാമ്മ ചെറിയാനായിരുന്നു. എന്തൊരു ഉശിരായിരുന്നെന്നോ? പെണ്ണായാ അങ്ങനെ വേണം. ജാഥക്കാരുടെ ദേശഭക്തിഗാനങ്ങൾ കാണാതെ പഠിച്ച് ഒറ്റയ്ക്കിരുന്നു ഞാൻ മൂളുമായിരുന്നു.

“വരിക വരിക സഹജരേ,
സഹന സമര സമയമായ്...
കരളുറച്ചു കൈകൾ കോർത്തു
കാൽ നടയ്ക്കു പോക നാം...

“തിരുവട്ടാറിലെ അംശി നാരായണപിള്ളച്ചേട്ടൻ എഴുതിയ പാട്ടാണു. മുഞ്ചിറേലെ അമ്മുമ്മേടെ വീട്ടിലേക്ക് പോണ വഴിക്കാ തിരുവട്ടാർ.”

“പാണാവള്ളി കൃഷ്ണൻ വൈദ്യർ എഴുതിയതാണന്നും പറയണ കേട്ടു.”

“ഏയ്, അത് ചുമ്മാ,” തങ്കമ്മയ്ക്ക് ഉറപ്പായിരുന്നു.

മണി മൂന്നാവും മുൻപേ വണ്ടി തമ്പാന്നൂർ സ്റ്റാൻഡിലെത്തി.

അരത്താടി വളർത്തിയ പരുക്കൻ മുഖക്കാരൻ വാതില്ക്കലേക്കെത്തി നോക്കി. ആജാനബാഹു. കക്ഷത്തിൽ മൂന്നാലു പുസ്തകങ്ങൾ. കൂട്ടത്തിൽ വേറെയും നാലഞ്ചു പേരുണ്ട്.

“പൊന്നറ ശ്രീധർ,” സഖാവ് ചെവിയിൽ പറഞ്ഞു. “തൊട്ടിപ്പറത്ത് ഉള്ളൂർ ഗോപി.”

ജയിലിറങ്ങി വരുന്ന സഖാവിനെ സ്വീകരിക്കാൻ ചുവന്ന മാലകളുമായി കാത്തു നിന്നിരുന്നവർ അമ്പരപ്പോടെയാണു നോക്കുന്നത്. സഖാവ് തനിച്ചല്ലല്ലോ? കൂടെയൊരു യുവതിയും.

“സംശയിക്കണ്ട,” സഖാവ് എല്ലാവരേയും നോക്കി ചിരിച്ചു. “എടലാക്കുടി ജയിലീന്നു പോന്നപ്പോ കൂട്ടുകിട്ടിയതാണ്... തങ്കമ്മ... എന്റെ ജീവിത സഖാവ്.”

വന്നവരിലൊരാൾ നീട്ടിയ ചുവന്ന മാല ഏറ്റുവാങ്ങി സഖാവ് തങ്കമ്മയുടെ കഴുത്തിലണിഞ്ഞ്. ‘‘ഇനി മുതൽ തങ്കവും നമ്മടെ കൂട്ടത്തിലൊരു സഖാവാണു.”

സഖാവ് തങ്കമ്മയെ നോക്കി പുഞ്ചിരിച്ചു.

സെൻട്രൽ ജയിലീന്ന് എമ്മെനും പി ടി പുന്നൂസും മോചിതരായി. രണ്ടാളും കുറേ നേരം കാത്തു നിന്നതായി പൊന്നറ പറഞ്ഞു. അപ്പഴേക്കും നാട്ടിലേക്കുള്ള വണ്ടി പിടിച്ചതുകൊണ്ട് കേറിപ്പോയി.

‘‘എന്നാപ്പിന്നെ എന്റെ കുടുംബത്തേക്ക് പോകാം,’’ പൊന്നറ തങ്കമ്മയെ നോക്കി. “ഇവിടെ അടുത്താണ്. തൈക്കാട്ട്. ശാസ്താം കോവിലിനടുത്ത്.”

തങ്കമ്മ തലയാട്ടി.

“കോവിൽ വീട്,” ഗോപി പറഞ്ഞു. “അടിക്കലത്ത് വീടെന്നായിരുന്നു ശരിക്കത്തെ പേര്. കോവിലിനു പറ്റെ ആയതോണ്ട് പറഞ്ഞു പറഞ്ഞ് കോവിൽ വീടായി.”

“കൃഷ്ണപിള്ള രണ്ടു ദിവസത്തേക്ക് ഇവടത്തന്ന കാണുവല്ലോ,” പൊന്നറ ചോദിച്ചു. “പൊതു കാര്യങ്ങൾ കൊറേ ആലോചിക്കാനൊണ്ട്.”

“ങും,” സഖാവ് മൂളിയതും തങ്കമ്മ ഏറുകണ്ണിട്ട് നോക്കി.

ആ നോട്ടത്തിന്റെ പൊരുൾ പൊന്നറയ്ക്കു പിടിച്ചെടുത്തു.

“വെഷമിക്കണ്ടാ. കൂട്ടിരിക്കാൻ എന്റ പെങ്ങാമ്മാരൊണ്ട്. കല്യാണം കഴിയാത്തവരാണ്. എത്ര ഇരുട്ടിയാലും അവരൊറങ്ങാതെയിരുന്നോളും.”

തങ്കമ്മ പുഞ്ചിരിച്ചു.

കാര്യങ്ങളൊക്കെ മുൻകൂർ സൂചിപ്പിച്ചത് നന്നായി.

“പൊന്നറയണ്ണൻ വക്കീലാ. ഒറ്റത്തടി.” സഖാവ് തങ്കമ്മയെ നോക്കി. “ഒരുപാട് വായിക്കും.”

“അതു പറഞ്ഞപ്പഴാ ഓർത്തത്,” പൊന്നറ കക്ഷത്തിൽ നിന്നൊരു പുസ്തകമെടുത്ത് നീട്ടി. ‘‘ലനിന്റെ സ്റ്റേറ്റ് ആന്റ് റവല്യൂഷൻ. വായിച്ചിട്ടൊണ്ടോ?”

“ഇരിക്കട്ടെ,” സഖാവ് പുസ്തകം വാങ്ങി മറിച്ചു നോക്കി.

കവാത്ത് കുതിരയെപ്പോലെ പൊന്നറ മുന്നേ നടന്നു.

“തിരുവിതാംകൂറിൽ പൊന്നറയണ്ണൻ കെടക്കാത്ത ലോക്കപ്പുകളോ ജയിലുകളോ ഇല്ല,” സഖാവ് പറഞ്ഞു. “സോഷ്യലിസ്റ്റാ.”

“അതിലും നല്ലത് ഹ്യൂമനിസ്റ്റെന്നു പറയുന്നതാ,” ഗോപി പറഞ്ഞു. “എവിടെ നീതികേട് കണ്ടാലും കേറി എടപെടും.”

“ലോക്കപ്പ് തന്നെ കൂടുതലും,” പൊന്നറ ജവഹർ ജാക്കറ്റിന്റെ കീശയിൽ നിന്ന് വെറ്റിലപ്പൊതിയെടുത്തു. “ജയിലിലിടാതെ ലോക്കപ്പിലിട്ട് മർദ്ദിക്കയാണല്ലോ ദിവാൻ സർ സീ പീടെ നയം?”

ജവഹർ ജാക്കറ്റിന്റെ മറ്റേ പോക്കറ്റിൽ നിന്ന് ഇരുമ്പു കൊണ്ടുള്ള ഇടികല്ലും കുഴവിയും പുറത്തെടുത്തു.

“സർവ്വ സന്നാഹങ്ങളോടുമാണല്ലോ?,” സഖാവ് പൊന്നറയെ നോക്കി ചിരിച്ചു.

“നെയ്യപ്പം തിന്നാൽ രണ്ട് ഗുണം എന്നു കേട്ടിട്ടില്ലേ?” പൊന്നറ ഉറക്കെ ചിരിച്ചു. “അത്യാവശ്യം ആപത്തിലും ഉപകരിക്കും.”

പൊന്നറയുടെ പെങ്ങമ്മാർ ഒന്നുമറിഞ്ഞിരുന്നില്ല. കൂട്ടത്തിൽ ഇങ്ങനെയൊരാളുണ്ടെന്ന് അവർ സ്വപ്നത്തിൽ പോലും നിനച്ചു കാണില്ല. കാര്യങ്ങളറിഞ്ഞതും പാവങ്ങൾ കുണ്ടിക്കു തീ പിടിച്ച മട്ടിലായി ഓട്ടം. അത് ചെയ്യുന്നു. ഇത് ചെയ്യുന്നു. എന്തക്കെ ചെയ്യണമെന്നറിയാതെ വെപ്രാളത്തിലായി. നിലവിളക്ക് കത്തിച്ചു വച്ച് വരവേല്ക്കണ്ടായിരുന്നോ പിത്തളക്കിണ്ണത്തിൽ അരശു വെള്ളം കലക്കി കാലു കഴുകിച്ച് അകത്തേക്ക് കേറ്റണവായിരുന്നോ? കല്യാണം കഴിഞ്ഞ് പുത്തൻ പെണ്ണും ചെറുക്കനും ആദ്യമായി വലതുകാലും വച്ച് വീട്ടിൽ കേറി വരണതല്ലേ? അതൊന്നും വേണ്ടി വന്നില്ല. “കടുപ്പത്തിലൊരു ചായ. അതു തന്നെ ധാരാളം,” സഖാവത് പറഞ്ഞതും അതുങ്ങൾ ചായ അനത്താനോടി. ആവി പറക്കുന്ന ചായ മൊന്തയിൽ കൊണ്ടു വന്നതും തങ്കമ്മയത് രണ്ട് ടംബ്ലറുകളിലായി ഒഴിച്ച് അനത്തി. അതിലൊന്നിൽ മുക്കാൽ ഭാഗം ഒഴിച്ച് കൈയിൽ കൊടുത്തിട്ട് പറഞ്ഞു. “ഇച്ചിരെ കുടിച്ചേച്ചു താ. ബാക്കി ഞാൻ കുടിക്കാം.”

“അല്ലാ, എനിക്ക് ഒറ്റ മോന്തിനേയൊള്ളല്ലോയിത്. എന്റെ ചായ കുടിയെപ്പറ്റി തങ്കത്തിനറിയത്തില്ലല്ലോ. ഞാൻ ഭയങ്കര ചായകുടിക്കാരനാ.”

അതുകേട്ട് പൊന്നറേടെ മൂത്ത പെങ്ങൾ വാതിലിനു മറവിൽ നിന്നു പറഞ്ഞു. “ആദ്യായിട്ടാവുമ്പോ അങ്ങനെയൊക്കെയാ... ഭർത്താവ് കഴിച്ചേച്ച് ബാക്കി ഭാര്യ. ആണുങ്ങൾ ഉണ്ടു കഴിഞ്ഞാൽ ആ എലേലാ പെണ്ണുങ്ങൾ.”

“ഏയ്, അതൊന്നും വേണ്ടാ. അതക്കെ പഴയ ആചാരങ്ങളല്ലേ?,” പറഞ്ഞു തീരും മുൻപേ തങ്കമ്മ ടംബ്ലർ പിടിച്ചു വാങ്ങി ചുണ്ടത്ത് വച്ചു കഴിഞ്ഞു.

ഇനിയൊരു ജീവിതം പങ്കിടാനുള്ളവരല്ലേ?

ചൂട് ചായയിലാവാം തുടക്കം.

“ചായ ഇനീം വേണേൽ ആ മൊന്തേലു എന്തോരം ഇരിക്കുന്നു.”

“മിണ്ടീം പറഞ്ഞും നില്ക്കാൻ നേരവില്ല,” പൊന്നറ തിരക്കു കൂട്ടി. “പൊറത്തേക്കെറങ്ങിയാലോ?”

“എപ്പഴത്തേക്കിങ്ങെത്തും?”, ഉടുപ്പിന്റെ കുടുക്കിടുന്നതിനിടയിൽ തങ്കമ്മയുടെ ഉച്ഛ്വാസം നെഞ്ചിലേക്ക് പാറി വീണു.

“യോഗം കഴിഞ്ഞതും ഇങ്ങെത്തും. ഇന്ന് നമ്മട ഹണിമൂണിങ് അല്ലേ?”

അത് കേട്ടതും തങ്കമ്മയുടെ കവിളുകൾ ചുവന്നു. ചുണ്ടുകൾ വിറയാർന്നു. ചേർത്തു പിടിച്ച് നെറ്റിയിൽ മുഖമമർത്തി.

"വേണ്ടാ," തങ്കമ്മ കുതറി മാറി. "അവരാരേലും..."

"എന്നാ അങ്ങോട്ടെറങ്ങിയാലോ?" പൊന്നറ വരാന്തയിൽ നിന്നു ചോദിച്ചു.

"വൈകുകേലല്ലോ?" തങ്കമ്മ അടക്കത്തിൽ ചോദിച്ചു.

"കുറേ പാർട്ടിക്കാര്യങ്ങൾ ആലോചിക്കാനൊണ്ട്. പേടിക്കണ്ടാ. രണ്ട് കൂട്ടുകാരികൾ ഉണ്ടല്ലോ."

പൊന്നറയുടെ പെങ്ങമ്മാരിലൊരാൾ മുറ്റത്തു നിന്നിരുന്ന പിച്ചകത്തിലെ പൂക്കൾ നുള്ളി ഇലക്കുമ്പിളിലാക്കി അകത്തേക്കു വന്നു.

"എന്താ പേര്?," തങ്കമ്മ ചോദിച്ചു.

"ഗൗരിക്കുട്ടി."

"ഇതെന്തിനാ ഇതിനുമ്മാത്രം പൂക്കൾ?", തങ്കമ്മ ചോദിച്ചതും അവൾ ചിരിച്ചു.

"മണിയറയൊരുക്കാൻ."

ആ വീട്ടിലെ മുറികളിലേക്കും വലിയ മുറി രണ്ടാളും ചേർന്ന് മണിയറയാക്കി.

സഖാവ് മടങ്ങി വന്നപ്പോൾ പാതിരാത്രി കഴിഞ്ഞു. അകത്തെങ്ങും പിച്ചകത്തിന്റെ മണം. തങ്കമ്മ കാത്തു കാത്തിരുന്ന് തളർന്നുറങ്ങി. പിന്നീടാണറിഞ്ഞത്. പാതിരാത്രിയോളം ഉറങ്ങാതെ കാത്തിരിക്കുകയായിരുന്നു. ഒന്നും കഴിച്ചതുവില്ല. പുറത്തോരോ ഒച്ച കേൾക്കുമ്പോഴും ജനാല വഴി എത്തി നോക്കും. കുറേ നേരം പൊന്നറയുടെ പെങ്ങമ്മാർ കൂട്ടിരുന്നു. പിന്നെ അവരും ഉറങ്ങിപ്പോയി.

പിറ്റേന്നും പ്രാതൽ കഴിഞ്ഞതും പോകണ്ടി വന്നു. രാത്രി പന്ത്രണ്ടോടെ വീട്ടിലെത്തിയപ്പോഴും തങ്കമ്മ ഉറങ്ങാതെ കാത്തിരിക്കുകയാണു.

"കഴിക്കാനെടുക്കട്ടെ?," തങ്കമ്മ ചോദിച്ചു.

"വേണ്ട, പുറത്തൂന്നു കഴിച്ചു," ഉടുപ്പൂരി ആഴയിൽ ഇടുന്നതിനിടയിൽ ചോദിച്ചു. "തങ്കം കഴിച്ചോ?"

"ഇല്ല"

"എന്നാ കഴിക്ക്."

"ഇത്രേം വൈകിയോ?"

"കഴിക്കാതിരുന്നാ വെശക്കുകേലേ?"

"ഇപ്പഴെങ്കിലും ഇങ്ങെത്തിയല്ലോ," തങ്കമ്മയുടെ ചുണ്ടുകളിൽ വെളിച്ചം പരന്നു. "കണ്ടതും വെശപ്പും ദാഹവും തീർന്നു."

പുറത്തേക്കുള്ള വാതിൽ സാക്ഷയിട്ടു.

"നാളെ പൊലർച്ചെ നമ്മൾ പന്തളത്തിനു പോകും. എമ്മെനും ജോർജ് സഖാവും ബസ് സ്റ്റാന്റിൽ കാത്തു നില്ക്കും. ഇങ്ങനെയൊരാൾ കൂടെയൊള്ള കാര്യം അവരാരും അറിഞ്ഞിട്ടൊണ്ടാവുകേലാ."

"അപ്പോ നാളെ എവടയാ പൊറുതി?"

"എമ്മെന്റെ വീട്ടിൽ. നാലഞ്ച് ദിവസം അവടെ തങ്ങണ്ടി വരും. അവിടന്ന് ഏഴം കുളത്ത് കേസിയുടെ വീട്ടിൽ. തിരുവിതാം കൂറിൽ പാർട്ടി കെട്ടിപ്പടുക്കുന്നതിനെക്കുറിച്ചുള്ള കൂടിയാലോചനകളിലാണ്. ഒപ്പം ജാപ്പ് വിരുദ്ധ സമരങ്ങളും ശക്തിപ്പെടുത്താനുണ്ട്."

"ങും," തങ്കമ്മ മൂളിക്കേട്ടു.

"തങ്കത്തിനു മുഷിപ്പായോ?,"

തോളത്ത് ചേർത്ത് പിടിച്ചതും തങ്കമ്മ തല കുമ്പിട്ടു നിന്നു.

"എങ്ങനെയൊണ്ട് നമ്മടെ ഹണിമൂണിങ്?"

"കേമം," തങ്കമ്മ കുടുകുടെ ചിരിച്ചു.

ഇരുപത്തി നാല്

എത്ര പെട്ടെന്നാണ് രണ്ടാഴ്ച കടന്നു പോയത്.

സഖാവ് കെ സി യുടെ വീട്ടിലെ ഒരാഴ്ചക്കാലം. പകലെങ്ങും സഖാവിനെ കൺവെട്ടത്തു പോലും കാണാറില്ല. രാത്രി നാഴിക മണി പതിനൊന്നടിക്കുന്നതും വാതില്ക്കൽ കാല്പ്പെരുമാറ്റം കേൾക്കും.

"സഖാവ് തങ്കമ്മയോടുള്ള പാർട്ടിയുടെ കരുതൽ," സഖാവ് ചിരിച്ചു. "എന്നും രാത്രി പതിനൊന്നു മണിക്ക് കണിശമായും നവവധുവിനു മുന്നിൽ ഹാജർ വയ്ക്കണമെന്നാണു സഖാവ് കെ സി ജോർജിന്റെ കല്പന."

പകൽ കെ സിയുടെ വീട്ടിൽ പാർട്ടി സഖാക്കളുടെ വരവും പോക്കും. ആകെ ബഹളം.

അതിരാവിലെ കെ സി ക്കൊപ്പം സഖാവ് പുറത്തിറങ്ങും.

ഉമ്മറത്തെ ചാരുകസേരയിൽ കെ സിയുടെ അപ്പൻ പുറം കാഴ്ചകൾ നോക്കിയിരിക്കും. വക്കീൽ പണി മതിയാക്കി വിശ്രമ ജീവിതത്തിലാണപ്പൻ.

"മോളിങ്ങടുത്തു വന്നേ," അപ്പൻ വിളിച്ചു.

അടുത്തേക്കു ചെന്ന് അരമതിലിൽ ഇരുന്നു.

"മോളൊരു കൊച്ചു കൊച്ചായതോണ്ട് പറയുന്നതാന്ന് കൂട്ടിയാ മതി," അപ്പന്റെ തിമിരക്കണ്ണുകൾ തിളങ്ങി. "കൃഷ്ണപിള്ള ആരാന്ന് മോക്ക് വല്ല എത്തും പിടീം ഉണ്ടോ?"

വെറുതേ തലയാട്ടി.

"മോക്ക് അത് മനസ്സിലാക്കാനൊള്ള പ്രായവില്ലെന്ന് ഈ അപ്പനറിയാം. വെറുമൊരു കിളിക്കുഞ്ഞിനെപ്പോലെയാണു നീയിപ്പോ," അപ്പന്റെ കണ്ണുകൾ വിടർന്നു. "കൃഷ്ണപിള്ള വെറുമൊരു ഭർത്താവല്ല, അതോർമ്മ വേണം. കൃഷ്ണപിള്ള വലിയ ആളാ... ഒരു നവയുഗപ്പിറവി

ക്കായി ഈ നാടിനെ നയിക്കേണ്ട ആളാ... കൃഷ്ണപിള്ളയുടെ ഭാര്യ എന്ന സ്ഥാനത്തേക്കുയർന്നു വരാൻ മോളൊരുപാടു പരിശ്രമിക്കണം. ഒരുപാട് വായിക്കണം. അറിവ് നേടണം. മോൾക്കതിനു കഴിയും," അപ്പൻ കൈ രണ്ടും നിറുകയിൽ പതിച്ചു.

രാത്രി കൃത്യം പതിനൊന്നിനു സഖാവെത്തി. ഉടുത്തിരുന്നത് ഉരിഞ്ഞ് അഴയിൽ ഇടുന്നതിനിടയിൽ പറഞ്ഞു. "രാവിലെ പുറപ്പെടണം. വൈക്കത്തേക്ക്."

സഖാവിന്റെ ജന്മദേശം.

നേരത്തേ സൂചിപ്പിച്ചിരുന്നു.

അനിയനും കുടുംബവുമാണു തറവാട്ടിൽ പൊറുതി. അവിടന്ന് ബോട്ടിൽ തെക്കനാര്യാട്ടേക്ക്. അവിടെയാണു മൂത്ത പെങ്ങൾ. ആലപ്പുഴയിൽ ഒരുപാട് സഖാക്കളെ കാണാനുണ്ട്. ആർ സുഗതൻ, ടി വി തോമസ്, കെ വി പത്രോസ്, കെ കെ കുഞ്ഞൻ, പി ജി പത്മനാഭൻ...

"നമുക്കിന്നൊരു സിനിമയ്ക്ക് പോയാലോ," വൈകിട്ട് സഖാവ് ചോദിച്ചു.

ആയിരം വട്ടം സമ്മതം.

"എന്തേ പെട്ടെന്നിങ്ങനെ തോന്നാൻ?" തങ്കമ്മ ചോദിച്ചു.

"ഇനി സമയവും സന്ദർഭവും ഒത്തു കിട്ടിയെന്നു വന്നില്ലെങ്കിലോ?"

"ഏതാ പടം?"

"കിസ്മത്ത്. ഹിന്ദിപ്പടം"

തങ്കമ്മ ചിരിച്ചു, "തലേലെഴുത്ത് എന്നല്ലേ അതിനർത്ഥം?

"അതേയതേ, തലേലെഴുത്ത്", സഖാവ് പൊട്ടിച്ചിരിച്ചു. "അതുകൊണ്ടാണല്ലോ തങ്കത്തിനു എന്റെ കൂടെ ഇറങ്ങിത്തിരിക്കേണ്ടി വന്നത്?"

"അത് തലേലെഴുത്തല്ല,ഞാൻ തീരുമാനിച്ചുറച്ചതല്ലേ?." തങ്കമ്മ തിരുത്തി.

സിനിമ കഴിഞ്ഞ് തെക്കനാര്യാട്ടെ വീട്ടിലേക്ക് നടക്കുന്നതിനിടയിൽ സഖാവ് ചോദിച്ചു.

"അല്ലാ, തങ്കം തലേലെഴുത്തിൽ വിശ്വസിക്കുന്നുണ്ടോ?"

കുറ്റാക്കുറ്റിരുട്ട്. കൈയിലൊരു ഞെക്കു വിളക്കു പോലുമില്ല.

സഖാവ് ഇരുട്ടിനെ കൂസാതെ നടന്നു. കനത്ത ചുവടുകൾ. തങ്കമ്മ ആ കൈകളിൽ മുറുകെപ്പിടിച്ചു.

ചുറ്റും സർപ്പക്കാവുകളാണ്. കരി മൂർഖൻ വാ തുറക്കുന്ന മണം.

ഇരുട്ടിൽ വഴിക്ക് കുറുകെ കിടന്നാലെങ്ങനെ അറിയാൻ? എങ്ങാനും അറിയാതെ ചവിട്ടിയാൽ?

അതും തലേലെഴുത്തെന്ന് സമാധാനിക്കാനാവുമോ?

"തങ്കം ഞാൻ ചോദിച്ചതിനുത്തരം പറഞ്ഞില്ല," സഖാവ് ആവർത്തിച്ചു. ''തലേലെഴുത്തിൽ വിശ്വാസമുണ്ടേൽ എന്താണതിന്റെ അടിസ്ഥാനം?"

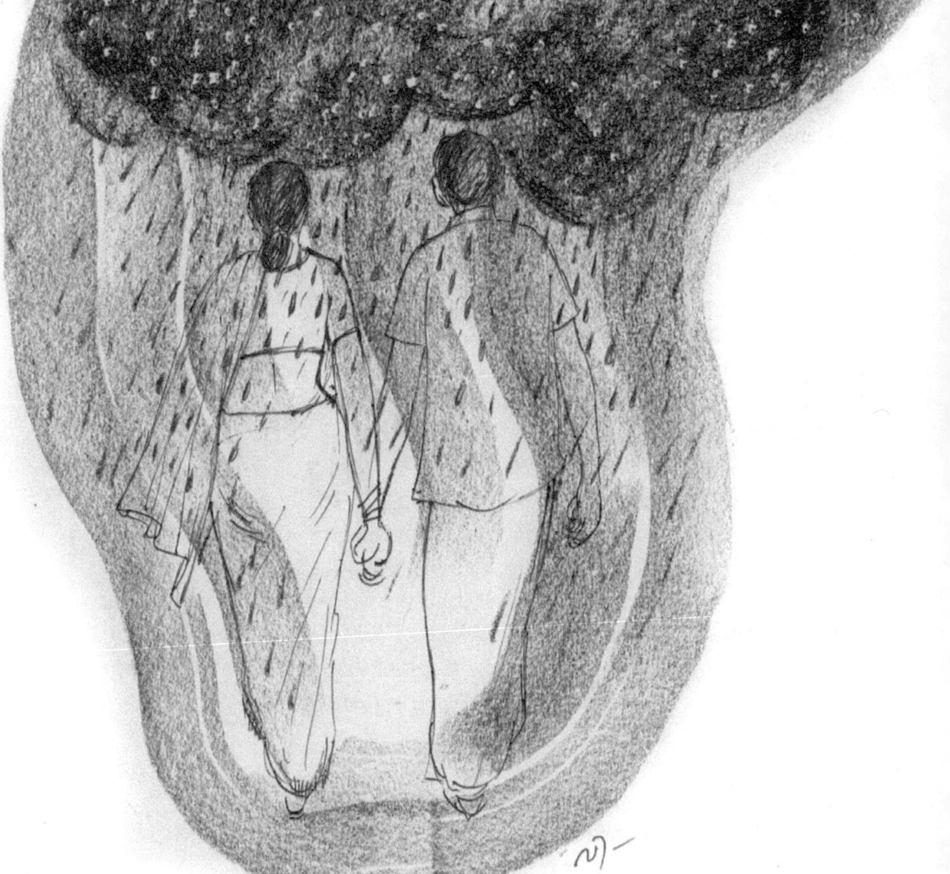

"അയ്യോ," തങ്കമ്മ പെട്ടെന്ന് സഖാവിനെ അള്ളിപ്പിടിച്ചു. ആകാശം പൊട്ടിത്തകർന്ന പോലെ ഇടിവെട്ടി. ഇരുട്ടിൽ വെള്ളിവെളിച്ചത്തിന്റെ വാൾത്തിളക്കം. സഖാവ് ഉറുപ്പടക്കം പിടിച്ചു. "തങ്കം പേടിച്ചു പോയോ?"

"അയ്യോ, മഴ."

തുള്ളിക്കൊരു കുടം മഴ.

തങ്കമ്മ സാരിത്തലപ്പെടുത്ത് സഖാവിന്റെ തല വഴിയിട്ടു.

"പേടിക്കണ്ടാ," സഖാവ് തങ്കമ്മയെ ചേർത്ത് പിടിച്ചു നടന്നു. "ഏതിരുട്ടത്തും ഈ വഴിയൊക്കെ എനിക്ക് മനപ്പാഠവാ."

"അതല്ലാ, വല്ല ഇഴജന്തുക്കളും..."

"പാമ്പുകളോ? അവറ്റകളൊക്കെ നമ്മടെ ചങ്ങാതിമാരല്ലേ?" സഖാവ് പൊട്ടിച്ചിരിച്ചു. "അഥവാ തമാശയ്ക്കെങ്ങാനും ഒന്നു മുത്തിയാൽ എന്താ ചെയ്യണ്ടേന്നറിയാവോ?"

തങ്കമ്മ ഒന്നും മിണ്ടിയില്ല.

"ഒട്ടും പേടിക്കുകയേ ചെയ്യല്ല്. ഒരു ചരടെടുത്ത് കടിച്ച പാട്ടീന്ന് മേലേ വച്ച് കെട്ടണം. അധികം മുറുക്കല്ല്. എന്നിട്ട്... നല്ല മൂർച്ചയുള്ളൊരു പിച്ചാത്തിയെടുത്ത്..."

"നന്നായി, ഇടയ്ക്കൊക്കെ മിന്നൽ," തങ്കമ്മ വിഷയം മാറ്റി. "വഴി തെളിഞ്ഞു കാണാല്ലോ?"

ഗൗരിച്ചേച്ചി വാതില്ക്കൽ നോക്കി നില്ക്കുന്നുണ്ടായിരുന്നു.

"എന്താ കൃഷ്ണാ, നീയീ തോന്ന്യാസം കാണിക്കണേ?," ചേച്ചി ശകാരിച്ചു. "നിനക്കോ രാവും പകലുമില്ല. തങ്കമ്മ കൊച്ചു കുട്ടിയാണന്നോർമ്മ വേണം. അതും ഈ പാതിരാത്രിക്ക്. കുറ്റാക്കൂനിരുട്ടത്ത്... അറിയാല്ലോ... വെഷം മൂത്ത എനങ്ങളാ... വഴിനീളെ സർപ്പക്കാടുകളാ... മേലിൽ പാതിരാത്രിക്ക് ഇങ്ങനെ എറങ്ങി നടക്കല്ല്."

സഖാവ് ഒന്നും ഉരിയാടിയില്ല.

"വേഗന്ന് തലതോർത്ത്," ഗൗരിച്ചേച്ചി അഴയിൽനിന്ന് തോർത്തെടുത്ത് തങ്കമ്മയുടെ നേർക്ക് നീട്ടി. "ഇല്ലേ പനി പിടിക്കാനതു മതി."

വിളക്കണച്ച് കിടക്കാനൊരുമ്പെട്ടതും സഖാവ് കൈ രണ്ടും ചേർത്തു പിടിച്ചു. "തങ്കം... ഇനിയങ്ങോട്ട് തിരക്കു പിടിച്ച പരിപാടികളാണു... അതിനെ അതിജീവിച്ച് മുന്നോട്ടു പോയേ പറ്റൂ... ദിവസങ്ങളോളം.. ആഴ്ചകളോളം തമ്മിൽ കാണാനായില്ലാന്നു പോലും വന്നേക്കാം... തങ്കം ഒന്നുമോർത്ത് വിഷമിക്കല്ല്."

"ഈശ്വരാ... ആഴ്ചകളോളമോ?" തങ്കമ്മ സഖാവിനു നേർക്ക് തിരിഞ്ഞു കിടന്നു. "എനിക്കാലോചിക്കാനേ പറ്റണില്ല."

"കഴിയും, തങ്കത്തിനത് കഴിയും," സഖാവിന്റെ നിശ്വാസം തങ്കമ്മയുടെ നെറ്റിയിൽ വന്നു വീണു.

ഇരുപത്തിയഞ്ച്

അവിചാരിതമായിട്ടായിരുന്നു മലബാറിലേക്കുള്ള യാത്ര. വാറന്റ് ഉണ്ടായിരുന്നതിനാൽ പെട്ടെന്ന് ഒളിവിൽ പോവേണ്ടി വന്നു. ചേച്ചി ആര്യാടുണ്ടായിരുന്നിട്ടും പാതിരാപ്പള്ളിയിലെ സഖാവ് പി ജിയുടെ വീട്ടിൽ താമസിക്കുന്നതെന്തിനെന്ന് ചോദിച്ചതിനു ഉത്തരം പറഞ്ഞില്ല.

യാത്ര തിരിക്കുന്നതിനു തലേന്ന് രാത്രി ചോദിച്ചു: "സഖാവ് എന്ന പദത്തിന്റെ വിലയറിയാമോ? രക്ത ബന്ധത്തേക്കാളും ഭൂമിയിലെ മറ്റെല്ലാ സ്നേഹ ബന്ധങ്ങളേക്കാളും വലുതാണതിന്റെ വില."

തങ്കം നാളെ മുതൽ യൂണിയൻ ആപ്പീസിൽ പോകണ്ടി വരും. രാവിലെ കാപ്പി കുടി കഴിഞ്ഞതും ഇറങ്ങണം. ഇവിടന്ന് രണ്ട് മൂന്നു മൈൽ നടക്കണ്ടി വരും. അവിടെ ചെന്നാൽ ചെയ്യണ്ട കാര്യങ്ങൾ സുഗതൻ സഖാവ് നിശ്ചയിക്കും. സ്ത്രീ തൊഴിലാളി സഖാക്കളെ കണ്ട് സംസാരിക്കണം. അവരുടെ പ്രശ്നങ്ങൾ ചോദിച്ചറിയണം. വൈകുന്നേരം യൂണിയൻ ആപ്പീസിൽ അന്നന്നത്തെ കാര്യങ്ങൾ റിപ്പോർട്ടാക്കി കൊടുക്കണം. കൂട്ടത്തിൽ മഹിളാ സമാജത്തിന്റെ കാര്യങ്ങളും നോക്കണം."

രണ്ടാഴ്ച കഴിഞ്ഞു. ഒരു രാത്രി സഖാവെത്തി.

"നമ്മളൊരുമിച്ച് മലബാറിലേക്ക് പോകുകയാണു," വന്നതും സഖാവ് പറഞ്ഞു. "പറശ്ശിനിക്കടവിൽ ജാപ്പ് വിരുദ്ധ യോഗത്തിൽ തങ്കം പ്രസംഗിക്കണം. എന്താ പറ്റില്ലേ?"

മറുപടി അമാന്തിച്ചപ്പോൾ സഖാവ് പറഞ്ഞു: "മലബാറിലെ സഖാക്കൾക്ക് ഒരേയൊരു നിർബ്ബന്ധം. യാത്രയ്ക്ക് ഒരുങ്ങിക്കോളൂ."

"എങ്ങനെ ഒരുങ്ങാൻ?," തങ്കമ്മ മടിച്ചു മടിച്ചാണത് പറഞ്ഞത്. "രണ്ട് ജോടി വേഷമെങ്കിലും വേണ്ടേ?അത്ര ദൂരം യാത്ര ചെയ്യണ്ടതല്ലേ?"

മൂന്നു ജോടിയുമെടുത്താണു കൂടെ ഇറങ്ങിത്തിരിച്ചത്. അതൊക്കെ

ഇട്ടിട്ട് കൂറയായി.

സഖാവ് ചിരിച്ചു. "രജിസ്റ്റർ ഫോറത്തിൽ ഒപ്പിട്ടപ്പോ ഞാൻ ശരിക്കും നോക്കിയതാണല്ലോ. വസ്ത്രം മേടിച്ചു തരണമെന്ന് അതിലെങ്ങും എഴുതിയിരുന്നില്ലല്ലോ.'

തങ്കമ്മയുടെ മുഖം വാടി.

"തങ്കം," സഖാവ് വാത്സല്യത്തോടെ പുറത്ത് തട്ടി. "ഒരു കാര്യം മനസ്സിലാക്കണം. നമുക്ക് ആവശ്യമുള്ളത് തരേണ്ടത് നമ്മുടെ പ്രസ്ഥാനമാണ്. തങ്കം നന്നായി പ്രവർത്തിക്കുന്നുവെന്നു ബോദ്ധ്യപ്പെട്ടാൽ വേണ്ടതെല്ലാം പാർട്ടി തരും. അല്ലാതെ ഞാൻ വിചാരിച്ചാൽ നിർവ്വാഹമില്ല."

"സാരമില്ല, പറഞ്ഞന്നേയുള്ളു. ഞാൻ അതിരാവിലെ അലക്കി വെളുപ്പിച്ച് ഇസ്തിരിയിട്ടെടുത്തോളാം," തങ്കമ്മ പറഞ്ഞു. "നമ്മളെപ്പഴാ പുറപ്പെടുക?"

"നമ്മളൊരുമിച്ചല്ല," സഖാവ് പറഞ്ഞു. "എസ്കോർട്ട് ഏർപ്പാടാക്കീട്ടൊണ്ട്. സി ഒ മാത്യു. പഴയ കുട്ടൻ സഖാവ്."

യാത്ര അയയ്ക്കാൻ സഖാവ് ആലപ്പുഴ ബസ് സ്റ്റാന്റിൽ വന്നു. ബസ് വിടാറായതും എവിടെ നിന്നോ ഒരു തൊഴിലാളി സഖാവോടി വന്നൊരു പൊതി കൈമാറി. ബസ് മുന്നോട്ടെടുത്തു. സഖാവിന്റെ മുഖത്തൊരു കള്ളച്ചിരി പരന്നു.

എറണാകുളത്ത് നിന്ന് തീവണ്ടിയിൽ തൃശൂരിലെത്തി. കോഴിക്കോട്ടേക്ക് പുറപ്പെടും മുൻപാണ് പൊതി അഴിച്ചു നോക്കിയത്. രണ്ടു ഖദർ സാരിയും അതിനു ചേർന്ന രണ്ട് ജംബറും.

ഇരുപത്തിയാറ്

കല്യാശേരിയിലെ പാർട്ടി അനുഭാവിയുടെ വീട്ടിലാണ് താമസം ഏർപ്പാടാക്കിയിരുന്നത്. രാത്രി പന്ത്രണ്ടോടെ രണ്ടുപേർ കാണാൻ വന്നു. കറുത്ത് തടിച്ച് മുഖത്ത് വസൂരിക്കലയുള്ള ഒരാളും. വെളുത്ത് മെലിഞ്ഞ വേറൊരാളും. സഖാവിന്റെ ഭാര്യയെ കാണാൻ വന്നതാണ്. പിറ്റേന്ന് യോഗത്തിൽ പ്രസംഗിക്കുന്നതെന്താണെന്ന് അവർക്കറിയണം. "മഹിളാ സമാജം യോഗങ്ങളീ പ്രസംഗിക്കുന്നതായറിയാം," വസൂരിക്കലയുള്ളയാൾ പറഞ്ഞു. "ഇതതു പോലല്ല, വലിയ യോഗമാണു. പോരെങ്കീ സഖാവിന്റെ ഭാര്യയാണു പ്രസംഗിക്കുന്നത്,അല്ലേ അച്യുതൻ മാഷേ?." അയാൾ വെളുത്ത് മെലിഞ്ഞയാളെ നോക്കി.

"കണാരൻ സഖാവ് പറഞ്ഞത് നേരാണ്," അയാൾ തലകുലുക്കി.

സഖാവ് സി എച്ച് കണാരനും അച്യുതൻ മാഷും.

"ആരാണന്ന് അറിഞ്ഞില്ലായിരുന്നു," തങ്കമ്മ എണീറ്റു നിന്നു. "സഖാവ് പറഞ്ഞ് ഒത്തിരി കേട്ടിരിക്കുന്നു."

"ഏയ്, ഏയ്.. സഖാവ് അവിടെ ഇരിക്ക്," കണാരൻ സഖാവ് കൈകാട്ടി.

"നാളെ പറയാനുള്ള ചില പോയിന്റുകൾ കൂടി പറഞ്ഞേച്ച് ഞങ്ങൾ പോകാം." അച്ചുതൻ മാഷ് പറഞ്ഞു.

രണ്ടാളും ചില വിശദാംശങ്ങൾ നല്കി.

"പ്രസംഗം ജോറാക്കണം," സഖാക്കൾ 'ലാൽ സലാം' പറഞ്ഞിറങ്ങി.

"പറശിനിക്കടവിലെ പ്രസംഗം ജോറായി," പരിചയമില്ലാത്ത രണ്ടു സഖാക്കൾ പറഞ്ഞു. "തലശേരീലും ധർമ്മടത്തും മാഹിയിലും ചേച്ചി പ്രസംഗിക്കണമെന്ന് സഖാക്കൾക്ക് ഒരേ വാശിയാണു."

"നേരാ കേട്ടാ," സി ഒ മാത്യു പറഞ്ഞു. "സി എച്ച് കണാരൻ

സഖാവും അച്യുതൻ മാസ്റ്ററും അടുത്തൊരു വീട്ടിലിരുന്ന് പ്രസംഗം കേട്ടു. തരക്കേടില്ലെന്നാ രണ്ടാളുടേയും അഭിപ്രായം. മടക്കയാത്രയിൽ മുക്കിനു മുക്കിനു പ്രസംഗിക്കണ്ടി വരും."

"എന്റെ മാത്യു സഖാവേ, തങ്കമ്മേടെ പ്രസംഗം കേൾക്കാനല്ല, ഇവരൊന്നും എന്നെ വിളിക്കണേ. സഖാവിന്റെ ഭാര്യേ ഒരു നോക്ക് കാണാനാ." തങ്കമ്മ പറഞ്ഞു. "അറിഞ്ഞില്ലേ, തിരുവണ്ണൂർ കോട്ടൺ മില്ലിൽ സ്വീകരണത്തിനു ചെന്നപ്പോ 'സഖാവ് കൃഷ്ണപിള്ള സിന്ദാബാദ്!'എന്ന് മുദ്രാവാക്യം വിളിച്ചാ അവരെന്നെ എതിരേറ്റത്. സഖാവിന്റെ പ്രതിരൂപമായാ അവരെല്ലാം എന്നെ കാണുന്നത്."

"അത് നേരാ," മാത്യു യോജിച്ചു. "അത് പിന്നെ അങ്ങനെ ആയിരിക്കുവല്ലോ?സഖാവെന്നു വച്ചാ അവർക്കൊക്കെ കാണപ്പെട്ട ദൈവവല്ലേ?"

"ദൈവോ?" തങ്കമ്മയുടെ പുരികം ചുളിഞ്ഞു.

"ങാ, പറേമ്പം അങ്ങനേം പറയാം," മാത്യു ന്യായീകരിച്ചു.

മലബാറിൽ നിന്ന് മടങ്ങിയെത്തിയത് കൊമ്മാടിപ്പാലത്തിനടുത്തുള്ള പത്രോസ് സഖാവിന്റെ വീട്ടിലേക്കാണ്. രണ്ട് ചെറിയ മുറികളും ഓലകൊണ്ട് ചായ്ച്ചിറക്കിയ അടുക്കളയും. യുദ്ധം കൊടുമ്പിരിക്കൊണ്ടു. അരിക്കും പഞ്ചസാരയ്ക്കും കടുത്ത ക്ഷാമം. ഗോതമ്പും ബജ് റയുമാണു പാവപ്പെട്ടവന്റെ ആഹാരം.

"മക്കളു മോരും ഉപ്പിലിട്ടതും ഇല്ലാണ്ട് ഊണു കഴിക്കുകേലന്ന് എന്റ മകൻ പത്രോസ് പറേണ കേട്ടു. മോരിന്റെ കാര്യം അമ്മച്ചി ഏർപ്പാടാക്കി, കേട്ടാ." പത്രോസ് സഖാവിന്റെ അമ്മ കട്ടൻ കാപ്പി അനത്തിയതുമായി വന്നു പറഞ്ഞു. "നാളെ ദേ, തീറ്റക്കാര്യത്തീ കണിശക്കാരനൊരാൾ വരണൊണ്ട്. അത് പിന്ന കപ്പ പുഴുങ്ങിയതും കൊടമ്പുളിയിട്ട മീൻ വച്ചതും കൊടുത്താ അത് മതി. വേറൊന്നും വേണ്ടാ."

"അതാര്?"

"അങ്ങ് മലബാറീന്നാ," അമ്മച്ചി അകത്തേക്കു പോയി.

പിറ്റേന്ന് കാലത്ത് എണീറ്റു വന്നപ്പം അമ്മച്ചി ഒരു പാത്രത്തിൽ എന്തോ മൂടി വച്ച് അടുത്ത മുറിയിലേക്ക് പോകുന്നു. പിന്നാലെ ചെന്നു. വെളുത്ത് തടിച്ച് പൊക്കം കുറഞ്ഞൊരാൾ.

"മക്കക്ക് ആളെ മനസ്സിലായില്ലേ," അമ്മച്ചി പറഞ്ഞു. "ഇതാ എ കെ ഗോപാലൻ."

"എന്താ ചേച്ചീ, എന്നെ അറിയില്ലേ?"

"അറിയാം, എ കെ ജിയല്ലേ?," തങ്കമ്മ കൈകൂപ്പി. "സഖാവെപ്പഴും പറയാറുണ്ട്."

"രണ്ട് മൂന്നു ദിവസം ഞാനിവിടെയാ തങ്ങുക," ഏ കെ ജി പറഞ്ഞു. "ചേച്ചി തല്ക്കാലത്തേക്കൊന്ന് മഹിളാ സമാജത്തിന്റെ കാര്യങ്ങൾ മാറ്റി വച്ചാൽ ഉപകാരമായിരുന്നു. സഖാവും നാളെയിങ്ങെത്തും."

തങ്കമ്മ തലയാട്ടി.

സഖാവ് വന്നതും കൈ പിടിച്ച് എ കെ ജിയുടെ മുന്നിലേക്കു കൊണ്ടുപോയി.

"എന്താടാ നിന്റെ അഭിപ്രായം,? ഇവളെ കണ്ടിട്ട് എങ്ങനെയുണ്ട്?"

"ഞങ്ങൾ മെനഞ്ഞാന്നേ കൂട്ടായല്ലോ," എ കെ ജി പറഞ്ഞു. "സഖാവ് ജയിലീന്നു വന്നപ്പോ നല്ലൊരു പെണ്ണീനെ കിട്ടി. ഞാൻ സത്യഗ്രഹം നടത്തീട്ട് വന്നപ്പോ എന്റെ പെണ്ണു അവളുടെ പാട്ടിനു പോയി."

അമ്മച്ചിയും സഖാവും അതുകേട്ട് ചിരിച്ചു.

"സഖാവേ, കേട്ടിടത്തോളം ആളു മോശമല്ല," എ കെ ജി തങ്കമ്മയെ നോക്കി ചിരിച്ചു. "മലബാറിൽ ഉശിരൻ പ്രസംഗമായിരുന്നെന്നു കേട്ടു. നമ്മൾ ആണുങ്ങൾ ഇനി സൂക്ഷിക്കണം. ഇല്ലേൽ ഈ മഹിളാ സഖാക്കളെല്ലാം കൂടി നമ്മളെ പുറത്താക്കും."

"തങ്കം ഇവന്റെ നേരമ്പോക്കുകൾ കേൾക്കാനിരിക്കുന്നേയുള്ളൂ." സഖാവ് പറഞ്ഞു. "ഇവൻ ഇതും പറയും, ഇതിനപ്പുറോം പറയും."

ഇരുപത്തിയേഴ്

മലബാറിലേക്ക് താമസം മാറുന്നുവെന്നറിഞ്ഞതും അമ്മച്ചിയുടെ കണ്ണുകൾ നിറഞ്ഞു. "തനിച്ചല്ലല്ലോ പോണത്," പത്രോസ് സഖാവ് ഇടപെട്ടു. "സഖാവിനൊപ്പം കുടുംബമായി കഴിയാൻ പോണതല്ലേ?

എമ്പണ്ടേ സഖാവ് മലബാറിലേക്ക് പൊറുതി മാറിയേനേ. നിരോധനാജ്ഞ ഇല്ലായിരുന്നേൽ."

സഖാവിനെതിരെ മലബാറിൽ നിലനിന്നിരുന്ന നിരോധനാജ്ഞ പിൻ വലിച്ചു.

"അവിടെ കമ്യൂണിലാണ് സഖാക്കൾ കുടുംബമായി താമസിക്കാൻ പോണേന്ന് കേട്ടു," യാത്ര അയക്കാൻ നേരം പത്രോസ് സഖാവ് പറഞ്ഞു. പ്രേതബാധയുണ്ടെന്നു പറഞ്ഞ് ആരും താമസിക്കാതെ കിടന്നിരുന്ന വീടാണ്. സഖാക്കളു വരണത് കേട്ട് പ്രേതം അതിന്റെ പാട്ടിനു പോയി."

കമ്യൂണിൽ ചിട്ടകൾ കർശനമായിരുന്നു. ആൺ പെൺ വേർതിരിവില്ല. കാലത്ത് അഞ്ചു മണിക്കുണരണം. വ്യായാമ മുറകൾ ചെയ്യണം. മുറ്റമടിക്കണം. വീട് വൃത്തിയാക്കണം. രാവിലെ കഞ്ഞിയും എന്തെങ്കിലും കൂട്ടാനും.

ഓരോ ദിവസവും രാവിലെ എണീറ്റ് മുറ്റമടിക്കുക ഓരോരുത്തരുടെ ഊഴമാണ്. ഒരു ദിവസം വെളുപ്പിനു എണീറ്റ് വന്നപ്പോൾ ആര്യാ അന്തർജ്ജനം മുറ്റമടിക്കുന്നു.

"അല്ലാ, നേരം അഞ്ചു മണിയായില്ലല്ലോ?", തങ്കമ്മ അതിശയിച്ചു.

"ആരോടും പറയല്ലേ," ആര്യ അന്തർജ്ജനം അടക്കത്തിൽ പറഞ്ഞു. "ഇന്ന് അദ്ദേഹത്തിന്റെ ഊഴമാണ്. എങ്ങനെയാ ഞാൻ അദ്ദേഹം മുറ്റമടിക്കുന്നത് കണ്ടോണ്ടിരിക്കുക?"

"ആരും അറിയണ്ടാ," തങ്കമ്മ പറഞ്ഞു. "ചുമർ പത്രത്തിൽ ആരേലും എഴുതും."

കമ്യൂണിലെ ചുമരിൽ അന്നന്നത്തെ കാര്യങ്ങൾ എഴുതി വയ്ക്കാനൊരിടമുണ്ട്.

പിറ്റേന്ന് അറം പറ്റിയത് തങ്കമ്മയ്ക്കാണ്.

രാവിലെ എണീക്കാൻ അല്പം വൈകി. എണീറ്റ് താഴെ വന്നപ്പോൾ ചുമർ പത്രത്തിന്റെ മുന്നിൽ ഒരാൾകൂട്ടം. സഖാവ് നമ്പൂതിരിപ്പാട്, ഉണ്ണിരാജ, കെ പി ജി, എം എസ. ദേവദാസ്, മോയിക്കുട്ടി, സി എം കുഞ്ഞിരാമൻ നായർ... അവരുടെ ഭാര്യമാർ. നടുക്ക് സഖാവ്. "ചുമർ പത്രത്തിലെ ചിത്രത്തിലേക്കാണു എല്ലാവരുടേയും നോട്ടം. കട്ടിലിൽ മലർന്നു കിടന്ന് കൂർക്കം വലിച്ചുറങ്ങുന്ന തങ്കമ്മ. തലയ്ക്കു മുകളിൽ ഉദിച്ചു നില്ക്കുന്ന സൂര്യൻ."

"ഇതാരു വരച്ചത്?", തങ്കമ്മ അതിശയിച്ചു.

"വരക്കാരൻ ദേ നിയ്ക്കുന്നു," സഖാവ് നമ്പൂതിരിപ്പാട് ചെറിയ വിക്കലോടെ സഖാവിനു നേർക്ക് ചൂണ്ടി.

"എന്നെ ഒന്നു വിളിച്ചാ പോരായിരുന്നോ?", തങ്കമ്മ പരിഭവിച്ചു. "ഇങ്ങനെ നാണം കെടുത്തണാരുന്നോ?"

"നാണം കെടുത്തിയാലേ പാഠം പഠിക്കൂ." സഖാവ് പറഞ്ഞു. "ഇനി തങ്കം വൈകി എണീക്കില്ല."

"കൃഷ്ണപിള്ള ശ്രീമതിയെ വലിയൊരു ദൗത്യം ഏല്പ്പിച്ചെന്ന് കേട്ടു," നമ്പൂതിരിപ്പാട് പറഞ്ഞു.

"എന്താത്?", ഉണ്ണിരാജ ആരാഞ്ഞു.

"പണ്ഡിറ്റ് ജവഹരിലാൽ നെഹ്റുവിന്റെ *വിശ്വചരിത്രാവലോകനം* പരിഭാഷ. ഹിന്ദിയിൽ നിന്ന് നേരിട്ട് മലയാളത്തിലേക്ക്."

"പരിഭാഷ എവിടം വരെയായി?," ഉണ്ണിരാജ ചോദിച്ചു. "ചെയ്തേടത്തോളം ഒന്ന് വായിച്ചു നോക്കാരുന്നു."

"വെട്ടത്ത് കാണിക്കാറായില്ല. ഇന്നലെ രാത്രി ഒറക്കോഴിച്ചിരുന്ന് എഴുതിയതിന്റെയാ ഇന്നീ ചുമരുമ്മേ കാണുന്നെ."

"ശ്രീമതി തങ്കമ്മയ്ക്ക് ഇതിലും വലിയൊരു പ്രയത്നം വരാനിരിക്കുന്നു," നമ്പൂതിരിപ്പാട് സൂചിപ്പിച്ചു.

സ്ത്രീകൾ പരസ്പരം നോക്കി.

"മഹിളകളുടെ പ്രഥമ സംസ്ഥാന കോൺഫ്രൻസ്." നമ്പൂതിരിപ്പാട് പറഞ്ഞു. "കോഴിക്കോട് വച്ചാണ്."

"കേരള മഹിളാ സമാജം രൂപീകരിക്കുന്ന ജോലിയും." ഉണ്ണിരാജ കൂട്ടിച്ചേർത്തു.

എട്ടു ദിവസം നീണ്ടു നിന്ന സമ്മേളനം. സ്റ്റഡീക്ലാസുകൾ. ചർച്ചകൾ. പുതിയറയിലെ പാർട്ടി ഓഫീസ് ഹാളിൽ ഒരു മേശയും കസേരയും പിടിച്ചിട്ട് സഖാവ് പറഞ്ഞു: "ഇതാണിനി മുതൽ മഹിളാ സമാജത്തിന്റെ സംസ്ഥാന ഓഫീസ്. പ്രസിഡന്റ്: ഒ ടി ശാരദാ കൃഷ്ണൻ. സെക്രട്ടറി: എൽ തങ്കമ്മ."

അതു കഴിഞ്ഞതും പാർട്ടി കോൺഫ്രൻസ്.

വൈകുന്നേരത്തെ നടത്തയ്ക്കിടയിൽ സഖാവ് പറഞ്ഞു: "പാർട്ടി കോൺഫ്രൻസിനു നമ്മളൊരുമിച്ച് പാടിയാലോ?"

"നമ്മളൊരുമിച്ചോ?" തങ്കമ്മ അമ്പരന്നു.

"എന്താ, എന്റെ സ്വര മാധുരി പോരാന്നുണ്ടോ?"

"സിന്ദഗീലെ 'സോജാ രാജകുമാരി' കൂടെക്കൂടെ മൂളണത് ഞാൻ കേക്കുന്നതല്ലേ?"

"അപ്പോ സൈഗാളിനോളം വരത്തില്ല എന്നു സാരം, അല്ലേ?"

"ഏയ്, അങ്ങനെ ഞാൻ പറഞ്ഞോ?" തങ്കമ്മ ചിരിച്ചു. "സൈഗാളി നോളം വരത്തില്ല. എന്നാലും ആഞ്ഞു പിടിച്ചാൽ സൈഗാളിന്റെ അയൽ പക്കത്തൊക്കെ എത്താം."

"എന്നാ പാടാം?"

"ഏത് പാട്ട്?"

"കേരളീയൻ എഴുതിയ ആ പാട്ട്. ഇന്ന് രാത്രി ഹാർമ്മോണിയം വച്ച് റിഹേഴ്സലൊണ്ട്."

കടപ്പുറത്തെ തിരമാലകൾ മീട്ടിയ ശ്രുതിയിൽ, പാറിപ്പറക്കുന്ന ചെങ്കൊടികൾക്കിടയിൽ നിന്ന് സഖാവുമൊത്തു പാടി.

"പാറിപ്പറക്കട്ടെ ഇക്കൊടി
വാനിലുയരട്ടെ ചെങ്കൊടി
ആരാനുമീക്കൊടി താഴ്ത്തുകിൽ
നൂറായ് ഉയരുമീ പൊൻ തുകിൽ...
ആരാനുമീക്കൊടി താഴ്ത്തുകിൽ..." തങ്കമ്മ ഇടംകണ്ണാൽ സഖാവിനെ നോക്കി.

"നൂറായ് ഉയരുമീ പൊൻ തുകിൽ..." സഖാവ് ആകാശത്തിനു നേർക്ക് വലത് കൈ ചുരുട്ടി ഉയർത്തി. "നൂറായ് ഉയരുമീ പൊൻ തുകിൽ..."

"ഭേഷ്, ഭേഷ്", തിരകൾക്കു മീതേ സഖാക്കളുടെ ഹർഷാരവം അലയടിച്ചു.

കയ്യൂർ സമര സഖാക്കളുടെ രക്തം ചിന്തി ചുവന്ന മനസ്സോടെയാണു പാർട്ടി കോൺഫ്രൻസ് പിരിഞ്ഞത്. പാർട്ടി ബഹുജന സമരങ്ങളിലൂടെ കടന്നു പോകുന്ന കാലമായിരുന്നു അത്. രണ്ടു വർഷം മുൻപ് നീലേശ്വരത്തിനു കിഴക്ക് കയ്യൂർ ഗ്രാമത്തിൽ കർഷകരും പൊലീസും തമ്മിൽ ഏറ്റുമുട്ടി. ജന്മി കുടിയാൻ തർക്കത്തിൽ ജന്മിയെ തുണയ്ക്കാൻ വന്നതായിരുന്നു പൊലീസ്. ഏറ്റുമുട്ടലിൽ ഒരു പൊലീസുകാരൻ കൊല്ലപ്പെട്ടു. പൊലീസ് അതിക്രമം അഴിച്ചു വിട്ടു. കണ്ണിൽ കണ്ടവരെയെല്ലാം വേട്ടയാടിപ്പിടിച്ചു. അക്ഷരാഭ്യാസം പോലുമില്ലാത്ത നാലു കർഷക ത്തൊഴിലാളികളെ കോടതി തൂക്കിക്കൊല്ലാൻ വിധിച്ച വാർത്ത പാർട്ടി സമ്മേളനത്തിൽ നീറിപ്പുകഞ്ഞു. പൊടോര കുഞ്ഞമ്പു നായർ, മഠത്തിൽ അപ്പു, ചീരുകണ്ഠൻ, അബൂബക്കർ. മാർച്ച് ഇരുപത്തൊൻപത് പുലർച്ചെ

കണ്ണൂർ ജയിലിൽ വച്ച് അവരെ തൂക്കിക്കൊന്നു. സഖാവ് ആ ദിവസങ്ങളിൽ അതീവ ഖിന്നനായിരുന്നു.

പാർട്ടി അഖിലേന്ത്യാ ജനറൽ സെക്രട്ടറി പി സി ജോഷിയും സുന്ദരയ്യയും ഒരുമിച്ചാണു വധശിക്ഷയ്ക്ക് വിധിക്കപ്പെട്ട സമര സഖാക്കളെ കാണാൻ കണ്ണൂർ ജയിലിലെത്തിയത്. വെവ്വേറെ നാലു സെല്ലുകളിലായിരുന്നു മരണം കാത്തു കഴിയുന്ന സഖാക്കൾ. സഖാവിനെ കണ്ടതും നാലുപേരും കുതിച്ചു ചാടി ഇരുമ്പഴികൾക്കരികിലേക്ക് വന്നു. മുഷ്ടി ചുരുട്ടി അഭിവാദ്യം ചെയ്തു. സഖാവ് എന്തോ പറയാനൊരുങ്ങി. വാക്കുകൾ പുറത്തേക്കു വരുന്നില്ല. സഖാവ് അഴികളിൽ പിടിച്ചു നിന്ന് വിതുമ്പിക്കരഞ്ഞു. ഒന്നും പറയാനാവുന്നില്ല. കണ്ണുകളിൽ ഇരുട്ട് കയറി. തടവുകാരായ സഖാക്കളുടെ കണ്ണുകളിൽ അപ്പോഴും നക്ഷത്രത്തിളക്കം. "സഖാക്കളേ, വധ ശിക്ഷ ഉറപ്പായെന്നു ഞങ്ങൾക്കറിയാം. ഞങ്ങൾ എന്തിനാ ജീവൻ ബലി കൊടുക്കുന്നതെന്നും ഞങ്ങൾക്കറിയാം. ഞങ്ങളെയോർത്ത് നിങ്ങളാരും ബേജാറാവല്ല്. അടി പതറാതെ സമരം ചെയ്തു മുന്നേറാൻ നമ്മുടെ പാർട്ടി സഖാക്കളോടു പറയണം. അവർക്ക് നിങ്ങളൊക്കെ കൂടി നേതൃത്വം കൊടുക്കണം." മഠത്തിൽ അപ്പുവും ചിരുകണ്ഠനും അബൂബക്കറും കുഞ്ഞമ്പു നായരും കൈ ചുരുട്ടി വീശി ഒരേ സ്വരത്തിൽ പറഞ്ഞു: "സഖാക്കളേ... മുന്നോട്ട്."

തടവറയുടെ കരിങ്കൽ ചുമരുകളെ ഭേദിച്ച് അതൊരു കൊടുങ്കാറ്റായി വീശി. മാരാരിക്കുളത്തും പുന്നപ്രയിലും വയലാറിലും മേനാച്ചേരിയിലുമത് പ്രകമ്പനം കൊണ്ടു. കരിവള്ളൂരിലും കാവുമ്പായിയിലുമത് പ്രതിദ്ധ്വനിച്ചു. ഓഞ്ചിയത്തും തില്ലങ്കേരിയിലും മുനയൻ കുന്നിലും കോറോത്തും....: "സഖാക്കളേ.... മുന്നോട്ട്...."

ഇരുപത്തിയെട്ട്

ഉച്ചയൂണിനിടയിൽ സഖാവ് നമ്പൂതിരിപ്പാടാണ് ആ ആശയം മുന്നോട്ട് വച്ചത്. "വാരിക മാത്രം പോരാ. നമുക്കൊരു പത്രം വേണം."

"പാർട്ടിക്ക് സ്വന്തമായൊരു അച്ചുകൂടം ഉണ്ടാവണം. അതിൽ നിന്ന് വേണം പാർട്ടി പത്രം അടിച്ചിറക്കാൻ," സഖാവ് പറഞ്ഞു. "സാമാന്യ ജനങ്ങളുടെ വികാര വിചാരങ്ങൾ അച്ചടിച്ചു വരുന്ന പത്രമായിരിക്കണം നമ്മുടെ *ദേശാഭിമാനി*പ്പത്രം."

എ കെ ജിയും അതിനോട് യോജിച്ചു.

"വാരികയുടെ പത്രാധിപരെന്തു പറയുന്നു?" നമ്പൂതിരിപ്പാട് ദേവദാസിനെ നോക്കി.

"കുറഞ്ഞത് രണ്ടു ലക്ഷം രൂപയെങ്കിലും വേണ്ടേ?," ദേവദാസ് ചോദിച്ചു.

"രണ്ടു ലക്ഷം ഫണ്ടിനു പാർട്ടി ആഹ്വാനം ചെയ്യണം," സഖാവ് പറഞ്ഞു. "കിട്ടും. രണ്ടല്ല, അതിലും കൂടുതൽ."

"അത് നല്ല ആശയം," നമ്പൂതിരിപ്പാട് പറഞ്ഞു. "ഞാൻ എന്റെ കുടുംബ ഓഹരി വിട്ട് കിട്ടുന്ന പണം എത്രയോ അത്രയും പാർട്ടി ഫണ്ടിലേക്ക് തരാം."

ആവേശകരമായ അനുഭവങ്ങൾ കാത്തിരിക്കുകയായിരുന്നു.

ആര്യ അന്തർജ്ജനം കെട്ടുതാലി ഉൾപ്പെടെ ഊരിക്കൊടുത്തു. തങ്കമ്മ കൈയിലും കഴുത്തിലും കിടന്നതെല്ലാം. ടി സി നാരായണൻ നമ്പ്യാരുടെ ശ്രീമതി കൈയിൽ കിടന്നിരുന്ന വളകൾ. മഹിളാ സഖാക്കൾ ശരീരത്തുണ്ടായിരുന്ന പൊന്നിന്റെ വകയെല്ലാം.

"പാർട്ടി സഖാക്കളു ഫണ്ട് പിരിവിനു ചെന്നപ്പോ ഒരു കർഷക ത്തൊഴിലാളി അമ്മച്ചി എന്താ ചെയ്തേന്നു കേട്ടോ?" സഖാവ് ചോദിച്ചു.

"ഇല്ല."

“സംഭാവന കൊടുക്കാൻ കൈയീ കാശില്ല. അമ്മച്ചി തൊടിയിൽ മേഞ്ഞു നിന്നിരുന്ന കന്നുകുട്ടിയെ അഴിച്ചങ്ങു കൊടുത്തു. പലോറ മാത എന്നാണാ അമ്മച്ചീടെ പേര്.”

“എന്നാലും രണ്ടു ലക്ഷം തികയുവോ,” രാത്രി ഉറങ്ങാൻ കിടക്കുന്നതിനിടയിൽ തങ്കമ്മ ചോദിച്ചു.

സഖാവ് അതിനു മറുപടി പറഞ്ഞത് നാലഞ്ചു ദിവസം കഴിഞ്ഞാണു. “തങ്കത്തിന്റെ ആശങ്ക അസ്ഥാനത്തായി. ഫണ്ട് പിരിവ് അഞ്ചു ലക്ഷമായി.”

“അഞ്ചു ലക്ഷമോ?,” തങ്കമ്മ കണ്ണു മിഴിച്ചു.

“അതാ പാർട്ടീടെ ശക്തി,” സഖാവ് അഭിമാനത്തോടെ പുറത്തേക്കിറങ്ങി.

“അതിശയം,” തങ്കമ്മ പറഞ്ഞു.

“പത്രം നടത്തിപ്പ് സംബന്ധിച്ച കാര്യങ്ങൾ ആലോചനയിലാണ്,” സഖാവ് തിരിഞ്ഞു നിന്നു. “തങ്കമ്മയ്ക്ക് ഏതെങ്കിലും വിധേന സഹക്കരികാനാവുമോ?”

“ഏതു വിധേന?”

“അത്യാവശ്യം സാഹിത്യവും വായനയുമൊക്കെയുള്ളതല്ലേ?”

“താല്പര്യമാണ്,” തങ്കമ്മ പറഞ്ഞു.

“പ്രൂഫ് വായിക്കുന്ന പണിയായാലോ?” സഖാവ് ചോദിച്ചു.

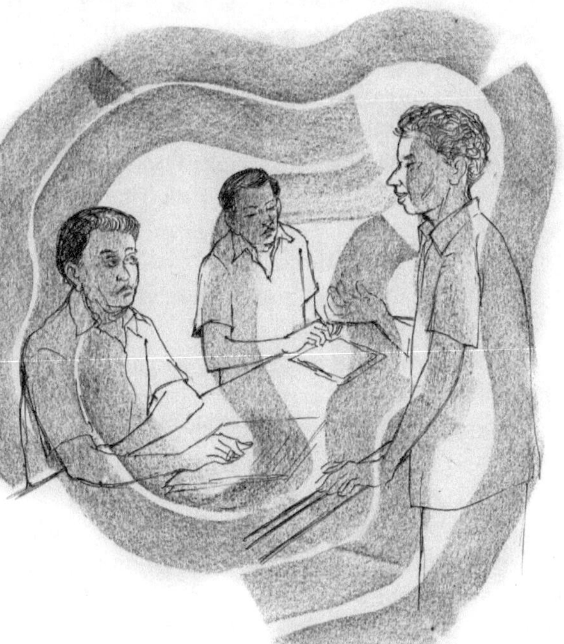

ഇരുപത്തിയൊൻപത്

ആ ദിവസങ്ങളിൽ സഖാവ് മിക്കവാറും കണ്ണൂരിലായിരുന്നു. ആറോൺ മിൽ സമരം കൊടുമ്പിരി കൊണ്ടു. ദേശാഭിമാനിയിൽ പ്രൂഫ് റീഡറായിരുന്നതു കൊണ്ട് പത്രം അച്ചടിച്ചു വരും മുൻപേ സഖാവിനെക്കുറിച്ചുള്ള വാർത്തകൾ കൈയിലൂടെ കടന്നു പോകും. പാർട്ടി സെക്രട്ടറിയായതോടെ സഖാവിനു തിരക്കേറി. ഇന്ന് ആലപ്പുഴയിലാണെങ്കിൽ നാളെ കൊച്ചിയിൽ. മറ്റന്നാൾ കോഴിക്കോട്ടോ കണ്ണൂരോ.

പ്രൂഫ് വായിക്കുന്നതിനിടയിലാണാരോ വന്നു പറഞ്ഞത്: "കണ്ണൂരിൽ നിന്നൊരു വാർത്തയുണ്ട്. സഖാവിനെ ഗുണ്ടകൾ ആക്രമിച്ചു."

ആശുപത്രിയിൽ ചെന്നപ്പോൾ പറ്റെ വടിച്ച തലയിൽ ബാന്റേജുമായി കിടക്കുകയാണ് സഖാവ്.

''തങ്കത്തെ ഇത്ര തിടുക്കത്തിൽ അറിയിക്കണ്ടാന്ന് ഞാൻ പറഞ്ഞതാണല്ലോ?" കണ്ടതും സഖാവ് ചോദിച്ചു.

"ആരും കരുതിക്കൂട്ടി അറിയിച്ചതല്ല," തങ്കമ്മ അരികെ വന്നിരുന്നു. ''വാർത്തകൾ പറന്നു വരുന്ന ഒരിടത്താണല്ലോ ഞാൻ ജോലി നോക്കുന്നത്. കേട്ടതും ഓടിപ്പോരുകയായിരുന്നു."

"ആഴത്തിലുള്ള പരുക്കാണു," വാതില്ക്കൽ നിന്നിരുന്ന സഖാവ് അടക്കത്തിൽ പറഞ്ഞു. "സഖാവ് ഒറ്റയ്ക്കു നിന്നാണ് അവന്മാരെ നേരിട്ടത്."

"ഒറ്റയ്ക്കും പെട്ടയ്ക്കും നോക്കി. ഒടുവിൽ അരയിൽ കിടന്നിരുന്ന തുകൽ പട്ട ഊരി വീശി," സഖാവ് ചിരിച്ചു. "സേട്ടു ബസാറിൽ വച്ച് തുടക്കമിട്ടതാ. സഖാവ് ഗോപാലനും ഞാനും കൂടി അവന്മാരെ അടിച്ചോടിച്ചു. വൈകിട്ട് ഗുഡ്സ് യാർഡ് പരിസരത്തെത്തിയപ്പം അവന്മാരു കരുതിക്കൂട്ടി വരുകാരുന്നു. "

"ഗുഡ്സ് യാഡ് പരിസരത്തൂടെ കക്കാട്ടേക്ക് ഗോപാലൻ സഖാവും ഞാനും കൂടി നടന്നു വരുമ്പോഴായിരുന്നു. കൊലവിളിച്ചോണ്ട് വന്ന് വളയുകയായിരുന്നു. അരപ്പട്ടയൂരി നാലുപാടും തിരിഞ്ഞും മറിഞ്ഞും വീശി. ചെറുത്തു നിന്നു. മരിക്കുന്നെങ്കിൽ പൊരുതി മരിക്കാവെന്നു കരുതി. ഒരുത്തൻ പെട്ടെന്നൊരു കരിങ്കല്ലെടുത്ത് തലയ്ക്കടിച്ചു. കൊല്ലണമെന്ന ഉദ്ദേശത്തോടെ. ടൗണിൽ നിന്ന് തൊഴിലാളി സഖാക്കൾ അറിഞ്ഞു കേട്ടോടി വന്നപ്പഴേക്കും രക്തം വാർന്ന് കിടക്കുകയായിരുന്നു."

തങ്കമ്മ വായ്പൊത്തി കരഞ്ഞു.

"തങ്കം ഇങ്ങനെ കരയാതെ," സഖാവ് കൈ നീട്ടി. "കരഞ്ഞ കൊണ്ടെന്തു കാര്യം? വല്ലപ്പോഴും ഇങ്ങനെയും സംഭവിച്ചില്ലെങ്കിൽ പിന്നെന്ത് ജീവിതം?ജീവിതമാവുമ്പോ ഇത്തിരി എരിവും പുളിയുമൊക്കെ വേണ്ടേ?"

വൈകിട്ട് കോഴിക്കോട്ടേക്കുള്ള മടക്കയാത്രയിൽ വഴിയിലെവിടെയോ സഖാവ് എ കെ ജിയുടെ ശബ്ദം മുഴങ്ങി: "കമ്യൂണിസ്റ്റ് പ്രസ്ഥാനത്തിനു വേണ്ടി ജീവിതം തീറെഴുതിക്കൊടുത്ത കൃഷ്ണപിള്ള സഖാവിനു മരണത്തെപ്പോലും പേടിയില്ലെന്ന് പതിയിരുന്നാക്രമിച്ച ആ കാപാലിക ന്മാരോർക്കണം. ഒറ്റച്ചങ്കല്ല, ഇരട്ടച്ചങ്കാണ് സഖാവിന്. അത് കേവലം മജ്ജയും മാംസവും കൊണ്ടല്ല, ഉരുക്കു കൊണ്ടുണ്ടാക്കിയതാണ്."

മുപ്പത്

കാൽപ്പെരുമാറ്റം കേട്ട് നോക്കിയപ്പോഴാണ് കണ്ടത്. പുറം വരാന്തയിലെ അരച്ചുമരിലൊരാൾ നീണ്ടു നിവർന്നു കിടക്കുന്നു. അരികത്തായി ഒരു വലിയ കുട്ട നിറയെ എന്തൊക്കെയോ സാമാനങ്ങൾ.. മുൻപെങ്ങും കണ്ട് പരിചയമില്ല. തങ്കമ്മയ്ക്ക് നീരസം തോന്നി. തോന്ന്യാസവല്ലേ, ഒരു വീട്ടിൽ വന്നു കേറിയിട്ട്... ചോദിക്കാതെയും പറയാതെയും... അങ്ങോട്ടും ഒന്നും ചോദിക്കണ്ടാന്നു വച്ചു. വല്ല വഴി പോക്കരുമാവും. ഉച്ചയൂണിനു സഖാവ് വരാൻ നേരമായി. കൂടെ നെയ്ത്ത് തൊഴിലാളി ആപ്പീസിൽ ജോലി ചെയ്യുന്ന സഖാവ് ടി വി കെ യും കാണും. കണ്ണൂരിലെ തെറ്റി ബസാറിലേക്ക് താമസം മാറിയതു മുതൽ അയാളും കൂടെയാണ് താമസം. രണ്ടാൾക്കും കൂടി പാർട്ടി തരുന്ന അറുപത് രൂപാ അലവൻസ് കൊണ്ടു വേണം വീട്ടു ചെലവ് മുഴുവൻ നോക്കാൻ. സഖാവ് മിക്കവാറും യാത്രയിലാണു. തങ്കം തനിച്ചാവണ്ടാന്നു കരുതി സഖാവ് ഏർപ്പാടാക്കിയതാണു ടി വി കെ യെ. "തങ്കം, നിനക്കൊരു ഒടപ്പെറന്നോന്റെ കുറവില്ലേ?", സഖാവ് ടി വി കെ യെ ചേർത്തു പിടിച്ചു. "ഇനിമുതൽ ആ സ്ഥാനത്ത് ഇവനുണ്ടാവും."

"ഞാൻ ഇവിടെയില്ലെങ്കിലും തങ്കത്തിനു അവശതകൾ വല്ലതും തോന്നിയാൽ ഇവനെ ആളയച്ചു വരുത്തിയാൽ മതി," സഖാവ് തങ്കമ്മയോട് പറഞ്ഞു. "ഇവൻ നമ്മടെ നെയ്ത്ത് തൊഴിലാളി ആപ്പീസിലുണ്ടാവും."

അവശതകളുടെ കാലമായിരുന്നു അത്. അടിവയറ്റിൽ പുതിയൊരാളിന്റെ അനക്കം അറിഞ്ഞു തുടങ്ങി. ഏറെ നേരം നിവർന്നിരിക്കാൻ വയ്യാതായതോടെ പ്രൂഫ് റീഡിങ് പണി മതിയാക്കി. അമ്മയാകാനുള്ള ഒരുക്കമാണെന്നറിഞ്ഞതോടെ സഖാവിനു പരിഭ്രമമായി. "തങ്കം ഇനി

അധികം ഓടിച്ചാടി നടക്കല്ല്. ഒത്തിരി സൂക്ഷിക്കണം. മഹിളാ സമാജ ത്തിന്റെ കാര്യങ്ങൾ തല്ക്കാലം നോക്കാൻ വേറെയും സഖാക്കളുണ്ടല്ലോ? ഡോക്ടർ പറഞ്ഞ പ്രകാരം കാര്യങ്ങൾ നോക്കണം. പച്ചക്കറികളും മുട്ടക്കൂസും ധാരാളം കഴിക്കണം.

“തങ്കത്തിന്റെ കാര്യങ്ങൾ നോക്കാൻ എനിക്കൊട്ടും നേരമുണ്ടാവില്ല, അറിയാവല്ലോ. എന്നുവച്ച് ഒന്നിനുമൊരു കുറവുമുണ്ടാകരുത്,'' എവിടേക്കോ യാത്ര പുറപ്പെടും മുൻപേ സഖാവ് ടി വി കെ യോടായി പറഞ്ഞു.

സഖാവ് സദാ തിരക്കിലായിരുന്നു.

“തങ്കത്തിനൊരു കുറവും ഉണ്ടാവരുതെന്നു പറയാൻ എന്തെളുപ്പ മാണു? മനസ്സ് തുറന്നൊന്ന് സംസാരിച്ചിട്ടെത്ര ദിവസമായെന്നോ? വല്ല പ്പോഴും വീട്ടിൽ വന്നു കേറിയാൽ ചുറ്റും ഒരു പിടി ആളുകളുണ്ടാവും. ഞാനാരോടാ എന്റെ വിഷമതകൾ പങ്ക് വയ്ക്കുക?”

തങ്കമ്മ സ്വയം പറഞ്ഞു.

“ചേച്ചി ആരോടാ തനിച്ചിരുന്ന് സംസാരിക്കുന്നേ?,” ടി വി കെ ഉമ്മറത്തേക്ക് വന്നു.

“എന്നോട് തന്നെ. അല്ലാണ്ടാരോടാ?” തങ്കമ്മ അകത്തേക്കു പോയി.

“സഖാവ് ഫോൺ വിളിച്ചിരുന്നു,” ടിവികെ പറഞ്ഞു. “ഉച്ചയോടെ ഊണു കഴിക്കാനിങ്ങെത്തും. അത് പറയാൻ വന്നതാണു. “ടി വി കെ നടവഴിയിലേക്കിറങ്ങി.

രണ്ടാൾക്കുള്ള ഊണു കാലമാക്കി നടുവൊന്നു ചായ്ക്കാൻ കിടന്നപ്പോഴാണ് ഉമ്മറത്ത് ആൾപ്പെരുമാറ്റം കേട്ടത്. അരച്ചുമരിൽ തോർത്ത് വിരിച്ച് നീണ്ടു നിവർന്ന് കിടക്കുകയാണയാൾ. അവിടെ കിടക്കട്ടേന്നു വച്ചു. കട്ടിലിൽ വന്നു കിടന്നു. അറിയാതെ മയങ്ങിപ്പോയി.

സഖാവിന്റെ ഒച്ച കേട്ടാണുണർന്നത്. “അല്ലാ ഇതാര്? മൊയ്യാരവോ? ഇതെപ്പ വന്നന്നേ?”

അയാൾ പിടഞ്ഞെണീറ്റു. “കുറച്ചു നേരവായി. സഖാവിനെ ഒന്നു കണ്ടേച്ചു പോകാവന്നു കരുതി.”

“അല്ലാ, പാർട്ടി ആപ്പീസിലേക്കു വരാരുന്നില്ലേ?” സഖാവിന്റെ ശബ്ദം.

“പ്രായവായില്ലേ, അത്രടം വരെ നടക്കാൻ. പിന്നെ പൊരിവെയിലും.”

“അല്ലാ, ഇതെന്താണ്? ഈ കുട്ടയ്ക്കകത്ത്?”

സഖാവ് തുറന്നു നോക്കി. നാടൻ നെല്ലുകുത്തിയരി. പൊതിച്ച തേങ്ങ. പച്ചക്കറികൾ.

‘‘അരിക്കും മറ്റും ബുദ്ധിമുട്ടാവുമല്ലോ. ഒരു പയ്യനെക്കൊണ്ട് എടുപ്പിച്ചോണ്ടു പോന്നു. സഖാവിവിടെ ഒറ്റയ്ക്കാണല്ലോ?”

“ഒറ്റയ്ക്കല്ല,” സഖാവ് ചിരിച്ചു. “അകത്താളൊണ്ട്.”

‘‘വാ,'' സഖാവ് അകത്തേക്കു കയറി. ‘‘മൊയ്യാരം ഊണു കഴിച്ചില്ലല്ലോ?”

വരാന്തയിൽ നിന്ന് സഖാവ് അകത്തേക്കു വിളിച്ചു. “തങ്കം, മൂന്നു

പേർക്കുള്ള ഊണെടുത്തു വയ്ക്ക്."

തങ്കമ്മയ്ക്കരിശം ഇരച്ചു കയറി.

"ഉച്ചയ്ക്ക് വന്നു കേറീട്ട് മൂന്നു പേർക്ക് ചോറ്, നാലു പേർക്ക് ചോറ് എന്നൊക്കെ കല്പിച്ചാൽ ഞാനെന്താ അക്ഷയപാത്രമോ? എനിക്കാവ തില്ല. ഇവിടെ കഷ്ടിച്ച് രണ്ടാൾക്കൊള്ള ചോറേയുള്ളു."

സഖാവിന്റെ മുഖത്തേക്ക് രക്തം ഇരച്ചു കയറുന്നത് മൊയാരം കണ്ടു.

"വേണ്ട സഖാവേ," മൊയാരം പറഞ്ഞു. "എനിക്കത്ര വിശപ്പായില്ല."

"രണ്ടാൾക്കുള്ള ചോറുണ്ടെന്ന് തങ്കമ്മ പറഞ്ഞ കേട്ടില്ലേ," സഖാവ് മുഖത്ത് ചിരി വരുത്തി. "നമുക്ക് മൂന്നാൾക്ക് അതു ധാരാളം. ടി വി കെ യാണെങ്കിൽ വെറും അശു."

"വേണ്ട സഖാവേ," മൊയാരം തോർത്തും കുടയുമായി എണീറ്റു. "ഞാൻ പുറത്തു പോയി കഴിച്ചു വരാം."

"മൊയാരം വാ,ഞാനല്ലേ വിളിക്കുന്നേ," സഖാവ് മൊയാരത്തെ ചേർത്തു പിടിച്ചു.

തങ്കമ്മ എണീറ്റു വന്നില്ല. ഒന്ന് വന്നു നോക്കാൻ പോലും തോന്നി യില്ലല്ലോ?

സഖാവ് മൂന്നു പാത്രങ്ങളിലായി ഊണു വിളമ്പി.

"ഊണു കഴിക്കുന്നതിനിടയിൽ സഖാവ് പറഞ്ഞു: "തങ്കമ്മയ്ക്ക് സ്വല്പം ശുണ്ഠി കൂടിയ സമയമാണിത്."

മൊയാരം കാര്യമറിയാതെ പകച്ചു നോക്കി.

"തങ്കമ്മ ഒരമ്മയാവാൻ പോകുന്നു. അതിന്റെ പ്രശ്നങ്ങളാണു."

"ങാഹാ?" മൊയാരം അമ്പരന്നു. "അപ്പോ, സഖാവ് അച്ഛനാവൻ പോണു."

"ആണന്നേ," സഖാവിന്റെ മുഖത്ത് പ്രകാശം പരന്നു.

ഊണു കഴിഞ്ഞതും അകത്തേക്കൊന്നു നോക്കുക പോലും ചെയ്യാതെ പുറത്തേക്കിറങ്ങിപ്പോയി. രാത്രി വൈകിയാണ് വന്നത്. തങ്കമ്മ ഉറങ്ങാതെ കാത്തിരുന്നു. സഖാവിനു മിണ്ടാട്ടമില്ല. ഉടുത്തിരുന്നത് ഉരിഞ്ഞ് അഴയിൽ ഇടുകയാണ്. അത്താഴം കഴിക്കാനിരുന്നപ്പഴും മിണ്ടിയില്ല. ഉറങ്ങാൻ കിടന്നു. കൈരണ്ടും മാറത്തു പിണച്ചു വച്ച് എന്തോ ആലോചനയിൽ മലർന്നു കിടക്കുകയാണ് സഖാവ്.

"ഉച്ചയ്ക്ക് വന്നയാൾ ആരാണന്ന് എനിക്കറിയത്തില്ലായിരുന്നു," തങ്കമ്മ മൗനം ഭേദിച്ചു.

"നീ അറിയണ്ടതായിരുന്നു," സഖാവ് മുഖത്തു നോക്കാതെ പറഞ്ഞു.

"പുറത്തു വന്നിരിക്കുന്നതാരാണെന്ന് ഞാനെങ്ങനെ അറിയും?" തങ്കമ്മ വാദിച്ചു.

"നീ അറിയണം. ഒരു സഖാവിനെ അറിഞ്ഞു പെരുമാറുക എന്നുള്ളത് നിന്റെ കടമയാണ്." സഖാവിന്റെ ഒച്ച ഉയർന്നു. "മൊയാരം ആരാണെന്ന് കൃഷ്ണപിള്ളയുടെ ഭാര്യയ്ക്കറിയുകേലെങ്കിൽ അത് നാണക്കേടാണു."

തങ്കമ്മ ഒന്നും മിണ്ടിയില്ല.

"ഉപ്പു സത്യഗ്രഹത്തിന്റെ പൈലറ്റായി വന്നതു മുതൽ പാർട്ടിക്കു വേണ്ടി ജീവൻ കളയാൻ പോലും തയ്യാറായി കൂടെ നില്ക്കുന്ന സഖാവാണ് മൊയാരം. ജയിലീ കെടന്ന് തല്ലുകൊണ്ടപ്പഴും കൂടെയുണ്ടായിരുന്നതാണ്. കണ്ണൂർ ജയിലിൽ കോണകം മാത്രമുടുത്ത് ഒരേ കോൽച്ചങ്ങലയിൽ കിടന്നവരാണ് ഞങ്ങൾ... സഖാവ് മാത്രമല്ല, കൂടപ്പിറപ്പ് പോലെയാണെനിക്ക് മൊയാരം," സഖാവിന്റെ വാക്കുകളിടറി.

ദേഷ്യമല്ല, സങ്കടമാണാ വാക്കുകളിൽ. മൊയാരത്തോട് അങ്ങനെ പെരുമാറിയതിലുള്ള മനോവിഷമം.

സഖാവിന്റെ മനസ്സിലൂടെ കഴിഞ്ഞകാല ചിത്രങ്ങൾ കടന്നുപോയി.

കോഴിക്കോട് താമസിക്കുന്ന കാലം. വെങ്കിടേശ് നായ്ക്കിന്റെ സ്വർണ്ണക്കടയ്ക്കു മേലേയാണു താമസം. രാത്രി പൊലീസുകാർ മഫ്ടിയിൽ റോന്ത് ചുറ്റി വരുന്ന വഴിയാണ് മൊയാരം എതിരെ വന്നത്.

"ഈ അസമയത്ത് എവടന്നാടാ വരുന്നേ?" പൊലീസുകാരൻ ചോദിച്ചു.

"നീയാരാടാ അത് ചോദിക്കാൻ?" മൊയാരം തിരിച്ചു ചോദിച്ചു.

"നിന്നെ ഞാൻ അറസ്റ്റ് ചെയ്തിരിക്കുന്നു," പൊലീസുകാരൻ ശങ്കരന്റെ കയ്യിൽ പിടിച്ചു.

"നിന്നെ ഞാനും അറസ്റ്റ് ചെയ്തിരിക്കുന്നു," ശങ്കരൻ പൊലീസുകാരനെ കേറിപ്പിടിച്ചു. പൊലീസുകാരനും ശങ്കരനും തമ്മിൽ പിടിയും വലിയുമായി.

"പുറത്ത് നിരത്തിലെന്തോ ബഹളം," സഖാവ് എൻ സി ശേഖറാണു വന്ന് പറഞ്ഞത്.

മൊയാരം പൊലീസുകാരെ കടുത്ത ഇംഗ്ലീഷിൽ ചീത്ത വിളിക്കുകയാണ്.

"എടോ പൊലീസേ, താൻ തന്റെ പണി നോക്ക്! മൊയാരത്തെ വിട്", സഖാവ് താഴേക്കിറങ്ങി വന്നു.

പൊലീസുകാരൻ അമാന്തിച്ചു. "തന്നോട് വിടാനാ പറഞ്ഞെ," സഖാവ് ഒച്ചയുയർത്തി. "കൃഷ്ണപിള്ളയാ പറേണേ."

പൊലീസുകാരൻ പിടിവിട്ടു.

"എനിക്കൊന്നുമറിയില്ലായിരുന്നു. എന്നോട് പൊറുക്കണം," തങ്കമ്മ വാവിട്ടു കരഞ്ഞു. "അറിഞ്ഞോണ്ട് ചെയ്തതല്ല. വയ്യായ്ക കൊണ്ടാണു. എന്റെ വയ്യായ്ക ഞാനാരോട് പറയാൻ?"

"തങ്കം," സഖാവ് പെട്ടെന്ന് ചാടിയെണീറ്റു. "ഈ സമയത്തിങ്ങനെ വെഷമിക്കല്ല്. ഞാൻ പറയാനൊള്ളത് പറഞ്ഞെന്നല്ലേയുള്ളു."

സഖാവ് കൈത്തണ്ടയിൽ താങ്ങിയിരുത്തി. നെറ്റിയിൽ മെല്ലെ തലോടി. "തങ്കം ഇങ്ങനെ കരഞ്ഞാൽ അകത്തു കിടക്കുന്നയാളും കരയും. തങ്കത്തെ കരയിപ്പിച്ചത് ഞാനാണെന്നറിഞ്ഞാൽ അയാൾ എന്നെ നോക്കി

മുഷ്ടി ചുരുട്ടി മൂർദ്ദാബാദ് വിളിക്കും."

തങ്കമ്മയുടെ കരച്ചിൽ നിന്നു. ഉള്ളിലെവിടെയോ ചിരിപൊട്ടി.

"കൈയിലൊരു ചെങ്കൊടീം കാണും," തങ്കമ്മ പറഞ്ഞു.

സഖാവ് അതാസ്വദിച്ച് ചിരിച്ചു. "ഒന്നാണോ രണ്ടാണോ?"

"അതെന്താ?", തങ്കമ്മ ചോദിച്ചു.

"ഇരട്ട സഖാക്കളായാലോ?"

സഖാവ് ചിരിച്ചു. "ഒരാൾ എന്നെപ്പോലെയും ഒരാൾ തങ്കത്തിനെപ്പോലെയും."

"എങ്കിൽ കാൾ മാർക്സെന്നും ഏംഗൽസെന്നും പേരിടാം," തങ്കമ്മ പറഞ്ഞു.

"ഒരാൾ പെണ്ണായാലോ?"

തങ്കമ്മ ആലോചിച്ചു.

സഖാവ് തന്നെ അതിനുത്തരം കണ്ടെത്തി: "അവൾക്ക് ജെന്നിഫറെന്നിടാം."

മുപ്പത്തിയൊന്ന്

ഏനക്കേട് കലശലാവുന്നത് കണ്ട് അമ്മയെയും അനിയത്തിയെയും ടെലഗ്രാം ചെയ്ത് വരുത്തി. അഞ്ച് പ്രസവിച്ച അമ്മയ്ക്ക് ഒറ്റനോട്ടത്തിലേ എന്തോ പന്തികേട് തോന്നി.

"കൃഷ്ണപിള്ള എവിടെ പോയതാണ്? എന്നു വരും?"

രണ്ടു ദിവസം കാത്തിരുന്നിട്ടും കാണാതായപ്പോൾ അമ്മ ചോദിച്ചു തുടങ്ങി.

"ആലപ്പുഴയിൽ. അവിടെ എന്തൊക്കെയോ പ്രശ്നങ്ങളാണു."

"ശിവശിവ!", അമ്മ നെടുവീർപ്പിട്ടു.

"നീ ശരീരം നന്നായി നോക്കണം," അമ്മ വേവലാതി പൂണ്ടു.

"പാലു കുടിക്കണൊണ്ട്. നൂറ്റമ്പത് രൂപയ്ക്കൊരു പശുവിനെ വാങ്ങിത്തന്നേച്ചാണ് പോയത്."

"ഓ! വല്യ കാര്യായി", അമ്മ മുഖം ചുളിച്ചു.

ഒരു മാസം കഴിഞ്ഞാണ് സഖാവെത്തിയത്.

"തങ്കത്തിനു തീരെ വയ്യ," അമ്മ പറഞ്ഞു. "അധികം ദൂരെയെങ്ങും പോകാതെ ഇനിയുള്ള ദിവസം ഇവിടെയൊക്കെയുണ്ടായാൽ കൊള്ളാം."

"എട്ടല്ലേ ആയൊള്ളൂ? ഇനിയുമുണ്ടല്ലോ മാസം രണ്ട്."

"അത്രവരെ പോയില്ലെന്നു വരാം." അമ്മ പറഞ്ഞു. "ഇപ്പഴേ ഏനക്കേട് കലശലാണ്. ഡോക്ടറും പറഞ്ഞു."

സഖാവ് ആലോചനയിലാണ്ട് വരാന്തയിലൂടെ ഇരുപാടും നടന്നു.

"അത്യാവശ്യം യോഗങ്ങളൊക്കെ വീട്ടിലാക്കാം," തങ്കമ്മയുടെ അവസ്ഥ നേരിൽ കണ്ടതും സി എച്ച് കണാരൻ സഖാവ് പറഞ്ഞു. "ഇക്കുറി സ്റ്റേറ്റ് കമ്മിറ്റിയും ഇവടെയാക്കിയാലോ?"

"കാര്യമൊക്കെ ശരി," കമ്മിറ്റി കൂടാൻ വന്നതും സഖാവ് എ കെ ജി തങ്കമ്മയെ നോക്കി. "വയറു നെറച്ച് ആഹാരമുണ്ടാക്കി തരാമെന്നേ

ല്ക്കണം."

"അതെപ്പഴേ ഏറ്റു," തങ്കമ്മ ഉറപ്പു നല്കി.

"ഇതൊക്കെ ഇയാൾടെ നേരമ്പോക്കാ," നമ്പൂതിരിപ്പാട് എ കെ ജിയുടെ പുറത്തു തട്ടി. "പച്ചവെള്ളം കൊടുക്കരുത്."

രാവിലെ മുതൽ അടിവയറ്റിൽ കലശലായ വേദന തുടങ്ങി . വന്നവർക്കെല്ലാം ആഹാരം വച്ചു വിളമ്പി. നാലുമണിയോടെ ചായയും. അപ്പോഴേക്കും വേദന കലശലായി. ഡോക്ടർ വന്നു.

"കൺഗ്രാറ്റ്സ്!," ഡോക്ടർ സഖാവിനെ നോക്കി. "അതിഥികൾ പുറപ്പാടിലാണ്."

"അതിഥികളോ?", സഖാവ് അമ്പരന്നു.

"തല്ക്കാലം ആരോടും പറയണ്ടാ. പ്രത്യേകിച്ച് തങ്കമ്മയോട്," ഡോക്ടർ സഖാവിനെ മാറ്റി നിർത്തി പറഞ്ഞു. "ഇരട്ടകളാണ്. അല്പം റിസ്കുണ്ട്."

സഖാവ് വെരുകിനെപ്പോലെ നടന്നു.

രാത്രി ഒൻപതര.

"ആൺകുഞ്ഞ്." അമ്മ വന്നു പറഞ്ഞു.

അകത്ത് വീണ്ടും കരച്ചിൽ കേട്ടു.

അമ്മ അകത്തേക്കോടി.

"വീണ്ടുമൊരാൺകുഞ്ഞ്", അനിയത്തി ഓടി വന്നു.

ഡോക്ടറെ യാത്രയാക്കിയ ശേഷം സഖാവ് അകത്തേക്കു ചെന്നു.

തങ്കമ്മയ്ക്കരികെ രണ്ടാൺ കുഞ്ഞുങ്ങൾ.

തങ്കമ്മയുടെ ചുണ്ടിലൊരു മിന്നായം. "മാർക്സും ഏംഗൽസും."

ജീവൻ തുടിക്കുന്ന രണ്ടു കുഞ്ഞുങ്ങൾ. കണ്ണെടുക്കാതെ നോക്കിയിരുന്നു. പാവം, തങ്കമ്മയ്ക്കൊന്നുമറിയില്ലല്ലോ? സഖാവിന്റെ കണ്ണുകൾ നിറഞ്ഞു. എത്ര നേരത്തേക്ക്?

ടി വി കെ അതിരാവിലെ എണീറ്റ് ഉമ്മറത്തേക്കു വന്നു. വടകരയിൽ നിന്നു വന്നപ്പോഴേക്കും നേരം വൈകി. ചായ്പിന്റെ താക്കോൽ കൈയിലുണ്ടായിരുന്നതു കൊണ്ട് നേരേ കേറിക്കിടന്നു. പുറം വരാന്തയിലെ അരമതിലിൽ ചാരി ദൂരേക്ക് നോക്കിയിരിക്കുകയാണ് സഖാവ്.

"എപ്പോ വന്നു?", സഖാവിന്റെ മുഖത്ത് പതിവില്ലാത്ത മ്ളാനത.

"രാത്രി വൈകി."

"അറിഞ്ഞോ? തങ്കമ്മ പ്രസവിച്ചു," സഖാവ് ചോദിച്ചു.

"ങാഹാ! അപ്പോ പായസം വയ്ക്കണം".

സഖാവ് രണ്ടു വിരലുകൾ ഉയർത്തി കാണിച്ചു. മുഖത്ത് വിഷാദം കലർന്നൊരു ചിരി മിന്നിമറഞ്ഞു.

"തങ്കമ്മ ഇരട്ടയാണ് പെറ്റത്."

"അതാണോ ഇത്ര മന:സ്താപം?! അപ്പോ ഒന്നല്ല, രണ്ടു കൂട്ടം പായസം വേണം", ടി വി കെ മുന്നോട്ടു വന്നു. "എവിടെ സഖാക്കൾ?"

"മരിച്ചു പോയി," സഖാവിന്റെ വാക്കുകളിടറി. "ജീവനോടെ കുറച്ചു നേരത്തേക്കേ കാണാൻ കഴിഞ്ഞൊള്ളു... പാവം തങ്കമ്മയുടെ കാര്യം!"

മുപ്പത്തിരണ്ട്

പൊലീസ് വീട് വളയുന്നതു കണ്ടാണു അമ്മ അന്ധാളിപ്പോടെ അകത്തേക്കോടി വന്നത്. “തങ്കം വീടിനു ചുറ്റും പോലീസുകാർ.” അനിയത്തിമാർ പേടിച്ചരണ്ടു.

“എവിടെ കൃഷ്ണപിള്ള?”, ഇൻസ്പെക്ടർ മീശ വിറപ്പിച്ചു.

“അറിയത്തില്ല,” തങ്കമ്മ കട്ടിലിൽ നിന്നെണീറ്റ് വാതില്ക്കലേക്കു വന്നു.

“പുന്നപ്രവയലാർ വെടിവയ്പ്പ് സമയത്ത് കൃഷ്ണപിള്ള ഇവിടെ ഉണ്ടായിരുന്നോ?”

“ങും,” തങ്കമ്മ മൂളി.

“പ്രസവം കഴിഞ്ഞിട്ടെത്ര ദിവസമായി?,” അയാൾ ചോദ്യം ചെയ്തു.

“പതിമൂന്നു ദിവസം.”

“എന്നിട്ട് ഈ അവസ്ഥയിൽ നിങ്ങളെ ഇട്ടിട്ട് കൃഷ്ണപിള്ള എങ്ങോട്ടു പോവാൻ?”

“അത് കൃഷ്ണപിള്ളയോട് ചോദിക്കണം.”

“നിങ്ങളോടാണു ചോദിച്ചത്.”

“അറിയത്തില്ല എന്നു പറഞ്ഞല്ലോ.”

“സത്യം പറഞ്ഞാൽ നിങ്ങൾക്കു കൊള്ളാം,” അയാൾ കൈയിലിരുന്ന കുറുവടി ചുഴറ്റി. “ഇല്ലേൽ...”

“ഞങ്ങൾക്കറിയത്തില്ലെന്ന് പറഞ്ഞു കഴിഞ്ഞല്ലോ?,” തങ്കമ്മ ഒച്ച ഉയർത്തി. ”ഭീഷണി വേണ്ടാ.”

“ങാഹാ, അത്രയ്ക്കായോ ധിക്കാരം?,” അയാൾ പൊലീസുകാരെ നോക്കി. “പെറുക്കിക്കൂട്ടടാ സകല സാമാനങ്ങളും.”

പൊലീസുകാർ അരിച്ചു പെറുക്കി. കണ്ണിൽ കണ്ടതെല്ലാമെടുത്തു.

അടുക്കളയിലിരുന്ന പിത്തള പാത്രങ്ങൾ. ട്രങ്ക് പെട്ടി. കസേരകൾ. കട്ടിൽ. അലമാര.

"തൊഴുത്തിലൊരു പശുവും ക്ടാവും നിയ്ക്കുന്നങ്ങുന്നേ," ഹേഡ്സ് ചുറ്റിക്കറങ്ങി വന്നു.

"അഴിച്ച് സ്റ്റേഷനിലേക്ക് കൊണ്ടു പോ," അയാൾ തങ്കമ്മയുടെ നേർക്ക് തിരിഞ്ഞു. "ഞങ്ങളിതെല്ലാം ജപ്തി ചെയ്യുകയാണു."

"എന്തു കാര്യത്തിന്? നിങ്ങൾക്കെന്താണതിനധികാരം?," തങ്കമ്മ ചോദ്യം ചെയ്തു.

"കൃഷ്ണപിള്ള പോലീസിനു പിടി തരാതെ കടന്നു കളഞ്ഞതിനാൽ," അയാൾ അമറി. "പിടി കിട്ടാപ്പുള്ളികളുടെ സ്വത്തു വകകൾ കണ്ടുകെട്ടാൻ ഞങ്ങൾക്കധികാരമുണ്ട്."

"ഇതെല്ലാം എന്റെ വകയാണെങ്കിലോ," തങ്കമ്മ വാദിച്ചു.

"അതങ്ങ് കോടതീ വന്ന് പറഞ്ഞാ മതി," അയാൾ ചിറി കോട്ടി.

"ശരി. കോടതിയെങ്കീ കോടതി," തങ്കമ്മ വിട്ടില്ല. "നിങ്ങളെക്കൊണ്ടു തന്നെ ഞാനിതൊക്കേം തിരിച്ചു കൊണ്ടിടീക്കും."

''എങ്കി കോടതീ കാണാം'', അയാൾ വരാന്തയിൽ നിന്നു ചാടിയിറങ്ങി.

അമ്മയും അനിയത്തിമാരും ഞെട്ടി വിറച്ചു നില്ക്കുകയാണ്. പൊലീസ് പോയതും അമ്മ വിറയലോടെ പറഞ്ഞു: ''തങ്കം, നീ എന്താലോചിച്ചോണ്ടാ?... അഹമ്മതി പൊലീസുകാരോടാണെന്നോർമ്മ വേണം..."

തങ്കമ്മ അകത്തേക്കു വന്നു: "എട്ടും പൊട്ടും തിരിയാത്ത പഴയ പെണ്ണല്ല തങ്കമ്മ. സഖാവ് കൃഷ്ണപിള്ളയുടെ ഭാര്യയാണ്."

സഖാവ് പെട്ടെന്ന് ഒളിവിൽ പോയതാണെന്ന് പിന്നീടാണറിഞ്ഞത്. പുന്നപ്ര വയലാർ വെടി വയ്പ്പ് കഴിഞ്ഞതും പ്രധാന സഖാക്കളെല്ലാം ഒളിവിലോ ജയിലിലോ ആയി. അമ്മയേയും അനിയത്തിമാരേയും ഒരു സഖാവിനൊപ്പം വൈക്കത്തേക്കയച്ചു. ജപ്തി ചെയ്ത സാധനങ്ങൾ വിട്ടു കിട്ടാൻ കോടതിയിൽ കേസ് കൊടുത്തു. രണ്ടു മാസം ഒരു പാർട്ടി കുടുംബത്തിനൊപ്പം കഴിഞ്ഞുകൂടി. കേസ് വിധിയായി. പിടിച്ചെടുത്ത സാധനങ്ങൾ ഉടമയായ തങ്കമ്മയെ തിരികെ ഏല്പിക്കാൻ പൊലീസിനു നിർദ്ദേശം. ''കേസ് ജയിച്ചല്ലോ? ഇനി കോഴിക്കോടേക്ക് വരിക," സഖാവിന്റെ സന്ദേശം വന്നു. ''ആരോഗ്യം നേരെയാവും വരെ ദേശാഭിമാനിയിൽ പ്രൂഫ് റീഡറായി ജോലി നോക്കുക."

കോഴിക്കോട് ചെന്നപ്പോൾ കമ്യൂൺ ഇല്ലാതായിരിക്കുന്നു. ചാലപ്പുറത്ത് താമസമാക്കി. പകൽ പ്രൂഫ് റീഡിങ്. വൈകിട്ട് വീട്ടിലെത്തിയാൽ പാർട്ടി ലഘുലേഖകൾ വില്ക്കാനിറങ്ങണം. ചില രാത്രികളിൽ സഖാവെത്തും.

"ഇതിനകം എത്ര ലഘുലേഖ വിറ്റു? എത്ര രൂപ കിട്ടി?," വന്നതും ആദ്യത്തെ ചോദ്യമതാണു.

"ഇന്നത്തെ മുഖപ്രസംഗം നീ വായിച്ചോ? എന്താണഭിപ്രായം," അത്താഴം കഴിക്കാൻ നിലത്ത് കൊരണ്ടിയിട്ടിരിക്കുന്നതിനിടയിലാണു ചോദ്യം.

"ഇരുപത്തിനാലു മണിക്കൂറും ഇത് മാത്രമേ ചിന്തയുള്ളോ?," തങ്കമ്മയ്ക്ക് അരിശം ഇരച്ചു കയറി. "എന്നെക്കുറിച്ചൊന്നും ചോദിക്കാനില്ലേ? ഒന്നും കേക്കണ്ടേ?"

തങ്കമ്മ അരികെ ചമ്രം പടിഞ്ഞിരുന്നു.

"നിന്നെക്കുറിച്ചെന്തു ചോദിക്കാൻ?," സഖാവിന്റെ നെറ്റി ചുളിഞ്ഞു.

"പ്രസവം കഴിഞ്ഞിട്ട് തൊണ്ണൂറു തികഞ്ഞില്ലെന്നോർമ്മയുണ്ടോ?"

"ഓ. ഞാനത് മറന്നു," സഖാവ് പുറത്തു തട്ടി.

"പ്രസവിച്ചാൽ നാല്പത്തൊന്നു ദിവസം കഴിഞ്ഞേ കിടക്കയിൽ നിന്നെണീയ്ക്കാവൂ. ദേഹരക്ഷയ്ക്കായി എന്തെല്ലാം കാര്യങ്ങൾ ചെയ്യണം?," തങ്കമ്മ പരിഭവിച്ചു. "എന്റെ സ്ഥിതി അതാണോ? അന്നു മുതൽ ബദ്ധപ്പാടും ഓട്ടവുമല്ലേ?"

"തങ്കം, നീയൊരു സാധാരണ ഭാര്യയല്ല."

"ഓഹോ!ഞാനൊരു അസാധാരണ ഉരുപ്പടിയാണല്ലേ? പ്രസവരക്ഷയും വേണ്ട, വിശ്രമവും വേണ്ട. കല്ലും ഇരുമ്പും കൊണ്ടുണ്ടാക്കിയതാണല്ലോ?"

"പ്രസവ രക്ഷ.... അതൊക്കെ ഉന്തനങ്ങാതിരിക്കുന്ന പണക്കാരിപെണ്ണുങ്ങൾക്കാണ്," സഖാവിന്റെ ന്യായം. "പാവപ്പെട്ട തൊഴിലാളി സ്ത്രീകൾക്ക് എന്തു ലേഹ്യം? എന്തു രസായനം? എന്തു രക്ഷ? ആലപ്പൊഴേലെ കയറ്റാപ്പീസീ പ്രസവിച്ചെണീറ്റു വന്ന് വണ്ടി ചുറ്റുന്ന പെണ്ണുങ്ങടെ കാര്യം തങ്കവൊന്ന് ആലോചിച്ചു നോക്കിയേ."

"അതൊക്കെ അവരുടെ നിവൃത്തികേട് കൊണ്ടല്ലേ?"

"അല്ലെങ്കിൽ തന്നെ നീയൊരു സാധാരണ പെണ്ണല്ലെന്ന് തെളിയിച്ചില്ലേ?"

സഖാവ് പറഞ്ഞു.

"അതെങ്ങനെ?"

"പോലീസുകാർ ജപ്തി ചെയ്തു കൊണ്ടു പോയ സാമാനങ്ങൾ നിന്റെ മിടുക്ക് കൊണ്ടല്ലേ തിരിച്ചു കിട്ടിയത്? ആ ഇൻസ്പെക്റ്ററെ നീ മുട്ടുകുത്തിച്ചില്ലേ?"

"അപ്പോ ഞാൻ ഞാനല്ലായിരുന്നു. സഖാവ് കൃഷ്ണപിള്ളയായിരുന്നു," തങ്കമ്മ ചിരിച്ചു.

"എന്റെ തങ്കത്തെക്കുറിച്ചു പറയുമ്പോൾ പാർട്ടിയിലെ സഖാക്കൾക്ക് എന്തു മതിപ്പാണെന്നോ?," സഖാവ് ചേർത്തു പിടിച്ചു. "ഒന്നാന്തരം പാർട്ടി സഖാവ് എന്നാണവരൊക്കെ പറയാറു."

"ഈ സ്നേഹം മാത്രം മതിയെനിക്ക്," തങ്കമ്മ സഖാവിന്റെ നിറുകയിൽ മുഖം ചേർത്തു. "എപ്പഴും എന്നെക്കുറിച്ചും ഒരു കരുതലുണ്ടാവണം."

"അതെനിക്കില്ലാന്നുണ്ടോ?," സഖാവ് മുഖമുയർത്തി. "ഞാനൊരിക്കൽ പറഞ്ഞതല്ലേ? പാർട്ടി കഴിഞ്ഞാൽ എനിക്കേറ്റവും പ്രിയം...."

"ചെലപ്പോ ഓർക്കുമ്പോ സങ്കടം വരും. എന്നെ ഗൗനിക്കുന്നില്ലാന്നു തോന്നും. ഞാൻ ഒറ്റയ്ക്കിരുന്നു കരയും. ഒന്നു മിണ്ടാൻ പോലും പറ്റാതെ... എവിടെയാണെന്നു പോലും അറിയാതെ...."

"തങ്കം, ഒരു കമ്യൂണിസ്റ്റ് കാരന്റെ ജീവിതം അങ്ങനെയൊക്കെയാണ്," സഖാവ് പുറത്ത് തഴുകി. "പാർട്ടി ദുർഘടം പിടിച്ചൊരു ഘട്ടത്തിലൂടെ കടന്നു പോകുകയാണു. നമുക്കു വേണ്ടിയല്ല നമ്മൾ ജീവിക്കുന്നത്. നമ്മുടെ രാജ്യത്തെ ദുരിതമനുഭവിക്കുന്ന കോടാനുകോടി ജനങ്ങൾക്ക് നല്ല ജീവിതം കൊടുക്കാൻ വേണ്ടിയാണ്. ലക്ഷ്യത്തിലെത്തിച്ചേരും വരെ നമുക്ക് വിശ്രമിക്കാനെവിടെ നേരം?"

അത്താഴം കഴിച്ചെണീറ്റു. സഖാവ് വായ് കുലുക്കുഴിഞ്ഞു വന്നപ്പോഴേക്കും തങ്കമ്മ പായ വിരിച്ചു.

"ഒത്തിരി ക്ഷീണിച്ചു വന്നതല്ലേ? എഴുത്തും വായനയുമൊക്കെ ഇനി നാളെയാവാം. വന്ന് നടു നിവർത്തൊന്ന് കിടന്നാട്ടെ," തങ്കമ്മ ക്ഷണിച്ചു. "എനിക്കൊരുപാട് കാര്യങ്ങൾ പറയാനുമുണ്ട്."

സഖാവ് ഒരു ബീഡിയെടുത്ത് ചുണ്ടിൽ വച്ചു. "തങ്കം ഉറങ്ങിക്കോളൂ. രാത്രി ഒരു രഹസ്യ യോഗമുണ്ട്. കുറച്ചു ദൂരെയാണു."

"ഈ കുറ്റാക്കുറ്റിരുട്ടത്തോ?എങ്ങനെ പോകും?," തങ്കമ്മ നിരാശയോടെ നോക്കി.

"സൈക്കിളിൽ," സഖാവ് ബീഡിക്ക് തീകൊളുത്തി.

"ഇരുട്ടത്തോ?"

"മൊട്ടവിളക്ക് പിടിപ്പിച്ചതാണു," സഖാവ് തോർത്തെടുത്ത് തലയിൽ കെട്ടി. "മണ്ണെണ്ണ നറച്ചൊണ്ട്."

മുപ്പത്തി മൂന്ന്

ദേശാഭിമാനിയിലേക്കൊരു ടെലഗ്രാം വന്നു. സഖാവിന്റേതാണ്. "തങ്കമ്മ ഉടൻ ആലപ്പുഴയ്ക്ക് പുറപ്പെടുക."

തിരുവിതാംകൂറിൽ പൊതു തിരഞ്ഞെടുപ്പാണ്. യുദ്ധംമൂലം നീട്ടി നീട്ടി കൊണ്ടുപോയതാണ്. യുദ്ധം തീർന്നതോടെ ബ്രിട്ടീഷ് ഇന്ത്യയിലെങ്ങും തിരഞ്ഞെടുപ്പ് ഒരുക്കങ്ങളായി.

"അപ്പോ പ്രൂഫ് വായിക്കാനൊരു കൂട്ടൊണ്ടായിരുന്നതും പോയി," മണ്ണാലത്ത് ശ്രീധരൻ നിരാശപ്പെട്ടു.

"സഖാവ് വന്നതല്ലേയുള്ളു," തങ്കമ്മ പറഞ്ഞു. "പത്തു മാസത്തോളം ഭട്ടതിരിപ്പാടും ഞാനും ഒരുമിച്ചായിരുന്നല്ലോ?"

പ്രേംജി എന്ന എം പി ഭട്ടതിരിപ്പാട് പോയ ഒഴിവിലാണു കുറച്ചു നാളത്തേക്ക് മണ്ണാലത്ത് വന്നത്.

"തിരുവിതാംകൂറിൽ ആദ്യത്തെ ജനപ്രതിനിധി സഭാ തിരഞ്ഞെടുപ്പല്ലേ?" മണ്ണാലത്ത് പറഞ്ഞു. "പാർട്ടി പതിനേഴ് സ്ഥാനാർത്ഥികളെ നിർത്തീട്ടൊണ്ടല്ലോ? പിടിപ്പത് പണിയൊണ്ടാവും. കോൺഗ്രസുമായി കൂടിയാലോചിച്ച് മത്സരിക്കാനായിരുന്നു പാർട്ടി തീരുമാനം. അക്കൂട്ടർ കാലുവാരി. രാപകൽ വിശ്വസിക്കാൻ കൊള്ളാത്ത കൂട്ടരാണു."

"സഖാവ് നേരത്തേ പോയല്ലോ? ഏതു നേരവും വിളി വരുന്നതും കാത്തിരിക്കുകയായിരുന്നു," തങ്കമ്മ എണീറ്റു.

സഖാവ് പി എൻ ആണ് വന്നു പറഞ്ഞത്. ആലപ്പുഴ ബസ് സ്റ്റാന്റിൽ സഖാവ് കാത്തു നില്ക്കും.

നേരേ യൂണിയൻ ആപ്പീസിലേക്കാണ് കൂട്ടിക്കൊണ്ടു പോയത്.

"ചേർത്തലയിലാണു തങ്കമ്മ പ്രവർത്തിക്കേണ്ടത്," സഖാവ്

നിർദ്ദേശിച്ചു. “ഗൗരി വക്കീലാണ് പാർട്ടി സ്ഥാനാർഥി. നമ്മൾ വൈകാതെ ചേർത്തലയ്ക്ക് പുറപ്പെടുകയാണ്”.

“പ്രവർത്തന പരിപാടികൾ എങ്ങനെയൊക്കെയാണെന്ന് നാളെ തിരഞ്ഞെടുപ്പ് കമ്മിറ്റി ആപ്പീസിൽനിന്നു കിട്ടും,” ചേർത്തലയിലേക്കുള്ള യാത്രയ്ക്കിടയിൽ സഖാവ് പറഞ്ഞു. “ഒരു വോട്ടും ഒരണയും” ഇതാണു കാമ്പൈൻ കമ്മിറ്റിയുടെ സമീപനം. അല്ലാതെ പാർട്ടിയുടെ പക്കൽ പണമില്ലല്ലോ? കെ എസ് പിയുമായി ധാരണ ഉണ്ടാക്കീട്ടുണ്ട്. അവരുടെ ശ്രീകണ്ഠൻ നായരുൾപ്പെടെ മൂന്നു സ്ഥാനാർത്ഥികൾ മത്സരിക്കുന്നുണ്ട്.”

“സ്റ്റേറ്റ് കോൺഗ്രസ് കാര്യമായി കാശെറക്കുന്നുണ്ടെന്നു കേട്ടു,” തങ്കമ്മ പറഞ്ഞു.

“പട്ടത്തെ വിശ്വസിച്ചൂടാ. ഏതറ്റംവരെയും കളിക്കും. പുന്നപ്ര വയലാർ സമരത്തെ തൊഴിലാളി വഞ്ചനയാണെന്നു പറഞ്ഞ് മുതലെടുപ്പ് നടത്തുന്നുണ്ട്. അതൊന്നും ഏശാൻ പോകുന്നില്ല. നമ്മൾ അതിനും കൂടെ സ്ക്വാഡ് വർക്ക് ചെയ്യണം. രാവിലെ എട്ടു മണിക്കു മുൻപേ സ്കാഡുകൾ റെഡിയാവണം. വീടു വീടാന്തരം കയറിയിറങ്ങണം. വൈകിട്ട് പൊതുയോഗങ്ങളുണ്ടാവും. അതിൽ പാർട്ടി നിലപാടുകൾ വിശദമാക്കി പ്രസംഗിക്കണം. ഇടയ്ക്കെന്തേലും തിന്നാനും കുടിക്കാനും പാർട്ടി സഖാക്കൾ ഏർപ്പാടാക്കും. രാത്രി പത്തു പന്ത്രണ്ട് മണിവരെ വേറൊന്നിനും നേരമുണ്ടാവില്ല.”

ഗാന്ധിത്തൊപ്പി ധരിച്ച ഒരു പറ്റം ചെറുപ്പക്കാർ നിരത്തിലൂടെ ചിതറി നടക്കുന്നു. സഖാവ് അവരെ നോക്കിയിരുന്നു. “ലക്ഷ്യബോധമില്ല,” സഖാവ് പറഞ്ഞു. “സ്വാതന്ത്ര്യം കിട്ടിയതോടെ അക്കൂട്ടരുടെ ലക്ഷ്യമെല്ലാം കഴിഞ്ഞു. ഇനി എന്തു ചെയ്യണമെന്നൊരു നിശ്ചയവുമില്ല. ദേശീയ സ്വാതന്ത്ര്യത്തിന്റെ കൊടി തൊഴിലാളി വർഗ്ഗം ഏറ്റെടുക്കേണ്ടിയിരിക്കുന്നു.”

“പുന്നപ്ര വയലാറിന്റെ പേരിൽ നമ്മട സഖാക്കളെ പിന്നാലെ കൂടി കൂക്കി വിളിക്കുകയാണ് കോൺഗ്രസുകാരുടെ പണിയെന്ന് ദേവയാനി സഖാവ് പറേണ കേട്ടു,” തങ്കമ്മ പറഞ്ഞു.

“ഒറ്റയ്ക്ക് കിട്ടുമ്പം തിണ്ണബലം കാണിക്കുന്നതാണ്. കുറുക്കന്മാരടെ സ്വഭാവമാണ്,” സഖാവ് പറഞ്ഞു. “യോഗസ്ഥലങ്ങളിൽ നല്ല ബന്തവസ്സ് ഏർപ്പെടുത്തീട്ടൊണ്ട്. ഏഴയൽ പക്കത്തേക്കടുക്കുകേലാ.”

“വയലാറിൽ പോകണമെന്നുണ്ട്,” തങ്കമ്മ പറഞ്ഞു. “വെടി വയ്പ്പ് നടന്ന സ്ഥലങ്ങളിൽ.”

“തോണിയിലേ പോകാനാവൂ,” സഖാവ് പറഞ്ഞു. “ധീര സഖാക്കളുടെ രക്തം ചിന്തിയ മണ്ണാണ്. കുമാരപ്പണിക്കരടെ വീട്ടിൽ പോണം. ആ തറവാടെല്ലാം സർ സീപ്പീടെ പട്ടാളം പൊളിച്ചടുക്കി അവടം കൊളം തോണ്ടി. സഖാവിന്റെ അമ്മ ഓലമേഞ്ഞൊരു പുരയിലാണു താമസമെന്നു കേട്ടു. സഖാവ് ഒളിവിലാണല്ലോ?”

തങ്കമ്മ കുറച്ചുനേരം ഒന്നുമുരിയാടാതെ പുറംകാഴ്ചകൾ നോക്കിയിരുന്നു.

"തങ്കം ഇടയ്ക്ക് ആലപ്പുഴയിലും വരണ്ടി വരും," സഖാവ് മൗനം ഭേദിച്ചു. "ടി വിക്കു വേണ്ടി. നമ്മൾ ഇടയ്ക്ക് എവിടെയെങ്കിലും വച്ച് തമ്മിൽ കണ്ടുമുട്ടിയെന്നു വരും. കണ്ടാൽ ഒന്നു ചിരിക്കാനും കുശലം പറയാനും മറക്കണ്ടാ."

സഖാവ് ചിരിച്ചു.

"ഞാനത് അങ്ങോട്ടു പറയാനിരിക്കുകയായിരുന്നു," തങ്കമ്മ പറഞ്ഞു. "ഇവിടെയാണല്ലോ അതൊക്കെ മറക്കാൻ സാധ്യത. നമ്മൾ തമ്മിൽ ഇപ്പഴേ പാർട്ടി ബന്ധത്തിൽ ഒതുങ്ങിയ കൂടിക്കാഴ്ചകളല്ലേയുള്ളു?"

"തങ്കമ്മയെ ഗൗരി സഖാവിനെ ഏല്പിച്ചിട്ട് ഉടനേ എനിക്ക് മടങ്ങണ്ടി വരും," സഖാവ് പറഞ്ഞു.

"എനിക്കറിയാം," തങ്കമ്മ സാരിത്തലപ്പെടുത്ത് കൺ തടം ഒപ്പി. "ഇപ്പോ ഇപ്പോ ഞാനും ഒന്നും പ്രതീക്ഷിക്കുന്നേയില്ല. രണ്ട് പാർട്ടി സഖാക്കൾ എന്നതിലപ്പുറം... എന്നോടും..."

"തങ്കമ്മ കാര്യങ്ങൾ മനസ്സിലാക്കാതെ സംസാരിക്കുന്നതുപോലെ," സഖാവ് ദൂരേക്ക് നോട്ടം പായിച്ചു.

"ഞാനൊരു മനുഷ്യ സ്ത്രീയാണ്," തങ്കമ്മ വിതുമ്പി. "കല്ലും മരവുമല്ല."

"വയലാറിലോ മുഹമ്മയിലോ പൊതുയോഗത്തിനു ഞാനുമുണ്ടാവും. തങ്കമ്മയുടെ പ്രസംഗം കേൾക്കണമെന്നുണ്ട്," സഖാവ് വിഷയം മാറ്റുകയാണു. "വയലാറിലേതുപോലെ മുഹമ്മയിൽ സഖാവ് സി. കെ. കരുണാകരപ്പണിക്കരുടെ വീടും പൊളിച്ചു. ഓലമേഞ്ഞ ചെറിയൊരു ചായ്പ്പിലാണിപ്പോ വീട്ടുകാർ താമസം."

വയലാറിലെ പൊതുയോഗം അനുശോചനയോഗമായി. യോഗം തുടങ്ങാൻ നേരത്താണു മഹാത്മജി വെടിയേറ്റ് മരിച്ചതറിഞ്ഞത്. മുഹമ്മയിൽ പൊതുയോഗം നടക്കുന്നയിടത്ത് സഖാവ് നേരത്തേ എത്തിയിരുന്നു.

"തങ്കമ്മയുടെ പ്രസംഗം തകർപ്പനാകുമല്ലോ?," കണ്ടതും സഖാവ് പുറത്തു തട്ടി.

"ഇതുവരെയുണ്ടായിരുന്ന ധൈര്യം ഇന്നെനിക്കില്ല," തങ്കമ്മ സത്യമാണ് പറഞ്ഞത്. സഖാവിനെ കണ്ടതും ആത്മവിശ്വാസം ചോർന്നു പോയി. ഇതുവരെ പ്രസംഗിച്ചതൊന്നും സഖാവ് കേട്ടിട്ടേയില്ല.

"യോഗം തുടങ്ങിയാലോ?," സഖാവ് നിർദ്ദേശിച്ചു. "വയലാറു നിന്ന് അമ്മയേയും കൂട്ടി സഖാക്കളെത്തി."

സി കെ കുമാരപ്പണിക്കരുടെ അമ്മയാണു യോഗത്തിന്റെ അദ്ധ്യക്ഷ. പുളിയിലക്കരയൻ നേര്യത് മാറിലിരുപാടും മേല്ക്കച്ച കെട്ടി അമ്മ വന്നു. അടുത്തു നിന്ന പെൺകുട്ടിയെ ചൂണ്ടി സഖാവ് പറഞ്ഞു.

"കരുണാകരപ്പണിക്കരടെ അനന്തിരവളാണ്, സുശീല," കാളേജീ പഠിക്കുന്നു."

"ഞങ്ങൾ നേരത്തേ കൂട്ടായി," തങ്കമ്മ സുശീലയെ ചേർത്തു പിടിച്ചു.

“ഞാനും ഗൗരിച്ചേച്ചിയും സുശീലയെ കൂട്ടി കുറേ വീടുകളിൽ പോയി.”

ഗൗരി സഖാവ് സ്വാഗതം പറഞ്ഞതും അദ്ധ്യക്ഷ പ്രസംഗത്തിനായി അമ്മ എണീറ്റു. പറയാനുള്ളത് രണ്ടു മൂന്നു വാചകങ്ങളിലൊതുക്കി. ”ഇനി സഖാവ് തങ്കമ്മ സംസാരിക്കു”മെന്നു പറഞ്ഞതും സഖാവ് കുറച്ചു മാറി ഒരു കോണിൽ കൈയും കെട്ടി സാകൂതം നോക്കി നില്ക്കുന്നതു കണ്ടു.

തങ്കമ്മ എണീറ്റ് മൈക്കിനടുത്തേക്കു ചെന്നു. കാലുകൾ വിറയ്ക്കുന്നു. അതുവരെയില്ലാത്ത ഭയവും സംഭ്രാന്തിയും. സഖാവ് കണ്ണെടുക്കാതെ ഓരോ ചലനവും നോക്കി നില്ക്കുകയാണ്. വാക്കുകൾ നേരാം വണ്ണം പുറത്തേക്കു വരുമോയെന്നറിയില്ല. മൈക്കിന്റെ തണ്ടിൽ പിടിച്ചു.

“പ്രിയമുള്ള സഖാക്കളേ,”

കണ്ണു സഖാവിലാണു പതിഞ്ഞത്.

പറയാൻ കരുതി വച്ച പോയിന്റുകൾ തലകീഴ് മറിയുന്നു. ഇതുവരെ ചെയ്ത കാര്യങ്ങളെല്ലാം വെറുതെയാവുമോ?

“തങ്കമ്മേ, സഖാവ് കൃഷ്ണപിള്ളയുടെ ഭാര്യയാണ് നീ,” മനസ്സ് ധൈര്യം പകർന്നു. ”നീ പറയുന്നതെന്തെന്ന് കേൾക്കാൻ കാതോർത്തിരിക്കുകയാണീ സഖാക്കൾ. ധൈര്യമായി പറയൂ.”

“പ്രിയമുള്ള സഖാക്കളേ, നാട്ടുകാരേ...” തങ്കമ്മ ഒരിക്കൽ കൂടി സംബോധന ചെയ്തു. “വയലാർ സമരം ജനവഞ്ചനയാണെന്ന് പ്രചരിപ്പിക്കുന്ന കോൺഗ്രസ്സുകാരനുള്ള തിരിച്ചടിയാണു ഈയിരിക്കുന്ന അമ്മ. നിങ്ങളുടെയെല്ലാം പ്രിയങ്കരനായ സഖാവ് കുമാരപ്പണിക്കരുടെ വീരമാതാവ്.”

സദസ്സ് ആർത്തിരമ്പി. നീണ്ട കരഘോഷം.

“ആ അമ്മ പറഞ്ഞതെന്താണെന്ന് നിങ്ങൾ കേട്ടല്ലോ?വയലാർ സമരം ഇന്നാട്ടിലെ പാവപ്പെട്ട ജനങ്ങൾക്കു വേണ്ടിയായിരുന്നുവെന്ന്. സമരം നയിച്ചതിന്റെ പേരിൽ ഒളിവിൽ പോകേണ്ടി വന്ന ഒരു സഖാവിന്റെ അമ്മയാണിത് പറയുന്നത്...”

ദിക്കുകളെങ്ങും മുഴങ്ങുന്ന കൈയടി ഉയർന്നു. “പ്രിയ സഖാക്കളേ, ഇതുപോലെ എത്രയോ അമ്മമാരെ, വിധവകളായ സഹോദരിമാരെ, അനാഥരായ കുഞ്ഞുങ്ങളെ നമുക്ക് പുന്നപ്രയിലും വയലാറിലും ഒളതലേലും മേനാച്ചേരിയിലും കാണാം. സർ സീപ്പിയുടെ പട്ടാളം നിർദ്ദയം വെടിവച്ച് കൊന്ന പ്രിയ സഖാക്കളെ ഓർത്തു കണ്ണീരൊഴുക്കുന്നവർ....

ഈ അമ്മ എന്താണു നിങ്ങളോട് അഭ്യർത്ഥിച്ചത്? “എന്റെ മകനെ എനിക്ക് തിരിച്ചു കിട്ടണം. അവനെ പുറത്തു കൊണ്ടു വരാൻ, മരിക്കുന്നതിനു മുൻപ് അവനെയൊന്നു കാണാൻ നിങ്ങൾ ഒരുമിച്ചു നില്ക്കണം. കമ്യൂണിസ്റ്റ് പാർട്ടി സ്ഥാനാർത്ഥികളെ ജയിപ്പിക്കണം.... പ്രിയമുള്ളവരേ, ഇതാണ് വയലാറിലെ ഓരോ അമ്മമാരുടെയും പ്രാർത്ഥന.... സർ സീപ്പിയുടെ പട്ടാളം നിർദ്ദയം നിറയൊഴിച്ചു കൊന്ന

ആ വീര സഖാക്കൾക്കും നമ്മോട് പറയാനുള്ളത് അതു മാത്രമായിരിക്കും. ആ കാപാലികന്മാരോട് പകരം ചോദിക്കാൻ കമ്യൂണിസ്റ്റ് പാർട്ടി സ്ഥാനാർത്ഥികളെ വിജയിപ്പിക്കുക."

മുന്നിൽ സഖാവ് നില്ക്കുന്നത് മറന്നു. രക്തത്തിൽ വീര രക്ത സാക്ഷികളുടെ ആരവം മുഴങ്ങി. ഓരോ വാചകം അവസാനിക്കുമ്പോഴും സദസ്സ് ഇളകി മറിയുകയാണ്. സമയം പോയതറിഞ്ഞില്ല.

"ചേച്ചി മുക്കാൽ മണിക്കൂർ പ്രസംഗിച്ചു," വേദിയിൽ വന്നിരുന്നതും സുശീല പറഞ്ഞു. "ഉശിരനായിരുന്നു കേട്ടോ."

"മുക്കാൽ മണിക്കൂറോ?"

തങ്കമ്മയ്ക്ക് അമ്പരപ്പായിരുന്നു. കാലിന്റെ പെരുവിരൽ മുതൽ ആവേശം ഇരച്ചു കയറിയപ്പോൾ സമയം കടന്നു പോയതറിഞ്ഞില്ല.

യോഗം അവസാനിച്ചു കഴിഞ്ഞാണ് സഖാവ് അടുത്തേക്ക് വന്നത്. "ഭേഷ്!", സഖാവ് പുറത്തു തട്ടി.

സഖാവിന്റെ മുഖത്ത് സന്തോഷം അലയടിച്ചു.

"തങ്കം ചേർത്തലയ്ക്ക് മടങ്ങുകയല്ലേ?," സഖാവ് ചോദിച്ചു.

"ഈ രാത്രി മടങ്ങണോ?," തങ്കമ്മ പ്രതീക്ഷയോടെ നോക്കി. "എന്താ വേണ്ടത്?"

"വക്കീലിനൊപ്പം ഇപ്പത്തന്നെ മടങ്ങിക്കോളൂ," സഖാവ് പറഞ്ഞു. "നാളെ വൈക്കത്ത് സ്ക്വാഡ് വർക്കിനു പോകണ്ടതല്ലേ?."

"ശരി," തങ്കമ്മ തിരിഞ്ഞു നടന്നു.

തിരഞ്ഞെടുപ്പ് ഫലം വന്നു. പാർട്ടി സ്ഥാനാർത്ഥികളെല്ലാം തോറ്റു. കോൺഗ്രസ് തൂത്തുവാരി.

"സ്റ്റേറ്റ് കോൺഗ്രസ് നിർത്തിയത് ഏത് കുറ്റിച്ചൂലാണേലും ജയിക്കുമെന്ന് പട്ടം പറഞ്ഞതിന്റെ അർത്ഥം പിടികിട്ടിയില്ലേ?," കെ സി ജോർജ് ചോദിച്ചു. "പാർട്ടി സഖാക്കൾ വന്നു പറഞ്ഞത് നേരായിരുന്നു."

തെരഞ്ഞെടുപ്പ് ദിവസം ഒരു സംഘം സഖാക്കൾ പാർട്ടി ആപ്പീസി ലേക്കു പാഞ്ഞു വന്നു. "സ്റ്റേറ്റ് കോൺഗ്രസ് കള്ളവോട്ട് ചെയ്യിക്കുകയാണ്. നമ്മളിത് കണ്ടില്ലാന്നു നടിക്കണോ?" സഖാക്കൾ ക്ഷുഭിതരായിരുന്നു.

"നമ്മളെന്തു വേണം?," സഖാവ് ചോദിച്ചു.

"നമ്മളും കള്ളവോട്ട് ചെയ്യണം."

"നമ്മളത് ചെയ്യത്തില്ല," സഖാവ് അറുത്ത് മുറിച്ചു പറഞ്ഞു. "കള്ള വോട്ടിന്റെ ബലത്തിൽ കമ്യൂണിസ്റ്റ് പാർട്ടി തിരഞ്ഞെടുപ്പിൽ ജയിക്കണ്ടാ."

കെ സി ജോർജ് ഒന്നും മിണ്ടിയില്ല.

"സഖാവിനിപ്പോൾ എന്തു തോന്നുന്നു?" സഖാവ് ചോദിച്ചു. "നമ്മളും കള്ളവോട്ട് ചെയ്യണമായിരുന്നുവെന്നോ?"

"കള്ളവോട്ട് മാത്രമല്ല സ്റ്റേറ്റ് കോൺഗ്രസ്സിന്റെ വിജയത്തിനു പിന്നിൽ," കെ സി പറഞ്ഞു. "നമ്മുടെ അണികളിലുണ്ടായ ആശയക്കുഴ

പ്പവും ഒരു കാരണമല്ലേ? തമ്മിൽ ഭേദം കോൺഗ്രസ് എന്ന് ജനങ്ങൾക്ക് തോന്നിയിട്ടുണ്ടാവും."

"കമ്യൂണിസ്റ്റ് പാർട്ടി ഈ തിരഞ്ഞെടുപ്പിൽ മത്സരിച്ചത് ഏതു വിധേനയും വിജയിക്കാനായിരുന്നില്ല," സഖാവ് പറഞ്ഞു. "കമ്യൂണിസത്തിന്റെ വിത്ത് ഈ നാട്ടിലെങ്ങും വിതയ്ക്കാനായിരുന്നു. അത് അവസരം വരുമ്പോൾ കിളിർക്കും."

"എന്നുവച്ച് സ്റ്റേറ്റ് കോൺഗ്രസിന്റെ വിജയം നമ്മൾ കണ്ടില്ലെന്നു നടിച്ചൂടാ," കെ സി പറഞ്ഞു.

"സ്വാതന്ത്ര്യത്തിന്റേയും ജനാധിപത്യത്തിന്റേയും മാർഗ്ഗം വിട്ട് സ്വേച്ഛാധിപത്യത്തിന്റെ മാർഗ്ഗം അവലംബിച്ചാണ് അക്കൂട്ടർ വിജയം നേടിയത്. അവരുടെ പൂശ് പുറത്താവുക തന്നെ ചെയ്യും," സഖാവ് പറഞ്ഞു. "സർ സീപ്പിയുടെ തനി പിന്തുടർച്ചാവകാശിയെപ്പോലാണ് പട്ടത്തിന്റെ നിലപാടുകൾ. സർ സീപ്പിയുടേതിനേക്കാൾ കമ്യൂണിസ്റ്റ് വിരുദ്ധമായിരിക്കുമത്. അധികാരത്തിലെത്തിയാൽ അറസ്റ്റുകളുണ്ടാവും. കമ്യൂണിസ്റ്റുകാരെക്കൊണ്ടയാൾ ജയിലുകൾ നിറയ്ക്കും. ഒടുവിലത് അവർക്കു തന്നെ അഹിതമായിത്തീരും. അധികാരത്തിൽ പിടിച്ചു നില്ക്കാൻ കഴിയാതെ വരും."

മുപ്പത്തിനാല്

സന്ധ്യയോടെ ഒരാളൊരു ലക്കോട്ടുമായി വന്നു. "സഖാവ് തന്നു വിട്ടതാണ്," അയാൾ പറഞ്ഞു.

അയാൾ പോയതും തുറന്നു നോക്കി.

"തങ്കം, ഒരുങ്ങിയിരിക്കുക. ഒരു രാത്രി യാത്രയ്ക്ക്."

രാത്രി സഖാവ് വന്നു. "നമ്മൾ എറണാകുളത്തേക്ക് പോകുകയാണ്. അവിടെ നിന്ന് ഞാൻ ഒളിവിൽ പോകും. തങ്കം കോഴിക്കോടിനും."

സ്ഥിതിഗതികൾ വഷളാവുകയാണ്. പട്ടം അധികാരമേറ്റ് പതിനൊന്നാം ദിവസം കമ്യൂണിസ്റ്റുകാർക്കായുള്ള വേട്ടയാടൽ ആരംഭിച്ചു. സഖാവ് ടി വിയും ആർ സുഗതനും ഉൾപ്പെടെ പലരേയും അറസ്റ്റ് ചെയ്തതായറിഞ്ഞു. കല്ക്കത്താ തീസീസിന്റെ പേരിൽ കേന്ദ്ര സർക്കാരും കമ്യൂണിസ്റ്റുകാരെ വേട്ടയാടുകയാണ്.

എറണാകുളത്ത് ചെന്നതും ഒരു പാർട്ടി സഖാവ് കാത്തു നില്ക്കുന്നുണ്ടായിരുന്നു. "ഇനിയെല്ലാം ഈ സഖാവ് നോക്കിക്കൊള്ളും," സഖാവ് യാത്ര പോലും പറയാതെ എവിടേക്കോ മറഞ്ഞു.

കോഴിക്കോടെത്തിയതും വിഷമവൃത്തത്തിലായി. പഴയ സഖാക്കൾ ആരേയും പുറത്തു കാണാനില്ല. സഖാക്കൾ ഒളിവിലാണ്. ഒടുവിൽ ശുചീന്ദ്രത്തിനു തിരിച്ചു.

"കൃഷ്ണപിള്ളയെവിടെ?," കണ്ടതും അമ്മയുടെ മുഖത്ത് പരിഭ്രമം. "നീ ഒറ്റയ്ക്ക് വന്നത്?"

"രാഷ്ട്രഭാഷയുടെ സർട്ടിഫിക്കറ്റ് എടുക്കാൻ," പെട്ടെന്ന് അങ്ങനെ പറയാനാണ് തോന്നിയത്.

അമ്മയുടെ വിവശമായ മുഖത്ത് ആശ്വാസം.

"പ്രവേശികയ്ക്ക് പഠിച്ചാലോ എന്നൊരാലോചന." അകത്തേക്കു കയറി.

വേറെന്ത് ചെയ്യാനാണ്? രാത്രി മുഴുവൻ ആലോചിച്ചിരുന്നു. നാഗർകോവിലിൽ പോയി കൃഷ്ണദാസ് സാറിനെ കാണണം. പ്രവേശികയ്ക്ക് പഠിക്കണം.

പിറ്റേന്ന് നാഗർകോവിലിൽ പോയി.

"ആഗസ്തിലാണ് പരീക്ഷ," കൃഷ്ണദാസ് സാർ പുസ്തകങ്ങൾ കൈമാറി. "തങ്കമ്മയ്ക്ക് എളുപ്പമായിരിക്കും."

ഒരാഴ്ച കഴിഞ്ഞതും ഒരാൾ ഒരു കുറിപ്പുമായി വന്നു.

സഖാവ് കൊടുത്തു വിട്ടതാണ്. "നന്തൻ കോട്ടുള്ള കുളത്തുങ്കൽ പോത്തന്റെ വീട്ടിലെത്തണം. സഖാവ് ഒളിവിൽ നിന്നെത്തുംവരെ അവിടെയായിരിക്കും താമസം."

"നീ വേഗം മടങ്ങുന്നതെന്തേ?," അമ്മ ചോദിച്ചു.

"സഖാവ് തിരുവനന്തപുരത്തേക്ക് വരുന്നു."

"കൃഷ്ണപിള്ളയ്ക്ക് ഇങ്ങോട്ടു വരാമായിരുന്നില്ലേ," അമ്മയ്ക്ക് പരിഭവം.

"ആൾ ഒരുപാട് തിരക്കിലാണു," തങ്കമ്മ പറഞ്ഞു.

അച്ഛൻ മിണ്ടാട്ടമില്ല.

യാത്ര പറഞ്ഞിറങ്ങി.

തിരുവനതപുരത്തേക്കുള്ള പയനിയർ മോട്ടോഴ്സ് പൊടിപറത്തി പാഞ്ഞു വന്നു.

"തങ്കം നീ ഓർക്കുന്നോ, എന്നെ?" വണ്ടി കുശലം ചോദിച്ചു.

"എങ്ങനെ മറക്കാനാ?," തങ്കം പറഞ്ഞു. "ഒരുപാട് സ്വപ്നങ്ങൾ നെയ്തു കൂട്ടിയതല്ലേ ഇതിനകത്തിരുന്ന്."

"എന്നിട്ട്... ആ സ്വപ്നങ്ങളൊക്കെയും സഫലമായോ?"

തങ്കമ്മ മറുപടി പറഞ്ഞില്ല.

"സഫലമായോ?" സ്വയം ചോദിച്ചു.

ഒരു സ്വപ്നം എപ്പോഴാണു സഫലമായെന്ന് പറയാനാവുന്നത്?

ബസിറങ്ങി നടന്നു. ഒരു കുതിര വണ്ടിയിൽ കയറി. "നന്തൻ കോട്ടേക്ക്. കുളത്തുങ്കൽ പോത്തന്റെ വീട്."

"സ്വർണ്ണക്കട നടത്തുന്ന?," വണ്ടിക്കാരൻ ചോദിച്ചു.

"സ്വർണ്ണക്കടയോ?" തങ്കമ്മയ്ക്കറിയില്ലായിരുന്നു.

എങ്കിലും വെറുതെ മൂളി.

"പോത്തൻ ചേട്ടൻ സ്ഥലത്തില്ല," വണ്ടിക്കാരൻ പറഞ്ഞു. "പൊന്നമ്മ ച്ചേച്ചിയാ കട നടത്തുന്നേ."

വീടിന്റെ ഉമ്മറത്ത് പൊന്നമ്മച്ചേച്ചി കാത്തു നിന്നിരുന്നു. അകത്തേക്ക് കൂട്ടിക്കൊണ്ടു പോയി.

തങ്കമ്മ ചുറ്റും തെരഞ്ഞു.

രണ്ടു കുട്ടികൾ ഒരു ചെങ്കൊടിയുമായി പാഞ്ഞു വന്നു.

"ഉയരും ഞാൻ നാടാകെ
പ്പടരും ഞാനൊരു പുത്ത

നുയിർ നാടിനേകിക്കൊ
ണ്ടുയരും വീണ്ടും...."

''മതി, മതി പടർന്നത്,'' പൊന്നമ്മച്ചേച്ചിചിരിച്ചു. ''ഇതാരാ വന്നിരിക്കുന്നേന്ന് നോക്കിയേ? നിങ്ങടപ്പച്ചൻ പറഞ്ഞു വിട്ടേച്ചു വന്നതാ."

വിജയവും ഹരിയും അടുത്തേക്ക് വന്നു.

"ഞങ്ങടപ്പച്ചനെ കണ്ടോ?," ഹരി ചോദിച്ചു.

"അപ്പച്ചൻ എന്തേലും കൊടുത്തു വിട്ടോ?," വിജയം ചുറ്റിപ്പറ്റി നിന്നു.

"അപ്പച്ചൻ കുറച്ചു ദിവസം കഴിഞ്ഞു വരുമെന്ന് പറഞ്ഞതല്ലേ," പൊന്നമ്മച്ചേച്ചി ശാസിച്ചു. "രണ്ടാളും അകത്തു പോ."

കുട്ടികൾ അകത്തേക്ക് പോയതും പൊന്നമ്മച്ചേച്ചി പറഞ്ഞു. "അവരടെ അപ്പച്ചനും ഒളിവിലാ. ഇളയതുങ്ങളാണു. മൂത്തത് രണ്ടാളുണ്ട്. മോഹനും ജസ്സിയും."

പൊന്നമ്മച്ചേച്ചി രാവിലെ കടയിൽ പോകും. കുട്ടികൾ പള്ളീക്കൂടത്തിലേക്കും. വെറുതേ ഇരിക്കുമ്പോൾ പ്രവേശനപ്പരീക്ഷയുടെ പുസ്തകങ്ങൾ മറിച്ചു നോക്കും. കുശലം ചോദിക്കാൻ സഖാക്കൾ ആരെങ്കിലും ഇടയ്ക്കൊന്ന് വരും. സഖാവിനെക്കുറിച്ച് ഒരു വിവരവുമില്ല.

ഒരു ദിവസം വൈകിട്ട് പൊന്നമ്മച്ചേച്ചി വന്നു പറഞ്ഞു: "തങ്കമ്മേ കാണാൻ ഒരാൾ വന്നു നില്ക്കുന്നു."

വന്നയാൾ കത്ത് കൈമാറി.

കൈപ്പട സഖാവിന്റേതാണ്.

"ഈ വരുന്ന സഖാവിനോടൊപ്പം ഉടൻ പുറപ്പെടണം."

സന്ധ്യയോടെ തിരിച്ചു.

കുന്നുകളും കാടുകളും നിറഞ്ഞൊരിടത്തെത്തി.

"ഏതാണീ സ്ഥലം?"

"കറ്റച്ചക്കോണം," അയാൾ പറഞ്ഞു.

"സഖാവെവിടെ?"

"ചേച്ചി വരണം," അയാൾ ഇടവഴിയിലൂടെ നടന്നു.

ഇരുട്ട് ഊടും പാവുമിട്ട പുരയിടത്തിലെത്തി. അരണ്ട വെട്ടത്തിൽ വീടിന്റെ ഉമ്മറം തെളിഞ്ഞു.

"എന്തൊക്കെയുണ്ട് ശ്രീമതീ വിശേഷങ്ങൾ?," സഖാവിന്റെ ശബ്ദം തൊട്ടരികെ.

വലതു കൈത്തണ്ടയിൽ ആ കൈയുടെ ചൂടറിഞ്ഞു.

"തങ്കത്തെ ഒന്നു കാണണമെന്നു തോന്നി," സഖാവിന്റെ നിശ്വാസം നെറ്റിയിൽ ഉതിർന്നു വീണു. "വരൂ, നമക്ക് വെളിയിലിരിക്കാം."

പുറത്ത് മണ്ണിലിരുന്നു.

"പറയൂ, എന്തൊക്കെയാണു വിശേഷങ്ങൾ?" സഖാവ് ചോദിച്ചു.

"വിശേഷങ്ങളോ, എനിക്കോ?"

പറഞ്ഞതും അതൊരു തേങ്ങലായി അണപൊട്ടിയൊഴുകി.

“അരുത്, അരുത്... എന്റെ തങ്കം കരയാതെ...” സഖാവ് കൈകൾ ചേർത്തു പിടിച്ചു.

“ഇതുവരെ ആരുടെ മുന്നിലും ഞാൻ കരഞ്ഞില്ല,” തങ്കമ്മ വിതുമ്പി. “അമ്മയുടെ മുന്നിൽ പോലും. എന്റെ വിധി ആരേയും അറിയിക്കണ്ടാന്നു കരുതി.”

“എന്തു വിധി?,” സഖാവ് നനവാർന്ന് ചിരിച്ചു. “ഇന്നത്തെ സാഹചര്യത്തിൽ ഒരു കമ്യൂണിസ്റ്റ്കാരന്റെ ജീവിതം ഇങ്ങനെയൊക്കെയേ മുന്നോട്ടു പോകൂ.... മാറ്റം വരും.”

“എത്ര കാലമായി ഞാൻ അനുഭവിക്കുന്നു?”, തങ്കമ്മ കണ്ണുനീരൊപ്പി.

“തങ്കം, നീ എന്തനുഭവിച്ചു?,” സഖാവ് തോളത്ത് കൈ വച്ചു. “നമ്പൂതിരിപ്പാട് ഒളിവിൽ പോയിട്ട് രണ്ടു കൊല്ലം കഴിഞ്ഞാണ് ശ്രീമതിയെ കാണുന്നത്. അവരാണെങ്കിൽ ഇരുളടഞ്ഞ ആ ഇല്ലത്ത് വീർപ്പ് മുട്ടി കഴിയുകയായിരുന്നു... നിന്റെ കാര്യം അതല്ലല്ലോ?നീ പാർട്ടിയിൽ സജീവമായി പ്രവർത്തിക്കുകയായിരുന്നില്ലേ?നിന്നോടുള്ള കരുതൽ കൊണ്ടല്ലേ നിന്നെ ഞാൻ അതിലൊക്കെയും ഏർപ്പാടാക്കിയേ?പോത്തന്റെ ശ്രീമതിയുടെ അവസ്ഥയോ? അവരാ നാലു കുട്ടികളേയും കൊണ്ട് പാടുപെടുകയല്ലേ?”

“ഒന്നു കാണാനോ.... ഒന്നു മിണ്ടാനോ പോലും... വേറൊന്നും എനിക്കു വേണ്ടാ...” തങ്കമ്മ സഖാവിന്റെ തോളിൽ തല ചായ്ച്ചു. “എവിടെയുണ്ടെന്നറിയാനെങ്കിലും കഴിഞ്ഞിരുന്നെങ്കിൽ...”

“ഇന്നൊരിടത്ത്... നാളെ വേറൊരിടത്ത്.”സഖാവ് ചിരിച്ചു.”ഒക്കേം തങ്കത്തിനറിവുള്ളതല്ലേ?”

“ഒക്കെ അറിയാം.. എന്നാലും മജ്ജയും മാംസവുമുള്ള ഒരു പെണ്ണല്ലേ ഞാൻ?”

സഖാവ് ചേർത്തു പിടിച്ചു. “മജ്ജയും മാംസവുമുള്ള പെണ്ണ് എന്തെങ്കിലുമൊക്കെ ചെയ്യണം. സമയം ഒരിക്കലും പാഴാക്കല്ല്.”

“പ്രവേശികയ്ക്ക് പഠിക്കുന്നുണ്ട്,” തങ്കമ്മ പറഞ്ഞു.

“അതു നന്നായി, ആ ബുദ്ധി തോന്നിയത്,” സഖാവ് പറഞ്ഞു. “നമക്കെല്ലാം ഒരു ജീവിതമേയുള്ളു. കാലം ഇതാപിടീന്ന് കടന്നു പോകും. വെറുതേ നോക്കിയിരുന്നാൽ ഒന്നിനും നേരമുണ്ടാവില്ല. മനസ്സു വച്ചാലോ? ഒത്തിരി കാര്യങ്ങൾ നിറവേറ്റാൻ കഴിയും. നമ്മൾ ജീവിച്ചിരിക്കുന്നതു കൊണ്ട് സമൂഹത്തിനതിന്റേതായ ഗുണമുണ്ടാവുകേം ചെയ്യും. ഇല്ലെങ്കിലെന്താ ഈ ജീവിതം കൊണ്ടു മെച്ചം?”

വരാന്തയിൽ ആരുടെയോ കാല്പ്പെരുമാറ്റം. “അത്താഴം എടുത്താലോ?”

“വാ ഊണു കഴിക്കാം,” സഖാവ് കൈയിൽ പിടിച്ചെണീപ്പിച്ചു.

“എനിക്കിപ്പഴേ വയറു നെറഞ്ഞു,” തങ്കമ്മ പറഞ്ഞു.

“ഇന്നിവിടെ കഴിഞ്ഞേച്ച് നാളെ വെളുക്കുന്നതും പോയാൽ പോരേ?,” ഊണു വിളമ്പുന്നതിനിടയിൽ വീട്ടുകാർ തങ്കമ്മയോടു ചോദിച്ചു.

തങ്കമ്മ സഖാവിനെ നോക്കി.

ചിമ്മിനി വിളക്കിന്റെ വെട്ടത്തിൽ ആ മുഖത്ത് കേട്ട ഭാവമേയില്ല.

"പോത്തച്ചൻ ഇവിടെ അടുത്തൊരു വീട്ടിലുണ്ട്," സഖാവ് പറഞ്ഞു. "കുളത്തുങ്കെ പോത്തൻ."

"ഉവ്വോ?," തങ്കമ്മ അറിഞ്ഞിരുന്നില്ല. "പൊന്നമ്മച്ചേച്ചിയൊന്നും പറഞ്ഞില്ല."

സഖാവതിനു മറുപടി പറഞ്ഞില്ല.

ഊണു കഴിച്ചെന്നു വരുത്തി.

പുറത്ത് മണലിൽ വന്നിരുന്നതും ഇരുട്ടിൽ ഒരു മിന്നായം. അരണ്ട വെട്ടത്തിലൂടെ ഒരാൾ കത്തിച്ച ചൂട്ടുകറ്റ വീശി വരുന്നു.

"ഞാൻ വന്നത് ബുദ്ധിമുട്ടായില്ലല്ലോ?," അയാൾ ചോദിച്ചു.

"പോത്തച്ചൻ ഞങ്ങൾക്ക് ബുദ്ധിമുട്ടല്ലല്ലോ?," സഖാവ് ചിരിച്ചു. "വാ, ഇരിക്ക്."

പോത്തച്ചൻ നിലത്തിരുന്നു.

"പൊന്നമ്മ എന്തു പറയുന്നു?," പോത്തച്ചൻ ചോദിച്ചു. "പിള്ളേരു വികൃതികളാ. എളയത്തുങ്ങളു... ബുദ്ധിമുട്ടൊന്നുമില്ലല്ലോ? സൗഖ്യമല്ലേ?"

"ഏയ്," തങ്കമ്മ ചിരിച്ചു. "ഞങ്ങൾക്കവിടെ പരമാനന്ദ സുഖമാ. നിങ്ങളു രണ്ടും ഇല്ലാത്തതിന്റെ സുഖം."

സഖാവതു കേട്ട് ചിരിച്ചു.

പോത്തച്ചൻ കുറെ നേരം സംസാരിച്ചിരുന്നു.

"രാത്രി ഇരുട്ടിയല്ലോ? അപ്പോ ഇന്നിവിടെ തങ്ങുകല്ലേ?," പോത്തച്ചൻ സഖാവിനെ നോക്കി.

"ഇല്ല," സഖാവ് പറഞ്ഞു. "തങ്കമ്മയ്ക്ക് പോണം."

പോത്തച്ചൻ എണീറ്റു. "എന്നാ ശരി. പൊന്നമ്മയോട് പറഞ്ഞേക്ക്."

"പാർട്ടി വല്ലാത്തൊരു വിഷമഘട്ടത്തെ നേരിട്ടു കൊണ്ടിരിക്കുകയാണ്," പോത്തച്ചൻ പോയതും സഖാവ് പറഞ്ഞു. "നമ്മുടെ സുഖങ്ങളല്ല വലുത്... ഇന്നല്ലെങ്കിൽ നാളെ പാർട്ടി അധികാരത്തിൽ വരും. ഈ നാടിനു വലിയൊരു മാറ്റം വരും."

സഖാവ് മെല്ലെ നെറ്റിയിൽ തലോടി.

ചേർത്തു പിടിച്ച് രണ്ടു കണ്ണുകളിലും മുഖം ചേർത്തു.

കൂട്ടിക്കൊണ്ടു വന്ന സഖാവ് പുറത്തെവിടെയോ കാത്തു നില്ക്കുകയാണ്.

മുപ്പത്തിയഞ്ച്

അന്നൊരു ഞായറാഴ്ചയായിരുന്നു. രാവിലെ മുതൽ ചന്നം പിന്നം മഴ തൂളിക്കൊണ്ടേയിരുന്നു. ഓടിന്റെ ഇറമ്പിലൂടെ ഇറ്റു വീഴുന്ന മഴത്തുള്ളികൾ നോക്കിയിരുന്നപ്പോൾ ഓർമ്മകളൊന്നൊന്നായി തിരപ്പടത്തിലെന്നോണം മിന്നി മറഞ്ഞു.

നാഗർകോവിലിലെ കൊട്ടക. വെള്ളിത്തിരയിൽ *സാവിത്രി*. സത്യവാന്റെ ഉയിരെടുക്കാൻ പാശവുമായി യമദേവന്റെ വേഷത്തിൽ പോത്തിൻ പുറത്തു വന്ന വി എ ചിന്നയ്യയോട് വിലപിച്ചു പാടുകയാണു സാവിത്രിയായി വേഷമിട്ട ശാന്താ ആപ്തേ...

കൊട്ടകയുടെ പാതി തുറന്ന പരമ്പ് വാതില്ക്കൽ ചുടലയാണ്ടിയുടെ തലവെട്ടം.

"ചുടലയാണ്ടീ എന്ന വിഷയം? നീ ആരെ തേടുകിറായ്?"

"ഉങ്കളൈത്താൻ."

"എന്ന കാര്യം?"

"അന്ത ജയിൽ കൈദി ഉൻ വീട്ടിൽ വന്തിരുക്കാൻ. സായം കാലത്തിലിരുന്തേ ഉനക്കാക കാത്തിരുക്കറാൻ." ചുടലയാണ്ടി ഒറ്റ ശ്വാസത്തിൽ പറഞ്ഞു.

അന്ത ജയിൽ കൈദി.

എടലാക്കുടിയിലെ തടവുകാരൻ.

എന്റെ ജീവിത സഖാവ്!

ഏതൊളിവിടത്തിലാവും ഇപ്പോൾ?

വൈകാതെ വടക്കോട്ടു പോകുമെന്നും അവിടെ എത്തിയാലുടൻ തങ്കമ്മയേയും കൂട്ടിക്കൊണ്ടു വരാൻ ഏർപ്പാടാക്കുമെന്നും അറിയിച്ചിരുന്നതാണല്ലോ?

എന്നിട്ട്... ദിവസങ്ങളായി ഒരറിവുമില്ല.

അതോർത്തതും തങ്കമ്മയുടെ കൺതടം നനവാർന്നു.

"നനഞ്ഞ ഞായറാഴ്ച," പൊന്നമ്മച്ചേച്ചി വരാന്തയിലേക്കെത്തി നോക്കി. "കാലത്തേ മുതൽ തങ്കമ്മ ഏതോ സ്വപ്നലോകത്താണല്ലോ?"

"വെറുതേ ഓരോന്നോർത്തിരിക്കുകയായിരുന്നു," തങ്കമ്മ പറഞ്ഞു. "കഴിഞ്ഞ കാലങ്ങൾ."

"ഇപ്പോ എന്തുണ്ടായി അതൊക്കെ ഓർത്തിരിക്കാൻ?," പൊന്നമ്മച്ചേച്ചി നനഞ്ഞ തുണികൾ വരാന്തയിലെ അഴയിൽ വിരിച്ചിട്ടു.

"എന്തോ അറിയില്ല," തങ്കമ്മ എണീറ്റു. "തിരപ്പടത്തിലെന്ന പോലെ പഴയ കാര്യങ്ങളൊക്കെയും മനസ്സിലൂടെ മിന്നി മറയുകയാണു."

"ഞാൻ സ്വപ്നം കാണലൊക്കെ എന്നേ നിർത്തി. പിള്ളേരു നാലായില്ലേ?" പൊന്നമ്മച്ചേച്ചി ചിരിച്ചു. "ഊണു കാലായി. തങ്കമ്മ വന്നാ നമുക്കൊരുമിച്ചിരിക്കാം. ആകെക്കൂടെ കിട്ടുന്നൊരു ഞായറാഴ്ചയല്ലേ?"

"ഒന്നിനുമൊരു ഉൽസാഹമില്ല, ചേച്ചീ. മനസ്സിലെന്തോ വല്ലാത്തൊരു കനം."

"അതൊക്കെ വെറും തോന്നലാ," പൊന്നമ്മച്ചേച്ചി അകത്തേക്ക് നടന്നു. "വാ,നമക്ക് ഊണുകഴിക്കാം. എന്നിട്ട് വർത്താനം പറഞ്ഞിരിക്കാം."

ഊണു കഴിഞ്ഞതും ജസ്സി പോത്തച്ചന്റെ പഴയൊരു ഉടുപ്പുമിട്ടു വന്നു. ഹരി തീപ്പെട്ടിക്കൊള്ളി കൊണ്ട് മീശ വരച്ച് കൈയിലൊരു കളിത്തോക്കുമായി വന്ന് അവളുടെ നേർക്ക് ഉന്നം വച്ചു.

''അരുത് സഖാക്കളേ, അരുത്...'' അവൾ അലറി വിളിച്ചു. ''സഖാക്കളേ, നിങ്ങാക്കും കൂടി വേണ്ടീട്ടാണീ സമരം. നിങ്ങാക്കു ജീവിക്കാൻ ഞങ്ങളെ കൊല്ലണേ കൊന്നോ. വെടി വച്ചു കൊന്നോ." അവൾ ഉടുപ്പിന്റെ കുടുക്കുകൾ വലിച്ചു പൊട്ടിച്ച് നെഞ്ചു നിവർത്തി മുന്നോട്ടു പാഞ്ഞു. ഹരി അവളുടെ നേർക്ക് നിറയൊഴിച്ചു. ജസ്സി നിലത്തു വീണു പിടഞ്ഞു.

ആ രംഗമോർത്തതും തങ്കമ്മയുടെ നെഞ്ച് പിടഞ്ഞു.

ജസ്സി ചാടിയെണീറ്റു. "ഈ ചേച്ചിയെന്തിനാ കരയുന്നേ? ഞങ്ങൾ പുന്നപ്രവയലാർ നാടകം കളിച്ചതല്ലേ?"

"മതി. ഇനീം ചേച്ചിയെ കരയിക്കണ്ടാ," പൊന്നമ്മച്ചേച്ചി പറഞ്ഞു.

മുറ്റത്തൊരു കുതിര വണ്ടി വന്നു നിന്നു. പൊന്നമ്മച്ചേച്ചി എത്തി നോക്കി.

ഒളിവിലായിരുന്ന സഖാവ് കെ ടി ജേക്കബ് പാഞ്ഞു വരുന്നു.

"എന്താ വിശേഷിച്ച്?" പൊന്നമ്മച്ചേച്ചി എണീറ്റു.

ജേക്കബ്ബിന്റെ മുഖം വിവർണ്ണമായിരുന്നു.

"ആലപ്പുഴ യൂണിയൻ ആപ്പീസിൽ ഉടനേ എത്തണം," ജേക്കബ് തങ്കമ്മയെ നോക്കി. "സഖാവിനു നല്ല സുഖമില്ല."

ഒന്നും സംശയിച്ചില്ല.

ഒട്ടും ഭയവും തോന്നിയില്ല.

ഏതിനും അതീതനാണല്ലോ സഖാവ്?

ഉറച്ച ധാരണയുണ്ടായിരുന്നു.

മനസ്സിനതൊരു കവചമായി. വേഗം ഖദർ സാരിയെടുത്തു ചുറ്റി. കുതിര വണ്ടിയിൽ കയറി ഇരുന്നു.

ബസ് സ്റ്റാന്റിൽ വണ്ടിഫ് പുറപ്പെടാനായി കാത്തു നില്ക്കുന്നു.

ഒന്നും സംഭവിച്ചിട്ടില്ല. സഖാവ് എല്ലാറ്റിനും അതീതനാണ്. മനസ്സിനുള്ളിൽ ഒരു ചെങ്കൊടി ആകാശത്തോളമുയർന്നു പാറുന്നു.

ജസ്സിയുടെ പാട്ട് മനസ്സിൽ അലയടിച്ചു വന്നു.

”ഉയരും ഞാൻ നാടാകെ
പ്പടരും ഞാനൊരു പുത്ത
നുയിർ നാടിനേകിക്കൊ
ണ്ടുയരും വീണ്ടും....”

മുപ്പത്തിയാറ്

ഓഗസ്റ്റിലെ വേനൽമഴയിൽ കണ്ണർകാട്ട് രക്തപുഷ്പങ്ങൾ വിടരാറുണ്ട്. വസന്തത്തിന്റെ വരവറിയിപ്പാണത്. ഇത്തവണയും പതിവിലേറെ പൂക്കൾ വിടർന്നു. നക്ഷത്രക്കണ്ണുള്ള ചുവന്ന കാട്ടുചെത്തിപ്പൂക്കൾ. വെളിമ്പറമ്പുകളിലും തോട്ടുവക്കത്തും പാടത്തിന്റെ ചരിവുകളിലുമെല്ലാം ഇന്നലെവരെയും മടിച്ചു നിന്നിരുന്ന കരിമൊട്ടുകളൊക്കെയും ഒറ്റരാത്രി കൊണ്ടാണ് പൊട്ടി വിടർന്നത്.

രാത്രി കൊടുങ്കാറ്റ് വീശിയിരുന്നു. ഇടതടവില്ലാതെ വീശി.

തോട്ടിറമ്പത്തെ കശുമാവുകളിൽ ചിലത് കടപുഴകി വീണു.

ഇറയത്തെ കയറ്റുകട്ടിലിൽ മൂടിപ്പുതച്ചു കിടന്നിരുന്ന നാണപ്പനറിഞ്ഞില്ല. രാഘവനുമറിഞ്ഞില്ല.

സഖാവറിഞ്ഞു.

സഖാവന്നേരവും അകത്ത് ചിമ്മിനി വിളക്കിന്റെ വെട്ടത്തിൽ പാർട്ടി രഹസ്യയോഗത്തിനുള്ള റിപ്പോർട്ടെഴുതുന്ന ചിന്തയിലായിരുന്നു. കൊടുങ്കാറ്റ് ശമിച്ചതും കഴുവാകളിൽ തത്തിവരുന്ന ബ്രാലുകളെയും ചെമ്പല്ലികളെയും കൊത്തി വിഴുങ്ങാൻ പൊന്തകളിൽനിന്ന് കൈതപ്പുളവന്മാർ ഇറങ്ങിവന്നു.

മുന്നിലിരുന്ന നോട്ടുബുക്കിന്റെ താളിൽ എന്തോ കുത്തിക്കുറിച്ചിട്ട് സഖാവ് അതിൽ നോക്കിയിരുന്നു. 'സ്വയം വിമർശനമില്ല, വിമർശനമുണ്ട്." അത്രയുമെഴുതി സഖാവ് അടിയിലൊരു വരവരച്ചു. ഇണർപ്പ് പൊട്ടിയ കറുത്ത നാവ് വിറപ്പിച്ച് അവൻ അകത്തേക്കിഴഞ്ഞു വന്നത് അന്നേരമാവണം.

സഖാവ് റിപ്പോർട്ടെഴുതുകയാണ്.

ക്ഷമയോടെ, തക്കംപാർത്ത് അവൻ കാത്തിരുന്നു.

സഖാവിന്റെ വലതുകൈയിലാണാ മഷിപ്പേന.

കഴുക്കോലിൽ ചുറ്റിവരിഞ്ഞു കിടന്ന് വലതു കൈത്തണ്ടയിലേക്കാണവനും കൗതുകത്തോടെ ഉറ്റു നോക്കിയത്. സിരകളിൽ അവന്റെ സീല്ക്കാരം മുഴങ്ങുന്നു.

"സഖാവേ" ആവുന്നത്ര ഉച്ചത്തിലാണ് വിളിച്ചത്.

മാധവനാണ് വിളികേട്ടത്.

"എന്താ, സഖാവേ?"

"സഖാവേ, സംഭവിക്കേണ്ടതൊക്കെ സംഭവിച്ചു... സാരമില്ല... എല്ലായിടത്തേക്കും അറിയിച്ചേക്ക്..."

"സഖാവ് പേടിക്കണ്ടന്നേ," മാധവൻ ആശ്വസിപ്പിച്ചു. "വെള്ളശേരി വൈദ്യൻ ഇപ്പ ഇങ്ങെത്തുവന്നേ."

സഖാവ് പേടിക്കണ്ടെന്ന്!

കമ്യൂണിസ്റ്റ് പ്രസ്ഥാനത്തിനു വേണ്ടി പാവം മാധവൻ!

മെഗാഫോണിലൂടെ സഖാവ് എ കെ ഗോപാലന്റെ ഒച്ച മുഴങ്ങുന്നു.

"ജീവിതം തീറെഴുതിക്കൊടുത്ത കൃഷ്ണപിള്ള സഖാവിനു മരണത്തെപ്പോലും പേടിയില്ലെന്ന് ഈ കാപാലികന്മാരോർക്കണം"

സന്ധ്യ മയങ്ങിയ നേരം. കണ്ണൂർ ഗുഡ്സ് യാഡ് പരിസരത്തൂടെ കക്കാട്ടേക്ക് നടക്കുകയായിരുന്നു.

പതിയിരുന്നായിരുന്നു കൊലവിളി.

അഞ്ചെട്ടാൾക്കാർ. കോൺഗ്രസ് ഗുണ്ടകൾ. ഇരുമ്പു വടികൊണ്ടാണ് തലയ്ക്കടിച്ചത്. അരപ്പട്ടയഴിച്ചെടുത്ത് ഒറ്റയ്ക്കാണ് നേരിട്ടത്. ചെറുത്തു നിന്നു. മരിക്കുന്നെങ്കിൽ പൊരുതി മരിക്കണം. ഇടം വലം പൊരുതി.

കോൺഗ്രസ് ഗുണ്ടകളെപ്പോലെ ഇവനും പതിയിരുന്നായിരുന്നില്ലേ കൊലവിളി? കഴുക്കോലിൽ ചുറ്റിപ്പിണഞ്ഞ് തക്കം പാർത്ത്...

കണ്ണുകളിൽ പുക വന്നു മൂടുകയാണ്.

"സഖാവേ..."

മാധവൻ അടുത്തേക്കു വന്നു.

സഖാവ് താഴേക്ക് കണ്ണു പായിച്ചു.

നിലത്തു വീണു കിടന്നിരുന്ന കടലാസും മഷിപ്പേനയും. സഖാവെഴുതിക്കൊണ്ടിരുന്ന റിപ്പോർട്ടാണ്. മാധവനതെടുത്ത് കൈയിൽ കൊടുത്തു. താങ്ങി മടിയിൽ കിടത്തി. വിറയ്ക്കുന്ന കൈകളിൽ പേന മുറുകെപ്പിടിച്ചു.

"എന്റെ കണ്ണിൽ ഇരുൾ വ്യാപിച്ചു വരുന്നു. എന്റെ ശരീരമാകെ തളരുകയാണ്.... എന്തു സംഭവിക്കുമെന്ന് എനിക്കറിയാം. സഖാക്കളേ മുന്നോട്ട്... ലാൽസലാം.."

പേന വഴുതി വീണു.

കണ്ണുകളിൽ ഇരുട്ട് കൂടുകെട്ടി. സഖാവ് കൈകൊണ്ടെന്തോ കാണിച്ചു.

മാധവൻ സഖാവിനെ വാരിയെടുത്തു, സ്വന്തം മാറിലേക്കു ചാരിക്കിടത്തി. തല താഴാതെ താങ്ങിപ്പിടിച്ചു. "സഖാവേ" മാധവൻ വിളിച്ചു.

സഖാവ് പാതിയടഞ്ഞ കണ്ണ് മെല്ലെയൊന്നു തുറന്നോ?

ആ ദേഹം ആകെയൊന്നുലഞ്ഞു. കണ്ണുകളടഞ്ഞു.

കാഴ്ചയുടെ കാണാപ്പുറങ്ങളിൽ നിന്നാരൊക്കെയോ എത്തി നോക്കുന്നു.

തലശ്ശേരി കടപ്പുറത്തുനിന്ന് അബു. ചാത്തുക്കുട്ടി. രണ്ടാളും നെഞ്ചിൽ വിരിഞ്ഞ ചെമ്പരത്തിപ്പൂ അമർത്തിപ്പിടിച്ച് ആകാശത്തേക്ക് മുഷ്ടി ചുരുട്ടി എറിയുകയാണ്. "ഇങ്ക്വിലാബ് സിന്ദാബാദ്! സാമ്രാജ്യത്വം തുലയട്ടെ!" മട്ടന്നൂരിലെ പൊക്കേട്ടൻ. വി അനന്തൻ. പി കെ മാധവൻ. പൊടോര കുഞ്ഞമ്പു നായർ. മഠത്തിൽ അപ്പു. ചീരുകണ്ഠൻ. അബൂബക്കർ... തടി ലിൽ കണ്ണൻ. കീനേരി കുഞ്ഞിക്കണ്ണൻ. സഖാവ് ബാവ... വയലാറിലെയും പുന്നപ്രയിലെയും വീര സഖാക്കൾ... ഇരുണ്ട പാതയ്ക്കിരുപുറവും വരി വരിയായി നിന്ന് ചെങ്കൊടി വീശി സഖാക്കൾ ആർത്തു വിളിക്കുകയാണ്... "ഇങ്ക്വിലാബ് സിന്ദാബാദ്!..."

സഖാവ് അവർക്കിടയിലൂടെ നടന്നു.

വഴിനീളെ ചെങ്കൊടികളുടെ പ്രളയം. ദൂരെ ചുവന്ന സൂര്യൻ ഉദിച്ചു വരാറായി...

ഇരുൾ മൂടിയ കൺമറയത്ത് ആ ചൊകന്ന പൂവ്...

അതിന്റെ അവസാനത്തെ ഇതളും ഇറുന്നു വീഴുകയാണ്.

ഒരു വിപ്ലവകാരിയുടെ പ്രണയജീവിതം

പി എസ് ശ്രീകല

വസ്തുനിഷ്ഠമായ ചരിത്രരചന ശ്രമകരമാണ്. സംഭവങ്ങളും വ്യക്തികളും ചരിത്രരചനയിൽ കടന്നുവരും. രചയിതാവിന്റെ വീക്ഷണത്തിനനുസരിച്ച് അവ/അവർ അവതരിപ്പിക്കപ്പെടും. നിക്ഷിപ്തമായ താല്പര്യങ്ങൾ ബോധപൂർവ്വവും അല്ലാതെയും രചനയെ ബാധിക്കും. അതുകൊണ്ടാണ് ചരിത്രവും ചരിത്രരേഖകളും തമ്മിൽ പലപ്പോഴും പൊരുത്തമില്ലാതെ പോകുന്നത്. ചരിത്രവസ്തുതകളുടെ തമസ്കരണമോ വളച്ചൊടിക്കലോ ഒക്കെയായി ചരിത്രരചന മാറുന്നതും അങ്ങനെയാണ്.

അതുകൊണ്ട് വസ്തുനിഷ്ഠമായ ചരിത്രമറിയാൻ പലപ്പോഴും ചരിത്രരേഖകൾ മതിയാകാതെ വരും. അതിന് ആത്മകഥ, ജീവചരിത്രം, ചരിത്രനോവൽ, ഓർമ്മക്കുറിപ്പുകൾ തുടങ്ങിയവയെ ആശ്രയിക്കേണ്ടിവരും. അപ്പോഴും എഴുത്തുകാരുടെ ആത്മനിഷ്ഠതയും വീക്ഷണങ്ങളും അവയിൽ പ്രതിഫലിക്കുന്നുണ്ടാവും. ചരിത്ര–ശാസ്ത്രരേഖകളെ അപേക്ഷിച്ച് കൂടുതലാണ് ഭാവനാധിഷ്ഠിതരചനകളിൽ ആത്മനിഷ്ഠത. എങ്കിലും അവയിൽനിന്ന് വസ്തുനിഷ്ഠമായ ചരിത്രം അന്വേഷകർക്കു ലഭിക്കും. അത്തരം തിരിച്ചറിവുകൾ പലപ്പോഴും വായനക്കാരെ അതുവരെ അറിഞ്ഞ ലോകത്തിനപ്പുറത്തേക്ക് കൂട്ടിക്കൊണ്ടുപോകും. ആ തിരിച്ചറിവ് ഞെട്ടലോ അത്ഭുതമോ ആഹ്ലാദമോ ഒക്കെ പകർന്നേക്കാം. അതുവരെ അറിഞ്ഞിരുന്നതും ശരിയെന്നോ തെറ്റെന്നോ ധരിച്ചിരുന്നതുമായ സംഭവങ്ങളുടെ തലകീഴ്മറിച്ചിൽ ഉണ്ടായേക്കാം. സങ്കല്പത്തിലെ വ്യക്തികൾ വ്യത്യസ്തമായ വ്യക്തിത്വസവിശേഷതകളാൽ വായനക്കാരെ അത്ഭുതപ്പെടുത്തിയേക്കാം. പൊതുബോധനിർമ്മിതിയിലധിഷ്ഠിതമായ വിഗ്രഹങ്ങൾ ഉടഞ്ഞുവീണേക്കാം. അവ കൂടുതൽ തിളക്കത്തോടെ പ്രതിഷ്ഠിക്കപ്പെടാം. അങ്ങനെ കൂടുതൽ തിളങ്ങുന്നൊരു വ്യക്തിത്വമായി പി കൃഷ്ണപി

ള്ളയെന്ന വിപ്ലവകാരിയെ അനുവാചകഹൃദയങ്ങളിൽ പ്രതിഷ്ഠിക്കുന്ന കൃതിയാണ് കെ വി മോഹൻകുമാറിന്റെ *എടലാക്കുടി പ്രണയരേഖകൾ.*

2

കേരളത്തിലെ കമ്യൂണിസ്റ്റ്പാർട്ടിയുടെ സ്ഥാപകനേതാവെന്ന നിലയിൽ മാത്രമല്ല, പി കൃഷ്ണപിള്ള ചരിത്രപുരുഷനാകുന്നത്. കേരളത്തിന്റെ നവോത്ഥാന–രാഷ്ട്രീയചരിത്രങ്ങൾ പി കൃഷ്ണപിള്ളയുടെ ജീവിതവുമായി ഇഴ ചേർന്നുകിടക്കുന്നു. ഒന്നിൽനിന്നു മറ്റൊന്നിനെ വേർപെടുത്താനാവാത്തവിധം ശക്തമാണ് പി കൃഷ്ണപിള്ളയുടെ ജീവിതവും ആധുനികകേരളചരിത്രവും തമ്മിലുള്ള ബന്ധം.

സ്വാതന്ത്ര്യസമരസേനാനിയും ദേശാഭിമാനിയും നവോത്ഥാന പ്രവർത്തകനും മികച്ച സംഘാടകനും ട്രേഡ്‌യൂണിയൻ നേതാവുമായിരുന്നു പി കൃഷ്ണപിള്ള. 1906 ൽ വൈക്കം ക്ഷേത്രത്തിനടുത്താണ് കൃഷ്ണപിള്ള ജനിച്ചത്. കുട്ടിക്കാലത്തുതന്നെ അച്ഛനമ്മമാർ മരണപ്പെട്ടതോടെ പഠനം അഞ്ചാം ക്ലാസിൽ അവസാനിപ്പിച്ച് ജീവിതപ്രാരാബ്ധങ്ങളിലേക്കു കടക്കാൻ നിർബ്ബന്ധിതനായി. 1924 ലെ വൈക്കം സത്യഗ്രഹമാണ് കൃഷ്ണപിള്ളയെ പൊതുപ്രവർത്തനരംഗത്ത് സജീവമാക്കുന്നത്. വൈക്കം ക്ഷേത്രത്തിനുചുറ്റുമുള്ള റോഡുകളിലൂടെ സഞ്ചരിക്കാൻ അവർണ്ണർക്ക് സ്വാതന്ത്ര്യം നിഷേധിച്ചതിൽ പ്രതിഷേധിച്ചുനടന്ന വൈക്കം സത്യഗ്രഹത്തിൽ ആകൃഷ്ടനായ കൃഷ്ണപിള്ള ക്രമേണ ദേശീയവിമോചനപ്രസ്ഥാനത്തിന്റെ ഭാഗമായി. ദേശീയവാദിയാകുവാൻ അദ്ദേഹം ഹിന്ദി പഠനം നടത്തി; ഹിന്ദിപ്രചാരകനായി. ഹിന്ദി പഠിക്കാനായി അലഹബാദിലെത്തിയതാണ് തൊഴിലാളിപാർട്ടിയിലേക്ക് കടന്നുവരാൻ ഇടയാക്കിയത്. സൈമൺ കമ്മീഷനെതിരെ രാജ്യത്ത് പ്രക്ഷോഭം നടന്നതും കോൺഗ്രസ് സമ്മേളനം കൊല്ക്കത്തയിൽ നടക്കുമ്പോൾ വേദിക്കുമുന്നിൽ തൊഴിലാളികൾ പ്രകടനം നടത്തിയതും മീററ്റ് ഗൂഢാലോചന ക്കേസും മറ്റും ഇക്കാലയളവിലാണ് നടന്നത്. കേരളത്തിലേക്ക് മടങ്ങുന്നതിനുമുമ്പുതന്നെ ദേശീയപ്രസ്ഥാനവുമായി അദ്ദേഹം സജീവബന്ധം സ്ഥാപിച്ചിരുന്നു.

നാട്ടിലെത്തിയ കൃഷ്ണപിള്ള ഉപ്പു സത്യഗ്രഹത്തിൽ പങ്കെടുത്തു. കോഴിക്കോട് കടപ്പുറത്ത് നടന്ന നിയമലംഘനത്തിൽ പങ്കെടുത്ത കൃഷ്ണപിള്ള അറസ്റ്റിലായി. കണ്ണൂർ സെൻട്രൽ ജയിലിലടയ്ക്കപ്പെട്ട കൃഷ്ണപിള്ള ജയിൽ സൗകര്യങ്ങൾ മെച്ചപ്പെടുത്തണമെന്നാവശ്യപ്പെട്ട് സമരം ചെയ്തു. ജയിലിനെ രാഷ്ട്രീയചർച്ചയുടെ വേദിയാക്കി മാറ്റി.

തൊഴിലാളികളെയും കൃഷിക്കാരെയും യുവാക്കളെയും വിദ്യാർത്ഥികളെയും സംഘടിപ്പിക്കുകയെന്ന ലക്ഷ്യമാണ് കൃഷ്ണപിള്ളയ്ക്കുണ്ടായിരുന്നത്. തൊഴിലാളിയൂണിയനുകൾ രൂപീകരിക്കുന്നതോടൊപ്പം കോൺഗ്രസിനെ ശക്തിപ്പെടുത്തുന്ന പ്രവർത്തനങ്ങളിലും സജീവമായി.

1934 ൽ സോഷ്യലിസ്റ്റ് ചിന്താഗതിക്കാരായ ഒരു കൂട്ടം ചെറുപ്പക്കാർ ചേർന്ന് കോൺഗ്രസ് സോഷ്യലിസ്റ്റ് പാർട്ടി രൂപീകരിച്ചു. പാർട്ടിയുടെ ഒന്നാം സമ്മേളനത്തിൽ ജനറൽസെക്രട്ടറിയായി കൃഷ്ണപിള്ള തെരഞ്ഞെടുക്കപ്പെട്ടു.

ഉത്തരവാദഭരണത്തിനുവേണ്ടിയുള്ള സമരത്തിന്റെ ഭാഗമായി ആലപ്പുഴയിൽ നടന്ന തൊഴിലാളിസമരത്തിന്റെ മുഖ്യസംഘാടകൻ കൃഷ്ണപിള്ളയായിരുന്നു. തൊഴിലാളിനേതാവായി മാറിയ കൃഷ്ണപിള്ള 1937 ൽ രൂപംകൊണ്ട കേരളത്തിലെ ആദ്യത്തെ കമ്യൂണിസ്റ്റ് ഗ്രൂപ്പിന്റെ സെക്രട്ടറിയായി. 1939 ൽ പിണറായിയിൽ ചേർന്ന കോൺഗ്രസ് സോഷ്യലിസ്റ്റ് പ്രവർത്തകരുടെ യോഗം കേരളഘടകത്തെ ഇന്ത്യൻ കമ്യൂണിസ്റ്റ്പാർട്ടിയുടെ കേരളഘടകമാക്കി മാറ്റാൻ തീരുമാനിച്ചു. തുടർന്ന് ഒളിവിലായിരുന്നു പ്രവർത്തനം.

1940 സെപ്തംബർ 15 ന് മർദ്ദനപ്രതിഷേധദിനം ആചരിക്കാൻ കെ പി സി സി തീരുമാനിച്ചു. ഇടതുപക്ഷത്തിന് ഭൂരിപക്ഷമുണ്ടായിരുന്ന കെ പി സി സി സംഘടിപ്പിച്ച ആ ദിനാചരണത്തിന്റെ ഭാഗമായാണ് മൊറാഴ സംഭവം നടന്നത്. തുടർന്ന് ഒളിവിലായിരിക്കവേ വൈക്കത്തെത്തിയ കൃഷ്ണപിള്ളയെ പൊലീസ് അറസ്റ്റുചെയ്ത് കന്യാകുമാരിജില്ലയിലെ ശുചീന്ദ്രം ക്ഷേത്രത്തിനടുത്തുള്ള എടലാക്കുടി സബ്ജയിലിൽ തടവിലാക്കി.

കമ്യൂണിസ്റ്റ്പാർട്ടിക്കുമേലുള്ള നിരോധനം ബ്രിട്ടീഷ് ഗവൺമെന്റ് പിൻവലിച്ചതിനെത്തുടർന്ന് കൃഷ്ണപിള്ള രാഷ്ട്രീയരംഗത്ത് പരസ്യമായി സജീവമായി. പുന്നപ്ര-വയലാർ സമരത്തിന്റെയും മലബാറിലെ കർഷകസമരങ്ങളുടെയും സംഘാടനത്തിൽ അദ്ദേഹം നേതൃത്വം നല്കി.

1948 ൽ സ്വതന്ത്രഇന്ത്യയിലെ ഗവൺമെന്റ് കമ്യൂണിസ്റ്റ്പാർട്ടിയെ നിരോധിച്ചു. കൃഷ്ണപിള്ള ഒളിവിൽ പോയി. ഒളിവുജീവിതത്തിനിടയിലാണ് 1948 ആഗസ്ത് 19 ന് ഒരു കയർതൊഴിലാളിയുടെ വീട്ടിൽവച്ച് കൃഷ്ണപിള്ളയെ പാമ്പുകടിക്കുന്നതും അദ്ദേഹം വിടപറയുന്നതും.

3

ഒരു തികഞ്ഞ വിപ്ലവകാരിയുടെ സംഭവബഹുലമായ ജീവിതം സ്വാഭാവികമായും ആവേശജനകമായിരിക്കുമല്ലോ. വിപ്ലവകാരികളെ മാതൃകകളാക്കാനും ആദർശവല്ക്കരിക്കാനും ശ്രമിക്കുന്നതിനിടയിൽ പലപ്പോഴും അവരുടെ മനുഷ്യസഹജമായ ജീവിതത്തിന്റെ ശക്തി ദൗർബല്യങ്ങളും സൂക്ഷ്മവൈകാരികതകളും മറ്റും അവഗണിക്കപ്പെടും. കമ്യൂണിസ്റ്റുകാരുടെ ത്യാഗപൂർണ്ണമായ ജീവിതത്തിലെ ധീരതകൾ അടങ്ങുന്ന ഒരു ഭാഗം മാത്രമാണ് പലപ്പോഴും അവതരിപ്പിക്കപ്പെടുക. അത് ചരിത്രരേഖയായാലും ഭാവനാംശംകൂടി ഉൾക്കൊള്ളുന്ന വ്യക്തിചിത്രങ്ങളായാലും പൊതുവെ അങ്ങനെയാണ്.

നിങ്ങളെന്നെ കമ്യൂണിസ്റ്റാക്കി എന്ന തോപ്പിൽഭാസിയുടെ നാടകത്തെ വിലയിരുത്തുമ്പോൾ കമ്യൂണിസ്റ്റുകാരെ അവതരിപ്പിക്കുന്നത് സംബന്ധിച്ച് ഇ എം എസിന്റെ ശ്രദ്ധേയമായ ഒരു നിരീക്ഷണം ഇങ്ങനെയാണ്:

> അച്ചടിഭാഷയിൽ രാഷ്ട്രീയവും തിയറിയും പ്രസംഗിക്കാൻവേണ്ടി ജനിച്ചൊരു ജീവിയാണ് മാത്യു. ഗോപാലനാകട്ടെ, അതോടൊപ്പം പ്രേമിക്കുക കൂടി ചെയ്യുന്നുണ്ട്. ഇങ്ങനെ അച്ചടിഭാഷയിൽ പ്രസംഗിക്കാനും പ്രേമിക്കാനും മാത്രമറിയുന്ന അതും മാലയെപ്പോലൊരു ഉശിരത്തിപ്പെൺകിടാവിന്റെ പ്രേമം മനസ്സിലാക്കാനുള്ള സാമാന്യ ബുദ്ധിപോലുമില്ലാത്ത – ആളുകളാണ് കമ്യൂണിസ്റ്റുകാരെങ്കിൽ അവർക്കിത്ര വമ്പിച്ച പ്രസ്ഥാനം സൃഷ്ടിക്കാൻ കഴിയുമോ? ബഹുജനഹൃദയത്തിലേക്കിറങ്ങിച്ചെന്ന് അവരുടെ ഭാഷ സ്വന്തം ഭാഷയാക്കാനും അവരുടെ ജീവിതം സ്വന്തമാക്കാനുമുള്ള കഴിവാണ് കമ്യൂണിസ്റ്റുകാരെ ബഹുജനനേതാക്കന്മാരാക്കുന്നതെന്ന് ഏതു കമ്യൂണിസ്റ്റുപ്രവർത്തകനെയും യഥാർത്ഥ ജീവിതത്തിൽ കണ്ടിട്ടുള്ളവർക്കറിയാം. പക്ഷേ, അതാണ്, മാത്യുവിനും ഗോപാലനുമില്ലാത്തത്. ഇതാകട്ടെ, *നിങ്ങളെന്നെ കമ്യൂണിസ്റ്റാക്കി*യിലെ ഗോപാലനും മാത്യുവിനും മാത്രമുള്ള കുറവല്ല. *നമ്മളൊന്നി*ലെ ശങ്കുണ്ണിക്കും മുഹമ്മദിനും *ഇൻക്വിലാബിന്റെ മക്കളി*ലെ ഫ്രാൻസിസിനുമൊക്കെ ഇതേ നിർജ്ജീവത്വമുണ്ടെന്നുകാണാം. വാസ്തവം പറയുകയാണെങ്കിൽ കമ്യൂണിസ്റ്റുകാരനെ കമ്യൂണിസ്റ്റുകാരനെന്ന നിലയ്ക്ക് മാത്രം ചിത്രീകരിച്ചിട്ടുള്ള നാടകങ്ങളിലെല്ലാം ഈ കുറവ് വന്നുകാണുന്നുണ്ട്. കാരണമെന്താണെന്ന് പരിശോധിച്ചാൽ കാണുന്ന സംഗതി യഥാർത്ഥജീവിതത്തിൽ കമ്യൂണിസ്റ്റുകാരുണ്ടാകുന്നതും വളരുന്നതും എങ്ങനെയെന്ന് സത്യസന്ധമായി പഠിച്ച് അവരുടെ വളർച്ചയുടെ സാഹചര്യങ്ങൾ ശരിയായി ചിത്രീകരിക്കാൻ സാമൂഹ്യപരിവർത്തന നാടകകാരന്മാർ ഇതേവരെ ശ്രമിച്ചിട്ടില്ലാത്തതാണെന്നു കാണാം. ഉയർന്നവർഗ്ഗങ്ങളിൽ ജനിച്ച ബുദ്ധിജീവിയായാലും കൊള്ളാം, ഫാക്ടറിയിൽ പണിയെടുക്കുന്ന വ്യവസായതൊഴിലാളിയായാലും കൊള്ളാം, വയലിൽ വേലചെയ്യുന്ന കൃഷിക്കാരനും കർഷകത്തൊഴിലാളിയുമായാലും കൊള്ളാം, ഒരാൾ കമ്യൂണിസ്റ്റുകാരനാവുന്നത് തന്റെ ചുറ്റുപാടുകളോട് പടവെട്ടിയാണ്. ആ പടവെട്ടലിലാകട്ടെ, അയാൾ പലഘട്ടങ്ങളെയും പിന്നിട്ടുപോകുന്നുണ്ട്; ചില പരീക്ഷണങ്ങളെയും നേരിടുന്നുണ്ട്. ഈ പരീക്ഷണങ്ങളിൽ ചിലതിലയാൾ ജയിക്കുന്നു; മറ്റു ചിലതിൽ പരാജയപ്പെടുന്നു – ഈ വളർച്ച കണ്ടാൽമാത്രമേ കമ്യൂണിസ്റ്റുകാരനെന്ന ഒരു സാധാരണ മനുഷ്യനായി, അടിക്കടി വളർന്നുവരുന്ന ഒരു മനുഷ്യനായി, ഒരു സാധാരണ മനുഷ്യനുള്ള

> എല്ലാ കഴിവുകളുമുള്ളതെങ്കിലും കഴിവുകൾ കൂട്ടാനും കുറവുകളില്ലാതാക്കാനും ശ്രമിക്കുന്ന ഒരു വ്യക്തിയായി കാണാൻ കഴിയുകയുള്ളൂ. അപ്പോൾ മാത്രമേ, അയാളൊരു ജീവനുള്ള കഥാപാത്രമായി പ്രത്യക്ഷപ്പെടുകയുള്ളൂ.

മനുഷ്യരുടെ ശക്തിദൗർബല്യങ്ങൾക്കതീതരല്ല കമ്യൂണിസ്റ്റുകാർ എന്ന ബോധം സാമൂഹ്യപ്രമേയങ്ങൾ ആവിഷ്കരിക്കുന്ന ഭാവനാധിഷ്ഠിതകൃതികളിലും ഉണ്ടാവണമെന്നതാണ് താല്പര്യം. പല കമ്യൂണിസ്റ്റ്പാർട്ടി പ്രവർത്തകരെയും നേതാക്കളെയും സംബന്ധിച്ച് നിലനിന്നുപോരുന്ന സങ്കല്പങ്ങളിൽ അതിഗൗരവവും ഏറക്കുറെ പരുക്കനുമായ സ്വഭാവത്തിനുടമകളായാണ് ചിത്രീകരണം. എന്നാൽ പ്രണയവും സങ്കടവും വേദനയും സ്നേഹവും അടങ്ങുന്ന മാനുഷികഭാവങ്ങളെ ആഴത്തിൽ അനുഭവിക്കുന്നവരാണവരെന്ന് അവരുടെ ജീവിതം തെളിയിക്കുന്നുണ്ട്.

കമ്യൂണിസ്റ്റ് കഥാപാത്രസൃഷ്ടി സംബന്ധിക്കുന്ന ഇ എം എസിന്റെ വിമർശനത്തെ മറികടക്കുന്ന നോവലാണ് കെ വി മോഹൻകുമാറിന്റെ *എടലാക്കുടി പ്രണയരേഖകൾ.*

4

1948 ആഗസ്ത് 19 ന്റെ ചരിത്രദുരന്തത്തിൽനിന്നാണ് നോവൽ ആരംഭിക്കുന്നത്. പി കൃഷ്ണപിള്ള പാമ്പുകടിയേറ്റ് ജീവിതാന്ത്യത്തിലേക്കു നീങ്ങുന്ന നിമിഷങ്ങളിലൂടെയാണ് നോവലിന്റെ തുടക്കം. "കണ്ണുകളിൽ ഇരുട്ട് വ്യാപിക്കുന്നു. എന്റെ ശരീരമാകെ തളരുകയാണ്. എന്തു സംഭവിക്കുമെന്ന് എനിക്കറിയാം. സഖാക്കളേ മുന്നോട്ട്'' എന്ന അന്ത്യനിമിഷത്തിലെ വാക്കുകൾ, കേവലം വാക്കുകളായല്ല കേരളം ഏറ്റെടുത്തത്. അദ്ദേഹത്തിന്റെ ആഹ്വാനമനുസരിച്ച് കേരളം 'മുന്നോട്ടു' പോയി. ഐക്യകേരളത്തിലെ ആദ്യ പൊതുതിരഞ്ഞെടുപ്പിൽ കമ്യൂണിസ്റ്റ്പാർട്ടി അധികാരത്തിലെത്തുന്നതും കേരളത്തെ വിപ്ലവകരമായി പരിവർത്തനപ്പെടുത്തിയ, കൃഷിഭൂമി കർഷകനു ലഭ്യമാക്കിയതുൾപ്പെടെയുള്ള നിയമങ്ങൾക്കു രൂപംകൊടുക്കുന്നതും കേരളം സാമൂഹ്യപുരോഗതിക്ക് മാതൃകയാവുന്നതും ആ വാക്കുകൾ ഏറ്റെടുത്തുകൊണ്ടാണ്. ഫ്യൂഡൽ സാമൂഹ്യവ്യവസ്ഥിതിക്കുള്ളിൽനിന്ന് കേരളത്തെ മോചിപ്പിച്ച്, മുന്നോട്ടു നയിച്ചുകൊണ്ടിരിക്കുന്ന കമ്യൂണിസ്റ്റ്പാർട്ടിയുടെ ആവേശവും കേരളത്തിന്റെ വികാരവുമായി ഇന്നും പി കൃഷ്ണപിള്ള ജനഹൃദയങ്ങളിൽ ജീവിക്കുകയാണ്. ആ വിപ്ലവകാരിയുടെ ജീവിതത്തിലെ ഒരു ചെറിയ ഭാഗമാണ് ഹൃദയസ്പർശിയായി കെ വി മോഹൻകുമാർ അവതരിപ്പിക്കുന്നത്.

അന്ത്യനിമിഷങ്ങളിൽ കൃഷ്ണപിള്ളയുടെ മനസ്സിന്റെ സഞ്ചാരങ്ങ

ളോടൊപ്പം നോവലിസ്റ്റ് യാത്രചെയ്യുന്നു. നാല്പത്തിയാറുവർഷം മാത്രം പ്രായമുള്ള ആ ജീവിതത്തിലെ വൈയക്തിക നിമിഷങ്ങളിലൂടെയുള്ള ആ യാത്രയാണ് നോവലിന്റെ പ്രമേയത്തിലേക്കെത്തിക്കുന്നത്.

വൈക്കം ക്ഷേത്രത്തിനുസമീപമുള്ള പറൂർ തറവാട്ടിലാണ് കൃഷ്ണ പിള്ള ജനിക്കുന്നത്. മയിലേഴത്തു മണ്ണംപിള്ളി നാരായണൻനായരും പാർവ്വതിയുമായിരുന്നു അച്ഛനമ്മമാർ. പഴയ മലബാറിലെ അധികാരിക്കു തുല്യമായ പാർവത്യക്കാരനായിരുന്നതിനാൽ പാർവത്യാരു നാറാപിള്ള എന്നാണ് അദ്ദേഹം അറിയപ്പെട്ടത്. കൃഷ്ണപിള്ളയുടെ പതിമൂന്നാം വയസ്സിൽ വസൂരി പിടിപെട്ട് അമ്മയും ഒരുവർഷം കഴിഞ്ഞപ്പോൾ അച്ഛനും മരണപ്പെടുന്നു. പതിമൂന്നുവയസ്സുകാരന്റെ അനാഥത്വം അന്ത്യനിമിഷങ്ങളിൽ ആ മനസ്സിലേക്കു കടന്നുവരുന്നു. "വസൂരിക്കല പടർന്ന അമ്മ നടവഴികൾ താണ്ടി നടന്നുവരുന്നു. പാർവത്യാരുനാറാപിള്ള വാണ പറൂർ തറവാട്ട്പറമ്പിലെ പട്ടടയിൽ വസൂരി ചിതലരിച്ച മുഖം പൊന്തിച്ച് അമ്മ എത്തിനോക്കുന്നു." പട്ടടയിൽ കത്തിയെരിയുന്ന അമ്മയെ ചിത കത്തിയമരുംവരെ കണ്ണെടുക്കാതെ നോക്കിനിന്ന പതിമൂന്നു വയസ്സുകാരൻ കേരളത്തിന്റെ സാമൂഹ്യമുന്നേറ്റത്തിലെ നായകപ്പോരാളിയായി മാറുന്നത് കേരളത്തിന്റെ ചരിത്രമാണ്. ക്രൂരമായ പൊലീസ് മർദ്ദനങ്ങൾക്കുവിധേയനാവുന്നതും ജയിൽവാസവുമെല്ലാം ചലിക്കുന്ന ചിത്രങ്ങളായി മനസ്സിലേക്കു കടന്നുവരുന്നു. അതിനിടയിലെ ഒരു ചിത്രത്തെയാണ് നോവലിസ്റ്റ് വികസിപ്പിക്കുന്നത്. തങ്കമ്മയെ കാണാൻ മരണാസന്നനായ കൃഷ്ണപിള്ള കൊതിക്കുന്നു.

1940 ൽ മൊറാഴ സംഭവത്തിനുശേഷം ഏതാനും ആഴ്ചകൾ കഴിഞ്ഞ് ഒളിവിൽ വൈക്കത്തെത്തുന്ന പി കൃഷ്ണപിള്ള പൊലീസിന്റെ പിടിയിലാവുന്നുണ്ടല്ലോ. സർ സി പിയുടെ പൊലീസ് അദ്ദേഹത്തെ എടലാക്കുടി സബ് ജയിലിലാണ് തടവിലാക്കിയത്. ഈ ജയിൽവാസത്തിനിടയിലാണ് തികച്ചും അവിചാരിതമായ ഒരു ആത്മബന്ധം കൃഷ്ണപിള്ളയ്ക്ക് തങ്കമ്മയുമായി രൂപപ്പെടുന്നതും പിന്നീട് ഇരുവരും വിവാഹിതരാവുന്നതും.

എടലാക്കുടി ജയിലിൽ കഴിയുമ്പോൾ പുറംലോകവുമായി ബന്ധപ്പെടാൻ കൃഷ്ണപിള്ള നടത്തിയ ശ്രമങ്ങളുടെ ഭാഗമായാണ് തങ്കമ്മയുമായുള്ള ബന്ധം അവിചാരിതമായി രൂപപ്പെടുന്നത്. പാർട്ടിസഖാക്കളുമായി ആശയവിനിമയം നടത്തണം. അത് പൊലീസിന്റെ കണ്ണിൽപെടാതിരിക്കണം. ഹിന്ദിഭാഷയിലുള്ള അറിവ് അതിനു പ്രയോജനപ്പെടുത്താം. പക്ഷേ, ഹിന്ദി അറിയുന്നൊരാളെ പുറത്തുനിന്ന് കണ്ടെത്തണം. അതിനുള്ള ശ്രമമാണ് ഒരു പൊലീസുകാരനെ കബളിപ്പിച്ച് അയാളെ ഉപയോഗിച്ച് കൃഷ്ണപിള്ള നടത്തിയത്. അങ്ങനെ പതിനേഴുവയസ്സുകാരിയായ, ഹിന്ദി അറിയുന്ന തങ്കമ്മ എന്ന പെൺകുട്ടി പുറംലോകത്തെ പാർട്ടിസഖാക്കളുമായി കൃഷ്ണപിള്ളയ്ക്ക് ബന്ധപ്പെടാനുള്ള കണ്ണിയായി മാറുന്നു. പരസ്പരം കണ്ടിട്ടില്ലാത്ത, കേട്ടുപരിചയം പോലുമില്ലാത്ത രണ്ടുപേർക്കി

ടയിൽ രൂപപ്പെടുന്ന ആത്മസൗഹൃദമാണ് പ്രണയമായി വളരുന്നത്.

ജയിലിനുള്ളിൽ നാമ്പിടുന്ന പ്രണയം തീക്ഷ്ണവികാരമായി അവതരിപ്പിച്ച ഒരെഴുത്തുകാരൻ ബഷീറാണ്. മതിലുകളിൽ ഇരുപ്രണയികളും ജയിലിനുള്ളിലാണ്. ഒരു കൂറ്റൻമതിൽക്കെട്ടിനപ്പുറവും ഇപ്പുറവുമായി വളർന്ന ആ പ്രണയത്തിന് പുറംലോകത്തേക്ക് വികസിക്കാനായില്ല. ജയിലിനുള്ളിൽ പരസ്പരം കാണാതെ അവരിരുവരും സംസാരിച്ചു; പരിഭവിച്ചു; പ്രണയം പങ്കുവച്ചു. ഇവിടെ കൃഷ്ണപിള്ളയും തങ്കമ്മയും പരസ്പരം കാണാതെ, നേരിൽ സംസാരിക്കാതെ ഉള്ളിലെ പ്രണയത്തെ വളർത്തുകയാണ്.

തങ്കമ്മ പൊലീസുകാരന്റെ കൈവശം കൊടുത്തുവിടുന്ന ഹിന്ദി പുസ്തകങ്ങൾക്കുള്ളിൽ ഹിന്ദിയിലെഴുതിയ സന്ദേശങ്ങൾ കൃഷ്ണപിള്ള തങ്കമ്മയ്ക്കു നല്കും. അവയിലധികവും പാർട്ടി സഖാക്കളോടുള്ള ആശയവിനിമയങ്ങളാണ്. അവ കൃത്യമായി എത്തേണ്ടിടങ്ങളിൽ എത്തിക്കുകയെന്ന ദൗത്യവും തങ്കമ്മ ഏറ്റെടുക്കുന്നു. അങ്ങനെ തങ്കമ്മ എന്ന പതിനേഴുകാരി കമ്യൂണിസ്റ്റ്പാർട്ടിപ്രവർത്തകയായി മാറുകയാണ്. അതിനിടയിലാണ് ഇരുവരുടെയും സൗഹൃദം പ്രണയമായി രൂപപ്പെടുന്നത്. എടലാക്കുടി ജയിലിൽ നിന്നിറങ്ങിയതിനു തൊട്ടടുത്ത ദിവസം സബ്രജിസ്ട്രാർ ഓഫീസിൽ ഇരുവരും വിവാഹിതരായി.

5

പി കൃഷ്ണപിള്ളയെന്ന ധീരവിപ്ലവകാരിയുടെ ജീവിതത്തിലെ ഒരു സന്ദർഭത്തെ ആകർഷകമായവിധത്തിൽ യാഥാർത്ഥ്യത്തിന്റെ സൂക്ഷ്മതകൾ ചോർന്നുപോകാതെതന്നെ ഭാവനാത്മകമായി വികസിപ്പിക്കാൻ നോവലിസ്റ്റിനു കഴിഞ്ഞിട്ടുണ്ട്. അതിഭാവുകത്വത്തിന്റെയോ അതിശയോക്തികളുടെയോ സ്പർശം പോലുമില്ലാതെ യഥാതഥമായും അതേസമയം പ്രണയതീവ്രമായ ആൺ–പെൺ മനസ്സുകളുടെ വൈകാരികമുഹൂർത്തങ്ങളെ അവഗണിക്കാതെയുമാണ് പ്രമേയം അവതരിപ്പിച്ചിരിക്കുന്നത്. ഇ എം എസിന്റെ വിമർശനത്തിൽ മുമ്പ് നിരീക്ഷിച്ചതുപോലെയുള്ള അതിമാനുഷികമോ അമാനുഷികമോ ആയ വ്യക്തിത്വമല്ല, ഒരു കമ്യൂണിസ്റ്റുകാരന്റേത് എന്ന തിരിച്ചറിവ് നോവലിസ്റ്റിനുണ്ട്. അതുകൊണ്ടാണ് കൃഷ്ണപിള്ളയെ ഒരു സാധാരണ മനുഷ്യനായി അദ്ദേഹം കടന്നുപോയ പ്രണയ സന്ദർഭങ്ങളിൽ അവതരിപ്പിക്കാൻ നോവലിസ്റ്റിനു കഴിയുന്നത്.

പൊലീസുകാരൻ തങ്കമ്മയോട് ഹിന്ദിപുസ്തകം ആവശ്യപ്പെടുമ്പോൾ അത് ആർക്കുവേണ്ടിയെന്നോ എന്തിനുവേണ്ടിയെന്നോ തങ്കമ്മ അറിയുന്നില്ല. ആ പുസ്തകം തിരിച്ചുകിട്ടുമ്പോൾ അതിൽ ഹിന്ദിയിൽ രേഖപ്പെടുത്തിയ 'നിങ്ങളുടെ പേരെന്താണ്' എന്ന ചോദ്യം തങ്കമ്മയിൽ അനിഷ്ടമാണുണ്ടാക്കുന്നത്. എന്നാൽ, പിന്നീട് കൃഷ്ണപിള്ളയുടെ ഉദ്ദേശ്യം വ്യക്തമാകുന്നതോടെ അദ്ദേഹത്തിന്റെ വിപ്ലവപ്രവർത്തനത്തിലെ

സജീവപങ്കാളിയായി ജയിലിനുപുറത്ത് തങ്കമ്മ മാറുകയാണ്. ഇവിടെ വിപ്ലവകാരിയായ പുരുഷനെ സഹായിക്കുന്ന പെണ്ണ് എന്ന നിലയിലല്ല തങ്കമ്മയുടെ പങ്ക്. മറിച്ച്, കൃഷ്ണപിള്ളയോടൊപ്പം തന്നെ വിപ്ലവത്തിന്റെ അനിവാര്യത തിരിച്ചറിയുന്നൊരു വ്യക്തിയായി ആ ചെറിയ പെൺകുട്ടി മാറുകയാണ്.

കമ്യൂണിസത്തെ സംബന്ധിക്കുന്ന ആശയപരമായ പാഠങ്ങളൊന്നും അക്കാലത്ത് തങ്കമ്മയ്ക്ക് അറിയില്ല. കൃഷ്ണപിള്ള എഴുതുന്നതിൽ അത്തരം കാര്യങ്ങൾ പലതും മനസ്സിലാകുന്നതുമില്ല. എന്നാൽ, അടിമത്തവും വിവേചനവും അനുഭവിക്കുന്ന ബഹുഭൂരിഭാഗം വരുന്ന ജനതയുടെ വിമോചനം അനിവാര്യമാണെന്ന ബോധം തങ്കമ്മയിൽ ജനിക്കുന്നു. അതിന് താനും ശ്രമിക്കേണ്ടതുണ്ടെന്ന് തങ്കമ്മ തിരിച്ചറിയുന്നു. പ്രണയം സാമൂഹ്യ–രാഷ്ട്രീയബോധനിർമ്മിതിയും വികാസവുമായി പരിണമിക്കുകയും അതിലൂടെ പ്രണയം സജീവമാകുകയും ചെയ്യുന്നതിന്റെ അസാധാരണ അവതരണരീതിയാണ് നോവലിൽ പ്രകടമാകുന്നത്. തികഞ്ഞ രാഷ്ട്രീയധാരണയുള്ളൊരു എഴുത്തുകാരനുമാത്രമേ ഇത്തരമൊരു അവതരണം സാദ്ധ്യമാകൂ.

പി കൃഷ്ണപിള്ളയെ കേന്ദ്രസ്ഥാനത്തുനിർത്തിയാണ് കഥ മുന്നോട്ടുപോകുന്നതെങ്കിലും നോവലിൽ പ്രധാന കഥാപാത്രം തങ്കമ്മ തന്നെയാണ്. പുരുഷന്റെ നിഴലായും പിന്നിലെ ശക്തിയായും മാത്രം അവതരിപ്പിച്ച് രണ്ടാംതരക്കാരിയാക്കി വളർത്തിയെടുത്ത സ്ത്രീ കഥാപാത്രസങ്കല്പത്തെ തങ്കമ്മയോടുള്ള നോവലിസ്റ്റിന്റെ സമീപനം പൊളിച്ചെഴുതുന്നു. സ്വതന്ത്രവ്യക്തിത്വമുള്ള കഥാപാത്രമായി തങ്കമ്മ നോവലിൽ ജീവിക്കുന്നു. ആദ്യമായി കൃഷ്ണപിള്ളയെ കാണുന്ന സന്ദർഭം, കൃഷ്ണപിള്ള ഏല്പിച്ച രേഖകൾ സി ഒ മാത്യുവിന് കൈമാറുന്നതിൽ പുലർത്തുന്ന ജാഗ്രത, ജയിലിൽ നിന്നിറങ്ങി വീട്ടിലെത്തുന്ന കൃഷ്ണപിള്ളയെ കാണുന്ന സന്ദർഭത്തിലെ വിവേകപൂർണ്ണമായ പക്വത, സാമൂഹ്യവിമോചനത്തിനായുള്ള പോരാട്ടം തന്റെയും ഉത്തരവാദിത്വമാണെന്ന തിരിച്ചറിവോടെയുള്ള വിപ്ലവപ്രവർത്തനം തുടങ്ങി നിരവധി സന്ദർഭങ്ങൾ തങ്കമ്മ സ്വതന്ത്രവ്യക്തിത്വമുള്ള സ്ത്രീയെന്ന് ബോദ്ധ്യപ്പെടുത്താൻ പര്യാപ്തമാകുംവിധം നോവലിസ്റ്റ് കണ്ടെത്തി അവതരിപ്പിക്കുന്നു.

ജയിലിൽനിന്നിറങ്ങിയശേഷം തങ്കമ്മയെ വിവാഹം ചെയ്യാനുള്ള ആഗ്രഹം തങ്കമ്മയുടെ അച്ഛനുമുന്നിൽ കൃഷ്ണപിള്ള അവതരിപ്പിക്കുന്ന സന്ദർഭം നോക്കുക: "ഒരു കാര്യം പറയാം. ജീവിതത്തിൽ ഞാൻ കല്യാണം കഴിക്കുന്നെങ്കിൽ അത് തങ്കമ്മയെ ആയിരിക്കും. തങ്കമ്മയ്ക്കെന്നെ ഇഷ്ടമുള്ളിടത്തോളം ഞാനല്ലാതെ വേറൊരാളും തങ്കമ്മയുടെ കഴുത്തിൽ താലി ചാർത്തുകയില്ല." ഇത് ഒരു കമ്യൂണിസ്റ്റുകാരന്റെ നിശ്ചയദാർഢ്യവും സ്ത്രീകളോടുള്ള സമീപനവും വെളിപ്പെടുന്ന സന്ദർഭമാണ്. തനിക്ക് ഇഷ്ടമുള്ളതുകൊണ്ടുമാത്രം തങ്കമ്മയെ വിവാഹം കഴിക്കണമെന്നല്ല കൃഷ്ണപിള്ള പറയുന്നത്. "തങ്കമ്മയ്ക്ക് എന്നെ ഇഷ്ടമുള്ളിട

ത്തോളം" എന്ന പ്രയോഗം ഏറെ അർത്ഥവത്താണ്.

ഒരു കമ്യൂണിസ്റ്റുകാരന്റെ 'ഗുണം' എന്ന വിശേഷണം ഒരുപാട് ചരിത്രമുഹൂർത്തങ്ങളിൽ പ്രകടിപ്പിച്ച വിപ്ലവകാരിയാണ് പി കൃഷ്ണപിള്ള. ആദർശാത്മക ജീവിതത്തിന്റെയും മാതൃകാ കമ്യൂണിസ്റ്റിന്റെയും പ്രതീകമായി അദ്ദേഹത്തെ കമ്യൂണിസ്റ്റ് വിരുദ്ധരുൾപ്പെടെ അംഗീകരിക്കുന്നുണ്ട്. ആ അംഗീകാരത്തിനുപിന്നിൽ മാറിയ കേരളസമൂഹത്തിലെ കമ്യൂണിസ്റ്റ്പാർട്ടി പ്രവർത്തകർക്കുനേരെയുള്ള വിമർശനവും ആക്ഷേപവും ദുരുദ്ദേശ്യത്തോടെ ലക്ഷ്യമാക്കുന്നവരുമുണ്ട്. ചരിത്രബോധമില്ലായ്മയും അന്ധമായ കമ്യൂണിസ്റ്റ് വിരോധവും അതതു സാമൂഹ്യസാഹചര്യവുമായി ബന്ധപ്പെടുത്തി വസ്തുതകളെ വിലയിരുത്തുന്നതിലെ ശേഷിക്കുറവും ബോധപൂർവ്വമായ ദുരാരോപണങ്ങളുമെല്ലാം അതിനു പിന്നിലുണ്ട്.

ചരിത്രത്തിലിടം നേടിയ മഹത് വ്യക്തിത്വങ്ങളെയടക്കം ബാലിശമായ വാദങ്ങളാൽ ആക്ഷേപിക്കുന്ന ചരിത്രനിഷേധത്തിന്റെ കാലം കൂടിയാണിത്. ഈ സന്ദർഭത്തിൽ കേരളം കണ്ട മഹാനായ വിപ്ലവകാരിയുടെ പ്രണയജീവിതത്തെ മുൻനിർത്തി എഴുതപ്പെട്ട നോവൽ എന്ന നിലയിൽ *എടലാക്കുടി പ്രണയരേഖകൾക്ക്* കാലികമായും ചരിത്രപരമായുമുള്ള ദൗത്യം നിർവ്വഹിക്കുന്നുവെന്ന സവിശേഷതയ്ക്കുകൂടി അവകാശമുണ്ട്.

ആ പ്രണയരേഖകൾ തേടി എടലാക്കുടിയിലേക്ക്

ഗോപി നാരായണൻ

എഴുപതാണ്ടിനുശേഷവും എടലാക്കുടിക്ക് മ്ലാനമുഖമാണ്. കാറ്റു നിലച്ച ആ കടലോരഗ്രാമത്തിലെ കനത്ത നിശ്ശബ്ദതയിൽ പ്രായമേറിയ ആൽമരത്തിലെ ഇലകൾ തമ്മിൽ എന്തൊക്കെയോ മന്ത്രിക്കുന്നു. സ്നേഹിച്ചുതീരാത്ത ആ പ്രണയികളുടെ ആത്മാക്കൾ ആരുമറിയാതെ മൗനത്തിന്റെ ഭാഷയിൽ സംവദിക്കുകയാവുമോ?

എടലാക്കുടിയിലെ തടവറയിൽനിന്ന് സ. കൃഷ്ണപിള്ളയ്ക്ക് ആരോരുമറിയാതെ കേരളത്തിലെ സഖാക്കളിലേക്ക് ഹൃദയംകൊണ്ട് എത്തിച്ചേരാനുള്ള പാലമായിരുന്നു ശുചീന്ദ്രത്തെ തങ്കമ്മ എന്ന പതിനേഴുകാരിയുമായുള്ള പ്രണയം. സെല്ലിനുള്ളിൽ പൂവിട്ട പ്രണയത്തിന്റെ നിശ്വാസങ്ങൾ കെ വി മോഹൻകുമാർ *എടലാക്കുടിയിലെ പ്രണയരേഖകൾ* എന്ന നോവലിൽ പകർത്തിയപ്പോൾ അത് സുന്ദരമായൊരു ചരിത്രാഖ്യായികയായി. ചരിത്രത്തിന്റെ ഏടുകളിൽനിന്ന് താൻ വായിച്ചെടുത്ത എടലാക്കുടിയുടെ ഭൂമിക നേരിൽ കാണാൻ നോവലിസ്റ്റ് എത്തിയത് ശതാവതാനി സെയ്ഗു തമ്പി പാവലാർ ഗവ. ഹയർ സെക്കന്ററി സ്കൂളിൽ. നാനൂറോളം കുട്ടികൾ പഠിക്കുന്ന സ്കൂളും രജിസ്ട്രാർ ഓഫീസും പോസ്റ്റാപ്പീസും പ്രവർത്തിക്കുന്ന ആ കെട്ടിടസമുച്ചയം ഏഴു പതിറ്റാണ്ടിനു മുമ്പ് ക്രിമിനൽപ്പുള്ളികളെ തടവിലിട്ടിരുന്ന ജയിലായിരുന്നുവെന്നത് ഇന്നത്തെ തലമുറയ്ക്ക് അജ്ഞാതമായ കാര്യം. കേരളത്തിലെ പൊതുവിദ്യാഭ്യാസ ഡയറക്ടർ കൂടിയായ നോവലിസ്റ്റ് വന്നത് ചരിത്രത്തിന്റെ വേരുകൾ തേടിയാണെന്നറിഞ്ഞപ്പോൾ അവിടുത്തെ അദ്ധ്യാപകർക്കും കുട്ടികൾക്കും കൗതുകമായി.

പൂട്ടിക്കിടന്ന മുറികൾ തുറക്കപ്പെട്ടു. തങ്ങൾ പഠിക്കുന്നത് പോയ കാലത്തെ ഒരു തടവറയിലാണെന്ന കാര്യം കുട്ടികൾക്ക് വിശ്വസിക്കാനാ

യില്ല. വളരെകാലമായ തഴുതിട്ട് കിടന്നിരുന്ന ഇരുണ്ട സെല്ലുകളിലൊന്നിൽ വെളിച്ചം കടന്നുചെന്നപ്പോൾ എല്ലാവരും പെട്ടെന്ന് നിശ്ശബ്ദരായി. മനുഷ്യജീവനുകൾ പിടഞ്ഞമർന്ന കനത്ത തൂക്കുകയർ ചുറ്റിയിരുന്ന കപ്പി അനക്കമില്ലാതെ തൂങ്ങിക്കിടക്കുന്നു. സ്വാതന്ത്ര്യസമരകാലത്ത് രാജ്യദ്രോഹികളെന്ന് മുദ്രകുത്തി തുറുങ്കലിലടച്ചവരെ തൂക്കിലേറ്റിയിരുന്ന അദൃശ്യമായ കൊലക്കയറിന്റെ സാന്നിദ്ധ്യം.

അടഞ്ഞുകിടക്കുന്ന സെല്ലുകൾ പിന്നെയുമുണ്ട്. തങ്കത്തിന്റെ പ്രണയലേഖനങ്ങൾക്കായി നിമിഷങ്ങളെണ്ണിക്കഴിഞ്ഞ സ. കൃഷ്ണപിള്ള കിടന്ന സെൽ ഇതിലേതായിരിക്കാം? അവിടുത്തെ അദ്ധ്യാപകർക്കോ സ്ഥലവാസികൾക്കോ അജ്ഞാതമാണത്. കനത്ത ഭിത്തികളുടെ പെയിന്റ് മാറ്റിയടിച്ചതും വൈദ്യുതീകരിച്ചതുമൊഴിച്ചാൽ ബാക്കിയെല്ലാം പഴയതുപോലെ. ജനാലകളില്ലാത്ത ക്ലാസുമുറികളുടെ വാതിലുകൾ ജയിലഴികളാണ്. വസ്തുത അപ്പോഴാണ് കുട്ടികൾ തിരിച്ചറിഞ്ഞത്. മംഗലാപുരത്തെ ബാസൽമിഷൻ കമ്പനിയുടെ ഓടുകളിലൊന്നുപോലും ഇളകിയിട്ടില്ല. ഇരുമ്പിനെ തോല്പിക്കുന്ന ബലമുണ്ട് കഴുക്കോലിനും പട്ടികയ്ക്കും.

ഒളിവിൽ കഴിയുന്നതിനിടെ വൈക്കത്തുനിന്ന് അറസ്റ്റുചെയ്ത് തിരുവനന്തപുരത്തേക്കു കൊണ്ടുപോയ സ.കൃഷ്ണപിള്ളയെക്കുറിച്ച് കേരളത്തിലെ സഖാക്കൾക്ക് പിന്നീടൊരു വിവരവും കിട്ടിയിരുന്നില്ല. കൃഷ്ണപിള്ളയെ തിരുവിതാംകൂർ പൊലീസ് കൊന്നുകളഞ്ഞതായി വാർത്ത പ്രചരിച്ചു. *മാതൃഭൂമി* പത്രം അതേക്കുറിച്ച് മുഖപ്രസംഗമെഴുതി. കൃഷ്ണപിള്ളയെവിടെ? എന്നു ചോദിച്ചുകൊണ്ട് ജാഥകളും യോഗങ്ങളും നാടാകെ സംഘടിപ്പിക്കപ്പെട്ടു.

എടലാക്കുടിയിലെ ജയിലിലിരുന്ന് തന്നെക്കുറിച്ച് പരന്ന ഈ വാർത്തകളെല്ലാം കൃഷ്ണപിള്ളയറിഞ്ഞു. താൻ ജീവിച്ചിരിപ്പുണ്ടെന്ന സത്യം സഖാക്കളെ എത്രയും വേഗം അറിയിക്കണം. അതിനൊരു വഴി ആലോചിച്ച് തലപുകച്ചിരിക്കുമ്പോഴാണ് അഞ്ചുരൂപാ പൊലീസായ അയ്യൻപിള്ള ആശ്വാസമായി മുന്നിലെത്തിയത്.

ഹിന്ദിയിൽ ആശയവിനിമയം ചെയ്യുന്നതാണ് സുരക്ഷിതമെന്ന് സഖാവ് കണ്ടു. താൻ ഹിന്ദിയിലെഴുതുന്ന കത്തുകൾ മലയാളത്തിലാക്കി സഖാക്കൾക്കയച്ചുകൊടുക്കാൻ ഒരാളെ കണ്ടെത്തണം. അലഹബാദിൽ ഹിന്ദി വിശാരദിനു കൂടെ പഠിച്ചവരാരെങ്കിലും നാഗർകോവിലിലോ പരിസരത്തോ കാണാതിരിക്കുകയില്ലെന്ന് സഖാവ് കണക്കുകൂട്ടി. അയ്യൻപിള്ളയ്ക്ക് അങ്ങനെയാരെയും പരിചയമില്ല.

“അതിപ്പോ....ഇന്ദീല കെടയ്ക്കെ ഏതാ വഴി ഇരുക്കാ...ചെന്തമിഴിലു കെടച്ചാ പോതുമാ?” (ഹിന്ദി വേണമെന്നെന്താ? നല്ല ചെന്തമിഴ് പോരെ?)

“അതു പോരാ, ഹിന്ദി തന്നെ വേണം. ”

“അതുക്കിപ്പോ...ഇന്ദി പഠിച്ചവുങ്ക യാരിരിക്ക?,” അയ്യൻപിള്ളപ്പൊലീസ് തലപുകഞ്ഞാലോചിച്ചു.

തങ്കമ്മ എന്ന പതിനേഴുകാരിയിലാണ് ആ അന്വേഷണമെത്തി

ച്ചേർന്നത്. ശുചീന്ദ്രത്തെ ഹനുമാൻ പോറ്റിയുടെ ചായക്കടയിൽനിന്നിറങ്ങുമ്പോഴാണ് അയാൾ തങ്കത്തെ കണ്ടത്. അവൾ മാറത്തടുക്കിച്ചേർത്തു പിടിച്ച ഹിന്ദി പുസ്തകം കണ്ണിൽ പെട്ടതും അയ്യൻപിള്ളയ്ക്ക് തേടിയ വള്ളി കാലിൽ ചുറ്റി. നാഗർകോവിലിൽ പോയി ഹിന്ദി പഠിച്ചിട്ട് മടങ്ങി വരുന്നവഴി അപ്പാവുടെ കടയിൽനിന്ന് പൊതിഞ്ഞുവച്ചിരുന്ന രസവടപ്പ കർച്ചയെടുക്കാൻ കയറിയതായിരുന്നു അവൾ.

"തങ്കം, ഏതാവത് ഇന്ദി പുത്തകം ഇരുക്കാ?

"എതുക്ക്?"

"വാസിക്കറതുക്ക് താൻ."

ആർക്കെന്ന് തങ്കം ചോദിച്ചില്ല.

"ഇത് പോതുമോ? ഇത് വന്ത് റൊമ്പ ഫേമസ് പുസ്തകം. ജയശങ്കർപ്രസാദിനെ കേക്കലയാ?"

അയ്യൻപിള്ളപ്പൊലീസ് അതുമായി നടന്നു.

തടവറയിലേക്ക് പ്രകാശത്തിന്റെ കൈകൾ നീണ്ടുചെന്നു. പുസ്തകം വായിച്ചുകഴിഞ്ഞ് സഖാവ് അതിലൊരു കുറിപ്പെഴുതി കൊടുത്തയച്ചു.

"ആപ് കാ നാം ക്യാ ഹെ?"

വീണ്ടും പുസ്തകത്തിനായി അയ്യൻപിള്ള തന്നെ സമീപിക്കുമെന്ന് തങ്കമ്മ പ്രതീക്ഷിച്ചതേയില്ല. അവൾക്ക് ആകപ്പാടെ ആധിയായി.

"അയ്യൻപിള്ളപ്പൊലീസേ, അവുങ്ക വന്ത് തടവുപുള്ളി താൻ. തടവുപുള്ളികൾ സർക്കാരിന്റെ നോട്ടപ്പുള്ളികളല്ലേ? അവർക്ക് പുസ്തകം കൊടുക്കുന്നത് സർക്കാർ അറിഞ്ഞാൽ?"

"ഇങ്കെ നാൻ താൻ സർക്കാർ...." ഒരു പൊട്ടിച്ചിരിയിൽ അയ്യൻപിള്ള അവളുടെ ആശങ്കയെ അലിയിച്ചുകളഞ്ഞു.

പിന്നീടങ്ങോട്ട് ഒരു സിനിമാക്കഥയിലെന്നപോലുള്ള സംഭവങ്ങളാണ് നോവലിൽ. പുസ്തകങ്ങളിൽനിന്നും പുസ്തകങ്ങളിലേക്ക് അവരുടെ പ്രണയം വളർന്നു. തല്ക്കാലം സുരക്ഷയ്ക്കുള്ള മറയായിരുന്നു സഖാവിന് ആ പ്രണയം. ആത്മാർത്ഥമായ പ്രണയബന്ധത്തിന്റെ വിശ്വസ്തത സഖാവ് മനസ്സിലാക്കിയിരുന്നു. മലബാറിലെ സഖാക്കൾക്കുള്ള കത്തുകളാണ് ഹിന്ദിയിൽ എഴുതിക്കൊടുക്കുന്ന 'പ്രണയലേഖന'ങ്ങൾക്കുള്ളിലുള്ളതെന്ന് അയ്യൻപിള്ളയ്ക്കുപോലും പിടികിട്ടിയില്ല. തങ്കമ്മ അതെല്ലാം മലയാളത്തിലേക്ക് വിവർത്തനം ചെയ്ത് സഖാവ് കുറിച്ചിട്ടുള്ള വിലാസത്തിലേക്ക് അയച്ചുകൊടുത്തു.

അങ്ങനെ സഖാക്കളുടെ സഖാവായ കൃഷ്ണപിള്ളയ്ക്ക് കേരളത്തിലെ സഖാക്കളുമായി ആശയം പങ്കുവയ്ക്കാനുള്ള ഉപാധിയായി തങ്കമ്മ മാറി. സഖാവിന് അവളോട് തീർത്താൽ തീരാത്ത കടപ്പാടുണ്ടായി. അതു വീട്ടാനായി തങ്കത്തിന് ഇഷ്ടമാണെങ്കിൽ തന്റെ ജീവിതംതന്നെ കൊടുക്കാൻ സഖാവ് തീരുമാനിച്ചു. തങ്കം മറുപടിയെഴുതി; "എനിക്കെന്നേ ഇഷ്ടമായി."

ആനപ്പാലത്തിനടുത്തുള്ള പുഴക്കടവിലേക്ക് തടവുകാരെ കുളിപ്പി

ക്കാൻ കൊണ്ടുപോകുമ്പോൾ ഒളിഞ്ഞിരുന്ന് തങ്കമ്മ സഖാവിനെ ഒരു നോക്കു കണ്ടു. സഖാവ് അവളെയും. ആനപ്പാലവും ആൽമരവും ജയിൽ വളപ്പിലെ കൊടുകാപ്പുള്ളിയും ശുചീന്ദ്രത്തെ ക്ഷേത്രഗോപുരങ്ങളും ആ പ്രണയത്തിന് സാക്ഷികളായി.

ജയിൽവിമോചിതനായി പുറത്തുവന്ന് തങ്കമ്മയെ സഖാവ് ജീവിത സഖിയാക്കി സ്വീകരിക്കുന്നതുവരെയുള്ള പ്രണയരേഖകൾ അത്യന്തം ഉദ്വേഗജനകമാണ്. ഒരു സി ഐ ഡിക്കും പിടികൊടുക്കാതെയാണ് തങ്കമ്മ എന്ന ഗ്രാമീണപ്പെൺകുട്ടി മഹത്തായൊരു പ്രസ്ഥാനത്തിനുവേണ്ടിയുള്ള നിർണ്ണായകരേഖകൾ കൈമാറിക്കൊണ്ടിരുന്നത്. കെ വി മോഹൻകുമാറിന്റെ നോവൽ വികാസം പ്രാപിക്കുന്നതിലൂടെ കേരളത്തിലെ കമ്യൂണിസ്റ്റുപ്രസ്ഥാനത്തിന്റെ നാൾവഴികൾ തെളിഞ്ഞുവരുന്നുണ്ട്.

ഇരുപത്തിമൂന്ന് ചെറിയ അദ്ധ്യായങ്ങളിലായി പ്രതിപാദിക്കുന്ന നോവലിൽ സ. കൃഷ്ണപിള്ളയ്ക്ക് പാമ്പുകടിയേല്ക്കുന്ന രംഗമാണ് ആദ്യം ആവിഷ്കരിച്ചിട്ടുള്ളത്. സർപ്പത്തിന്റെ പല്ലുകളിൽനിന്ന് ഊർന്നിറങ്ങിയ ഉഗ്രവിഷം രക്തധമനികളിലേക്ക് പ്രവഹിച്ചുകൊണ്ടിരിക്കുമ്പോൾ, കഠിനമായ കഴപ്പ് സഹിച്ചുകൊണ്ട് സഖാവ് മരണവുമായി മല്ലിടുകയാണ്. മരണം അടുത്തെത്തിയ നിമിഷങ്ങളിൽ അടഞ്ഞ കൺപോളകളുടെ തിരപ്പടത്തിൽ തെളിയുന്ന ചിത്രങ്ങളാണ് നോവലിനാധാരമാക്കിയിട്ടുള്ളത്.

സഖാവ് (ടി വി കെ), ഓർമ്മയുടെ ചെപ്പ് (എൽ തങ്കമ്മ), സഖാവ് പി കൃഷ്ണപിള്ള (ഡോ. ചന്തവിള മുരളി), സഖാക്കളുടെയും സഖാവ് (പലർ), ശുചീന്ദ്രം രേഖകൾ (ടി എൻ ഗോപകുമാർ), സഖാവിന്റെ കത്തുകൾ (ചിന്ത പബ്ലിഷേഴ്സ്) എന്നീ ഗ്രന്ഥങ്ങളെ സ്രോതസ്സുകളാക്കി രചിച്ച നോവൽ *ദേശാഭിമാനി* വാരികയുടെ 2017 ലെ ഓണപ്പതിപ്പിൽ ഉൾപ്പെടുത്തുകയുണ്ടായി. മലയാളത്തിലെ അനശ്വരങ്ങളായ പ്രണയ കാവ്യങ്ങളുടെ കൂട്ടത്തിൽ ഇടംപിടിക്കാൻ പോകുന്ന ഈ നോവലിൽ യാഥാർത്ഥ്യം കാല്പനികതയുടെ മഷിയിൽ മുക്കി അവതരിപ്പിച്ചിട്ടുള്ളത് ഏറെ ശ്രദ്ധേയമാണ്.

www.ingramcontent.com/pod-product-compliance
Lightning Source LLC
LaVergne TN
LVHW100545051026
849519LV00003B/858
* 9 7 8 9 3 8 6 6 3 7 9 6 3 *
9 789386 637963